நீலப் பொருளாதாரம்
கடல்சார் வாழ்வும் வாழ்வாதாரமும்

நீலப் பொருளாதாரம்
கடல்சார் வாழ்வும் வாழ்வாதாரமும்

ஆர். என். ஜோ டி குருஸ் (பி. 1964)

நெல்லை மாவட்டம் உவரியில் பிறந்தவர். சென்னை லயோலா கல்லூரியில் எம்.ஏ., திருச்சி புனித வளனார் கல்லூரியில் எம்.ஃபில்., பட்டம் பெற்றவர்.

இவரது 'ஆழி சூழ் உலகு' தமிழக அரசின் சிறந்த நாவலுக்கான விருதைப் பெற்றது. 'கொற்கை' நாவல் சாகித்திய அகாதமி விருதைப் பெற்றது. 2005இல் கனடா இலக்கியத் தோட்டம் விருது பெற்றவர்.

வணிகக் கப்பல் நிறுவனம் ஒன்றில் பணிபுரிகிறார். தற்போது சென்னையில் வசிக்கிறார்.

மனைவி: சசிகலா, மகன்: அந்தோனி டி குருஸ், மகள்: ஹேமா டி குருஸ்.

மின்னஞ்சல்: rnjoedcruz@gmail.com

ஆர். என். ஜோ டி குருஸ்

நீலப் பொருளாதாரம்
கடல்சார் வாழ்வும் வாழ்வாதாரமும்

காலச்சுவடு பதிப்பகம்

● அன்பார்ந்த வாசகருக்கு,
வணக்கம்.

காலச்சுவடு நூலை வாங்கியமைக்கு நன்றி.

நூலின் உள்ளடக்கம், உருவாக்கம், அட்டைப்படம் இன்ன பிற அம்சங்கள் பற்றிய உங்கள் கருத்துகளையும் ஆலோசனைகளையும் காலச்சுவடு வரவேற்கிறது. தகவல், எழுத்து, வாக்கியப் பிழைகள் தென்பட்டால் அவசியம் தெரிவித்து உதவுங்கள். நூல் தயாரிப்பில் கடும் குறைபாடு இருப்பின் மாற்றுப் பிரதி உங்களுக்குக் கிடைக்கக் காலச்சுவடு ஏற்பாடு செய்யும்.

மின்னஞ்சல்: publisher@kalachuvadu.com

காலச்சுவடு நாகர்கோவில் அலுவலகத்துக்குக் கடிதம் அனுப்பலாம்.

தங்கள்
எஸ்.ஆர். சுந்தரம் (கண்ணன்)
பதிப்பாளர் — நிர்வாக இயக்குநர்

நீலப் பொருளாதாரம்: கடல்சார் வாழ்வும் வாழ்வாதாரமும் ♦ கட்டுரைகள் ♦ ஆசிரியர்: ஆர். என். ஜோ டி குருஸ் ♦ © ஆர். என். ஜோ டி குருஸ் ♦ முதல் பதிப்பு: டிசம்பர் 2024 ♦ வெளியீடு: காலச்சுவடு பப்ளிகேஷன்ஸ் (பி) லிட்., 669, கே.பி. சாலை, நாகர்கோவில் 629001

காலச்சுவடு பதிப்பக வெளியீடு: 1339

niilap poruLaataaram: Kadalsaar vaazhvum vaazhvaathaaramum ♦ Essays ♦ Author: Joe D' Cruz ♦ © Joe D' Cruz ♦ Language: Tamil ♦ First Edition: December 2024 ♦Size: Demy 1 x 8 ♦ Paper: 18.6 kg maplitho♦ Pages: 232

Published by Kalachuvadu Publications Pvt. Ltd., 669, K.P. Road, Nagercoil 629001, India ♦ Phone: 91-4652-278525 ♦ e-mail: publications @kalachuvadu.com ♦ Printed at Mani Offset, Chennai 600077

ISBN: 978-93-6110-609-5

12/2024/S.No. 1339, kcp 5468, 18.6 (1) ass

பொருளடக்கம்

முன்னுரை	9
1. சாகர்மாலா: வரமா சாபமா?	15
2. இந்திய கப்பல் துறைமேல் விழுந்த அடி	28
3. ஆழ்கடல் மீன்பிடிப்பில் தொடரும் அவலம்	36
4. கரைக்கடல் கப்பலோட்டம்	42
5. இந்த அரசையும் நிர்வாகத்தையும் இனிமேலும் எப்படி நம்புவது?	46
6. கடல் வாய்ப்புகளைக் கைப்பற்றுவதில் தாமதம் ஏன்?	51
7. ஓக்கி: தாமதத்தின் பேரிடர்	55
8. கடல்வழி வணிகத்தில் நாம் சறுக்குவது ஏன்?	62
9. கப்பல் துறை, இந்நொடித் தேவை...	67
10. கைவிடப்படுகிறதா இராமேஸ்வரம் தீவு...	82
11. கப்பலோட்டத்தில் தகவல் பரிமாற்றத்தின் முக்கியத்துவம்	86
12. சமூகக் கடத்தலுக்குள்ளாக்கப்படும் கடையர் மக்கள்!	92
13. கப்பல் முகவர்...	97
14. மீன்பிடி மானியம்: சத்தமின்றி ஒரு சாதனை...	103
15. சார்ட்டரிங் முகவர்	106
16. கடலோர எல்லைச் சாமிகளைச் சமவெளி எப்போது ஏற்கும்?	112
17. சுங்க முகவர் – பரிணாம மாற்றம்	115
18. சுருக்குமடிப் பிரச்சினை: கள நிலவரமும் தீர்வும்	120
19. தமிழ்நாடு கடல் பொருளாதாரத்தை மேம்படுத்த ஒரு வாய்ப்பு	124

20. தமிழகக் கடற்கரைக்கு நல்வரவு	127
21. தூத்துக்குடித் துறைமுகத்தின் மீது அக்கறை காட்டுமா இந்திய அரசு?	131
22. தென்கடல் மீன்பிடித் தொழில்முறையின் அபாயச் சூழல்...	134
23. தூத்துக்குடித் துறைமுகம் புத்துயிர் பெறட்டும்	138
24. மீன்பிடித் தொழிலின் களச்நிலவரங்களுக்குச் செவிமடுக்குமா அரசு?	142
25. நமக்கான நீலப் பொருளாதாரம்	146
26. தொடரும் மீனவர் பிரச்சினை: கள்ள மௌனத்தில் மத்திய அரசு, கையாலாகாத மாநில அரசு...	151
27. நிலைநாட்டப்பட வேண்டும் சுதேசிக் கப்பல் உரிமை	155
28. நீலப் புரட்சி	159
29. பி.எல். சான்றிதழின் முக்கியத்துவம்	166
30. நேர்கோட்டுத் தடுப்புச்சுவர் அல்ல தூண்டில் வளைவே தீர்வு	174
31. சரக்குப் பெட்டகமும் பெயர்ச்சிமையும்	177
32. பேரழிவின் விளிம்பில் கூடுதாழை கடற்கரை	182
33. பெயர்ச்சிமை: நாம் ஏன் கைக்கொள்ள வேண்டும்?	186
34. மீனவர் நலன்: பெயர் மாற்றம் அனைத்தையும் மாற்றிவிடுமா?	190
35. பெயர்ச்சிமையின் ரகசியம் புரிந்த மேலைநாட்டோர்	194
36. மீன்பிடித் தடைக்காலமும் மீறல்களும்!	199
37. மூன்றாம் நபர் பெயர்ச்சிமை [3PL]	202
38. வெண்தலைப் புணரி...	209
39. கடலோர மக்களின் பிரச்சினைகளும் தீர்வுகளும்	214
40. ஷிப் சேண்டிலிங்	222

முன்னுரை

இக்கட்டுரைத் தொகுப்பு கடந்த ஐந்து ஆண்டுகளில் *இந்து தமிழ்திசை, நாணயம் விகடன், காலச்சுவடு, காக்கைச் சிறகினிலே கடலோரம்* போன்ற இதழ்களில் வெளியான கட்டுரைகளிலிருந்து தேர்ந்தெடுக்கப்பட்டிருக்கிறது. ஒருசில தொழில்சார் அனுபவக் குறிப்புகளும் தேவைசார்ந்து இணைக்கப்பட்டுள்ளது. இவை மீன்பிடித்தல், கப்பலோட்டம், பெயர்ச்சிமை, கடலோர வாழ்வு, அதன் பொருளாதாரம் குறித்த எளிய புரிதலை வாசகர்களுக்கு ஏற்படுத்தலாம் என்ற எண்ணத்தில் இப்போது புத்தகமாக வெளி வருகிறது.

பேரியல் பொருளாதார இலக்குகள், வளர்ச்சி, முன்னேற்றம் என நாம் முன்வைக்கும் திட்டங்களெல்லாம் நுண்ணியல் வாழ்வுக்கான ஒட்டுமொத்த தீர்வே. தனிமனித வாழ்வும் நாட்டின் வளர்ச்சியும் ஒன்றையொன்று சார்ந்தவை. நுண்ணியல் வாழ்வைப் புறக்கணித்த பேரியல் பொருளாதாரமும், சுற்றுச்சூழலுக்கு இயைந்த பேரியல் பொருளாதாரக் கனவுகளுக்குப் பங்களிப்புச் செய்யாத நுண்ணியல் வாழ்வும் தொடர முடியாது. மக்களுக்கான திட்டங்களைச் செயலாக்கத்துக்குக் கொண்டுவர மக்களின் வரிப்பணமே பயன்படுவது நாம் அறியாததல்ல. நாமே நமக்கான வசதி வாய்ப்புகளை ஏற்படுத்த மேற்கொண்ட ஒரு முயற்சி அது.

ஆனால் வளர்ந்துவிட்ட நாடுகளைப்போல் அம்முயற்சி கண்காணிக்கப்பட்டுச் செயலாக்கத்துக்கு வருகிறதா என்றால் இல்லை என்றே சொல்ல வேண்டியிருக்கிறது. நாட்டு மக்களின் வரிப்பணம், அரசியல் தலைவர்களின் யதேச்சாதிகாரத்தால் பெரும்பாலும் வீணடிக்கப்படுகிறது. செயலாக்கத்துக்கு வரும் ஒருசில திட்டங்கள்கூட அதிகாரவர்க்கத்தால் முறையாகக் கண்காணிக்கப்படாததால், மக்கள் பணம் வீணாவது வாடிக்கையாகவே இருக்கிறது. அதற்காக, திட்டங்கள் எதுவும் செயல்படுத்தப்படவே இல்லை என ஒருதலைப்பட்சமாகவும் சொல்லிவிட முடியாது. கல்வி, தகவல் தொடர்பு, நகர்ப்புற வளர்ச்சி, சாலை மற்றும் நீர்வழித்தட மேம்பாடு, சுகாதாரம், பயணிகள் மற்றும் சரக்குப் போக்குவரத்து, மீன்பிடி, விவசாய ஆலைத்தொழில் போன்றவை முன்னெப்போதும் இல்லாத அளவுக்கு நாட்டில் வளர்ந்திருக்கின்றன.

தன்னளவில் நாட்டுக்கோ வீட்டுக்கோ எந்தப் பங்களிப்பையும் செய்யாதவர்களே அனைத்திலும் குறைகாண்கிறார்கள். தனிமனிதனாய், தொழிலதிபராய், வணிகராய் அரசின் வரிவிதிப்பு வரம்புக்குள் வராமல் தப்பித்துக்கொள்பவர்களே, பெரும்பாலும் அரசின் திட்டங்களையும் குறைகூறுபவர்களாய் இருக்கிறார்கள்.

எழுபத்தாறு ஆண்டுகளைக் கடந்து நிற்கும் சுதந்திர இந்தியாவில், 2017இல் சரக்கு மற்றும் சேவை வரி அறிமுகமான பிறகும்கூடத் தனிமனித வருமான வரி நீக்கப்படவில்லை. காரணம், அரசிடமும் ஆட்சி செய்வோரிடமும் மனநிலையில் எந்த மாற்றமுமில்லை. அரசு, தனியார் நிறுவனங்களில் பணியாற்றும் நடுத்தர வர்க்கமே பெரும்பாலும் அரசின் நேரடி வரிவிதிப்பு வலைக்குள் இருந்து சிரமப்படுகிறது. பாரதத்தில் இருக்கும் பல்வேறு வாய்ப்புகளையும் ஒதுக்கீடுகளையும் பயன்படுத்திக் கல்வியறிவு பெற்றவர்கள், வளர்ந்துவிட்ட நாடுகளில் குடியுரிமை பெற்று புலம்பெயர்ந்து செல்வது இங்கு வாடிக்கையாகவே இருக்கிறது. அவர்களைச் சொந்த நாட்டிலேயே பணிசெய்ய வைப்பதற்கான வாய்ப்போ அல்லது வெளிநாடுகளில் அவர்கள் பெற்ற அனுபவத்தைப் பயன் படுத்துவதற்கான சூழலோ இன்றுவரை இங்கு உருவாகவே இல்லை.

பொற்காலம் எனப் போற்றப்பட்டதெல்லாம் நாம் வழக்கமாய்ப் புள்ளிவிவரங்களோடு சொல்லும் நாட்டின் மொத்த உள்நாட்டு உற்பத்தி *(Gross Domestic Product)* மட்டுமே சார்ந்தது

அல்ல; மாறாக, அது நாட்டு மக்களின் மொத்த மகிழ்வான வாழ்வு (Gross Domestic Happiness) சார்ந்தது. பங்களிப்புச் செய்யும் தனிமனித வாழ்வுச் சுதந்திரத்தையோ, மகிழ்வையோ பேணாத வெறும் உற்பத்திசார்ந்த புள்ளிவிவரங்களையே முன்வைக்கும் நாடு எப்படிப் பொற்கால நிலையை நோக்கிப் பயணிக்கும்?

அறிவியல் வளர்ச்சியில் தொழில்நுட்பங்கள் உச்சத்தைத் தொட்டிருக்கும் இந்தக் காலத்திலும் "கடந்துபோன காலத்தைப் போல வாழ்வு மகிழ்வானதாக இல்லை" என்ற பொதுக்கூற்று நமக்கு உணர்த்துவது வளமான வாழ்வானது பணப் புழக்கத்தையோ அதீத நுகர்வையோ அல்லது உற்பத்தியையோ மட்டும் சார்ந்தல்ல, மாறாக அது இருத்தலின் மகிழ்வு சார்ந்தது என்பதுதான். தனிமனித, சமூக சுதந்திரத்தை, வாழ்வைச் சீரழிக்கும் எந்தப் பொருளாதார முன்னெடுப்பும் பேரியல் வளமையைக் காண முடியாது.

சமீபத்திய புள்ளிவிவரம் ஒன்று இந்தியாவில் பணக்காரர்களின் எண்ணிக்கை கூடியிருக்கும் வேளையில், வறுமைக் கோட்டுக்குக் கீழ் உள்ளவர்களின் எண்ணிக்கையும் கூடியிருப்பதாகத் தெரிவிக்கிறது. மத்திய அரசின் ஜிஎஸ்டி, பண மதிப்பிழப்பு போன்ற நடவடிக்கைகளால் நடுத்தர வர்க்கமாய் இருந்து பெரும் பொருளாதாரப் பங்களிப்பு செய்தவர்கள், தங்கள் தொழிலை இழந்து அவல நிலைக்குத் தள்ளப்பட்டிருக்கிறார்கள். அவர்களிடம் வேலை செய்தவர்கள், வேலையை இழந்து வறுமைக் கோட்டுக்குக் கீழ் வந்திருக்கிறார்கள். இந்த நிலையில், பெரும் பணக்காரத் தொழிலதிபர்களால் உற்பத்தி செய்யப்படும் பொருட்களும், தொடர்ந்து வறுமைக் கோட்டுக்குக் கீழே தள்ளப்படும் மக்களால் நுகரப்படாமல், தேக்கத்துக்கு வந்து கோடீஸ்வரத் தொழிலதிபர்களின் நிலையும் பாதிப்படையுமே என்ற அக்கறை மத்திய, மாநில அரசுகளுக்கு இருப்பதுபோல் தெரியவில்லை. மக்களை எப்போதும் ஆன்மிக மாயையிலும் போதையிலும் வைத்து வாக்குவங்கிகளாய்ப் பயன்படுத்தினால் மட்டுமே போதுமானது என ஆட்சி, அதிகாரம் நினைக்கிறதோ என்னவோ!

வளமான தேசம் என்பது, ஒருகை ஓசையான அரசின் நிர்வாகம் மட்டுமல்ல. மாறாக அது அனைத்துத் தரப்பு மக்களையும் இணைத்துக்கொண்ட செயல்பாடு. விவசாயம், கைவினைப் பொருள் உற்பத்தி, ஆலை உற்பத்தி, மீன்பிடித்தல், மென்பொருள், கட்டுமானம், வியாபாரம், கப்பலோட்டம்,

சரக்குப் போக்குவரத்து எனப் பலதரப்பட்ட சேவைகளை உள்ளடக்கியது. அனைத்துத் துறைகளிலும் பணியாற்றும் நாட்டு மக்கள், தத்தமது தொழில்களைத் தொடர்ந்து சரிவர நடத்துவதற்கான ஊக்கமும் ஆதரவும் அரசிடமிருந்து வரவேண்டும்.

அந்த வகையில் வடமேற்கு எல்லை தொடங்கி, வடகிழக்கில் இருக்கும் கடற்கரையும் கடலோடிகளும் தேசத்தின் வரப்பிரசாதம். தெற்கில் நாம், இன்றும் நம் நினைவில் வைத்துப் போற்றும் சோழர்களின் பொற்காலம் என்பது கடலோர வாழ்வையும் கடலாதிக்கத்தின் மேன்மையையும் ஆட்சியாளர்கள் உணர்ந்திருந்ததாலேயே ஆகும். "ஒரு நாட்டின் ஜனத்தொகை அல்ல, மாறாக அந்த நாட்டின் கடலோடிகளின் எண்ணிக்கையும், அவர்களின் தொழில் ஆர்வமுமே நாட்டைச் செழுமையானதாக்கும்" என்று உலகை மாற்றிய புத்தகங்களுள் ஒன்றான 'வரலாற்றின் மீது கடலாதிக்கத்தின் செல்வாக்கு' என்ற புத்தகத்தை எழுதிய ஆல்பிரெட் டி மாஹன் கூறினார். காலனி ஆதிக்கவாதிகளுக்குச் சொல்லப்பட்டதாக இருந்தாலும்கூட, ஒரு நாட்டின் பொருளாதார முன்னேற்றத்தில் கடலாதிக்கத்தின் முக்கியத்துவத்தை எடுத்துக்கூறியது இப்புத்தகம். கடலாளுமையின் காரணகர்த்தாக்களான கடலோடிகள், இன்னும் தீபகற்பத்தின் 8118 கி.மீ. கடற்கரையில் இருக்கிறார்கள். எல்லைச் சாமிகளாய் இருந்து இந்த தீபகற்பத்தைக் காக்கிறார்கள். மீனவர்கள் எனக் குறுக்கி நோக்கப் படும் அவர்களாலேயே கடந்த காலங்களில் கடல்வழி வாணிபம் வெகுசிறப்பாக நடந்தது. அவர்களை அக்கறையோடு கண்காணித்து ஊக்கப்படுத்தினால், கைதவறிப் போன வரலாற்றுப் பொருளாதார வளமையை உறுதியாய் மீட்டெடுக்க முடியும். அக்கறையோடு ஆராய்ந்தால் பயன்பாடற்றுப் பாழ்பட்டுப்போய்க் கிடக்கும் தீபகற்பத்தின் புறநீர்ப் பகுதிகளில் மீன் பண்ணை, சுற்றுலா, பாசி வளர்ப்பு போன்றவற்றைத் தீவிரப்படுத்தலாம்.

இந்தியாவில் 2019இல் அறிவிக்கப்பட்ட புதிய இந்தியாவின் பார்வை, நீலப் பொருளாதாரத்தை வளர்ச்சியின் பத்துப் பரிமாணங்களில் ஒன்றாகக் காட்டுகிறது. மற்ற நாடுகளைப் போலல்லாமல் இந்திய தீபகற்பத்திற்கான 8118 கி.மீ. நீளக் கடலோரம் தனித்துவமானது. அது வருடத்தில் 365 நாட்களிலும் தொழில்செய்ய ஏதுவான, கடலும் நிலமும் பூத்துக் குலுங்குகிற பூமத்திய ரேகையின் அருகமைந்த வெப்பமண்டலப் பிரதேசம். இந்தியக் கண்டத்திட்டுப் பகுதியில் ருசியான

மீன்கள் பிடிக்கப்பட்டாலும், போதிய கரைக்கட்டமைப்பு வசதி இல்லாத காரணத்தால், மலிவான விலையிலேயே நமது மீனுணவு ஏற்றுமதியாகிறது. பாரதத்தின் ஒன்பது கடலோர மாநிலங்களும் இரண்டு யூனியன் பிரதேசங்களும் உள்ளிட்ட பகுதிகளில் கரைக்கடல், அண்மைக்கடல், ஆழ்கடலில் மீன்பிடித்தல் நடந்தபோதிலும் உணவான மீன்வளம் பெரும் பொருளாதாரச் சக்தியாக மாறவில்லை. மீன் பிடித்தலுக்கான கரைக் கட்டமைப்பை, அரசு போர்க்கால அடிப்படையில் சீர் செய்வதன் மூலம் மீன்வளப் பொருளாதாரம் ஊக்கம் பெறலாம்.

பூமிப் பந்தைத் தாய்போலக் காக்கும் கடலின் பொருளாதரப் பயன்பாட்டை மூன்று விதமாகப் பிரிக்கலாம். கடல் மேற்பரப்பு, நடுப்பகுதி, கடலடிப் பயன்பாடு. உலகின் அனைத்துப் பகுதிகளிலும் வசிக்கும் பாரம்பரிய மீனவர்கள், இந்த மூன்று பகுதிகளையும் பயன்படுத்தினாலும் கடலைத் தாயாய் மதிக் கிறார்கள். ஆனால் இந்த அக்கறை, கப்பலோட்டம், சுற்றுலா, ஆழ்கடல் எண்ணெய் எடுத்தல், தகவல் தொடர்பு கம்பிவடப் பதிப்பு, தாது மணல் சேகரிப்பு, வணிக மீன்பிடித்தல் போன்றவரிடம் இருப்பதில்லை. லாப நோக்கத்தோடு நுகர்வுக் கலாச்சாரத்தில் ஊறித் திளைத்திருக்கும் அவர்களை, சம்பந்தப்பட்ட அரசுகள்தான் அக்கறையோடு கண்காணித்துக் கடல்வளத்தைப் பேண வேண்டும்.

பாரதத்தில் வரலாற்றுக் காலம்தொட்டே கடலோரக் மக்களில் ஒரு பகுதியினர், கடலில் கலம் செலுத்திக் கடல்வழி வாணிபத்தின் மாபெரும் சக்தியாய் இருந்திருந்தபோதிலும், அவர்கள் தங்களது அடுத்தகட்ட வளர்ச்சியான உள்நாட்டு, வெளிநாட்டுச் சரக்குக் கப்பலோட்டத் தொழில்முனைவோராக மாறவில்லை. சாலைகளில் நாளும் பெருகும் நெரிசல், சரக்குப் போக்குவரத்தில் பல பிரச்சினைகளுக்குக் காரணமாகிவிடுவது நாம் அறியாததல்ல. சரக்குப் போக்குவரத்தில் ஏற்படும் தடையும் தாமதமும் பெரும் பொருளாதார இழப்பிற்குக் காரணமாகி இருக்கிறது. இயற்கையின் கொடையான நீர்வழிப் பாதையைப் பயன்படுத்துவதே அதற்கான மாற்றுவழி. இந்தியாவின் நதிநீர், கரைக்கடல் பாதைகள் பயன்பாட்டுக்கு வந்து சென்னை, மும்பை, காண்ட்லா, கல்கத்தா போன்ற பெருந்துறைமுகங் களுக்கு, சிறு துறைமுகங்களிலிருந்து சிறிய கப்பல்கள் நடை செய்யலாம். கடலோரச் சமூகங்களின் பங்களிப்பில் கரைக்கடல் கப்பலோட்டம் நடந்தால், சாலைகளில் நெருக்கடி குறைந்து, விபத்துகள் தவிர்க்கப்படும், எரிபொருள் சிக்கனமாகும், காற்றின்

மாசு குறையும். தொடரும் இதுபோன்ற சிக்கல்களுக்கான அக்கறையான தீர்வொன்று, அரசுக்கும் கடலோடிகளுக்குமான வருமானத்துக்கும், பொருளாதார முன்னேற்றத்துக்கும், நேர்முக மறைமுக வேலைவாய்ப்புகளுக்கும் காரணமாய் அமையும். இந்திய தீபகற்பமும், நீலப் புரட்சியின் மூலம் தலைநிமிர்ந்து பேரியல் பொருளாதார சக்தியாக மாறும்.

வாஞ்சையுடன்,
ஆர். என். ஜோ டி குருஸ்

1

சாகர்மாலா: வரமா சாபமா?

முன்னாள் பிரதமர் வாஜ்பேயியால் பொருளாதாரத்தேவை கருதித்சரியான தருணத்தில் உணரப்பட்டு, தற்போதைய பிரதமர் திரு. நரேந்திர மோடியால் முன்னெடுக்கப்படும் கப்பல் மற்றும் துறைமுகம் சார்ந்த மாபெருந் திட்டம் சாகர்மாலா. பல லட்சம் கோடி செலவில், பாரதமாதாவின் கடல் மாலையாக அது உருவாவதாகச் சொல்லப்படு கிறது. துறைமுகங்கள் நாட்டின் முகங்கள், அவை தேவையான இடத்தில் அமைந்து, பிராந்திய சரக்கு உருவாக்குத் தளங்களோடு இணைக்கப்பட்டு, தொலைநோக்குப் பார்வையோடு நிர்வகிக்கப் படவேண்டுமென்ற புரிதல் ஆட்சியாளர்களுக்கு இப்போதாவது ஏற்பட்டிருக்கிறதே என்ற வகையில் இந்த முன்னெடுப்பைப் பாராட்டலாம். இந்த முனைப்பும் அவசரமும் உண்மையிலேயே இத்திட்டம் நாட்டின் தேவை கருதி அக்கறையோடு அமைகிறதா அல்லது வழக்கம்போலவே அடிப்படைப் புவிசார் புரிதலோ, தொலைநோக்குத் தெளிவோ இல்லாமல் அரசியல் நலன் சார்ந்து திணிக்கப்படுகிறதா என்ற ஐயம் கடல்வழி வாணிபத்தில், கப்பல் உரிமையாளர்களாயும், ஏற்றுமதி மற்றும் இறக்குமதியாளர்களாயும் இருக்கும் சாமான்யர்கள் மனதில் எழுகிறது. இதே ஐயப்பாடு, அக்கறையான கப்பல் துறைசார் வல்லுநர்கள் மத்தியிலும் எழாமலில்லை.

வரலாற்றுக் காலந்தொட்டு இன்றுவரை நமது கரையோர துறைமுக அமைப்பும், கடல்வழி வாணிபமும் வந்தாரைத்தான் வாழவைத்துக்

கொண்டிருக்கிறதேயல்லாது, நமக்கானதாக ஒருபோதும் இல்லை என்று தேசநலனில் அக்கறையுள்ளோர் குமுறுகிறார்கள். துறைசார் வல்லுநர்களோ, உண்மையைச் சொன்னால் எங்கே தேசவிரோதி என்று பட்டம்சூட்டிவிடுவார்களோ எனப் பயந்து வாய்திறக்க மறுக்கிறார்கள். நாட்டின் அக்கறையான துறை வல்லுநர்கள், தேசநலன் சார்ந்து கருத்துச் சொல்ல அச்சப்படுவது, வளரும் பாரதப் பொருளாதாரத்திற்கு உகந்ததே அல்ல.

சுதந்திரத்திற்குப் பிறகு ஒவ்வொரு துறையிலும், படைப்புச் சமூகங்கள் புறம்தள்ளப்பட்டு, ஏட்டுச் சுரைக்காய்கள் தொடர்ச்சியாய் முன்னிலைப்படுத்தப்பட்டதன் விளைவுதான், நமது தொடர் பொருளாதாரப் பின்னடைவுக்கான காரணம். பாரதம், அப்படியொன்றும் அமைவிடத் தகுதியோ, தட்பவெட்ப சூழலோ, இயற்கை வளமோ, அர்ப்பணிப்பான மனித வளமோ இல்லாத தேசமல்ல; இருந்தும் ஏன் இந்தத் தொடர்ச்சியான பின்னடைவு?

சுதந்திரத்துக்குப் பின் கராச்சித் துறைமுகம் பறிபோன சூழலில் வடமேற்கில் காண்ட்லா உருவானது முதற்கொண்டு, அனைத்துமே பதறித் தீயை அணைக்கும் துரித முயற்சிகள் அல்லது அவர்களைப் போலாகவேண்டும், இவர்களைப் போல் ஆகவேண்டும் என்ற தத்துப் பிள்ளை முயற்சிகள். இந்த எழுபது ஆண்டுகளிலும் பாரதத்தின் கப்பல் துறையோ துறைமுகத் துறையோ உலகத்தரத்தில் முன்னேறவில்லை என்பது இன்றைய நிலையில் மறுக்கப்பட முடியாத யதார்த்தம். தனியார் துறைமுகங்களான முந்துரா, கிருஷ்ண பட்டினம் போன்ற வற்றைப் பார்த்து ஓரளவு ஆறுதல் அடையலாம். சுதந்திரமான செயல்பாடுகள், சேவை முனைப்பு போன்றவற்றால் அவை முன்னேற்றப் பாதையில் அடியெடுத்து வைத்திருக்கின்றன.

கரையோரக் கப்பலோட்டத்தின் மூலமும், உலக நாடு களுக்கு முன்னோடியாகப் பாரதம் சாதித்திருக்க வேண்டியவை ஏராளம். ஆனால் நம்மைவிட தட்பவெப்ப நிலையிலும் பூகோள அமைப்பிலும் சாதக அமைப்பில்லாத சீனாவைவிட நாம் எவ்வளவோ பின்தங்கிய நிலையிலேயே இன்றும் இருக்கிறோம் என்பதுதான் உண்மை. பல்வேறு வகையான சரக்குகளின் பெயர்ச்சிமையிலாகட்டும், உலகத் தரமான துறைமுகங்களிலாகட்டும், இன்னும் கப்பல் கட்டும் வசதியிலும், நீர்வழிச்சாலைப் பயன்பாட்டிலும், கப்பல்களின் சராசரித் துறைமுகப் பயன்பாட்டு நேரத்திலும் நாம் எட்ட முடியாத

உயரத்திலேயே சீனா இருக்கிறது. இத்தனைக்கும் சீனாவிடம் நம்மைப் போல மேற்கு, கிழக்கு என நீளமான இரண்டு கடலோரமில்லை. வருடத்தின் பல மாதங்கள் கடுங் குளிரால் பாதிப்புக்குள்ளாகும் கிழக்குக் கடலோரம் மட்டும்தான், மேற்குப் பகுதியோ முழுவதும் நிலப்பரப்பால் அடைபட்டுக் கிடக்கிறது. அவர்களது முன்னேற்றத்திற்கான காரணம் ஸ்திரமான அரசு, தேசப்பற்றுடைய ஆட்சியாளர்கள், அவர்களின் சுட்டு விரலசைவில் பணியாற்றும் அதிகார வர்க்கம், அவர்களால் முன்னெடுக்கப்படும் தொலைநோக்குப் பார்வையுள்ள திட்டங்கள். உலகத் தரவரிசைப் பட்டியலில், முதல் பத்தில் ஏழு சீனாவின் துறைமுகங்கள். இன்று உலக வர்த்தகத்தையே தன் ஆளுமையின் கீழ் கொண்டுவரப் புதிய பட்டு வழித் தடத்தை நீரிலும் நிலத்திலும் முனைப்போடு முன்னெடுக்கிறது.

TOP 10 WORLD CONTAINER PORTS

Rank	Port	Volume 2016 (Million TEU)	Volume 2015 (Million TEU)	Volume 2014 (Million TEU)	Volume 2013 (Million TEU)	Volume 2012 (Million TEU)
1	Shanghai, China	37.13	36.54	35.29	33.62	32.53
2	Singapore	30.90	30.92	33.87	32.60	31.65
3	Shenzhen, China	23.97	24.20	24.03	23.28	22.94
4	Ningbo-Zhoushan, China	21.60	20.63	19.45	17.33	16.83
5	Busan, South Korea	19.85	19.45	18.65	17.69	17.04
6	Hong Kong, S.A.R., China	19.81	20.07	22.23	22.35	23.12
7	Guangzhou Harbor, China	18.85	17.22	16.16	15.31	14.74

8	Qingdao, China	18.01	17.47	16.62	15.52	14.50
9	Jebel Ali, Dubai, United Arab Emirates	15.73	15.60	15.25	13.64	13.30
10	Tianjin, China	14.49	14.11	14.05	13.01	12.30

Source : http://www.worldshipping.org

வளர்ச்சி என்பது மக்களின் நலன் சார்ந்த தேசத்தின் வளர்ச்சி. நாட்டின் அமைவிடம், தட்பவெட்ப சூழல், இயற்கை வளம், அதுசார்ந்த சுய சார்புப் பொருளாதாரம், அதைப் பெருக்கும் மனிதவளம் போன்றவற்றைக் கருத்தில் கொண்டு மக்களின் தேவைசார்ந்து அடுத்த கட்டத்திற்கு நகரும் முயற்சி. அமைவிடத் தகுதியாலேயே வரமாய்ப் பெற்ற இயற்கை, மனித வளங்களைக் காவுகொடுக்கும் கண்கட்டி வித்தைகள் அல்ல.

15ஆம் நூற்றாண்டுவரையிலான காலங்களில் பாரதமும் சீனாவும் ஒன்றுக்கொன்று போட்டியாக உலகப் பொருளாதாரத் தில் முன்னணியில் இருந்திருக்கின்றன. இத்தனைக்கும் சீனாவில் ஒரு குடையின் கீழ் அமைந்த மன்னராட்சி, பாரதத்திலோ சிதறுண்ட மன்னர்களின் ஆட்சியாய் இருந்தாலும் பரந்துபட்ட படைப்பூக்கச் சமூகங்களின் அர்ப்பணிப்பான பங்களிப்பை யும் அதன் முக்கியத்துவத்தை புரிந்துகொண்ட ஆட்சி. கடல் கடந்து கடாரம்கொண்ட ராஜேந்திர சோழன், தன் நாடுபிடிக்கும் ஆசையால் கடாரம் கொள்ளவில்லை. மாறாக, கடல்கடந்து வணிகம் செய்த தனது நாட்டின் வியாபாரிகளின் பாதுகாப்பை உறுதிசெய்வதற்காகக் கடாரம் கொண்டான். அந்தக் காலத்திலேயே, சீனாவோடு தூதரக உறவை வளர்த்திருக் கிறார்கள் சோழர்கள். அடிப்படையான இந்தப் புரிதல், இன்றைய நமது ஆட்சியாளர்களுக்கு வரவேண்டும்.

பாரதம், காலனியத்துக்கு முன்னான காலங்களில் உலகின் பல்வேறு கடலோடிகளால் வசீகரிக்கப்பட்ட பூமி. பாரதத்தோடு தொழில்செய்யவேண்டுமென்ற வேட்கையில்தான் கடுமையான கடல் சகாசங்களை நிகழ்த்தி, நமது கரைபிடித்திருக்கிறார்கள் விதேசிகள். ஆனால் பெருந்தன்மைக்கும் இளிச்சவாய்த்தனத் திற்குமான வேறுபாடு புரியாத நமது மன்னர்கள், முகம்மலர அந்நிய கடல்வழி வணிகர்களை வரவேற்று, சூழ்ச்சியால் மாய்ந்துபோயிருக்கிறார்கள். பட்டினப்பாலையும் அகநானூறும்

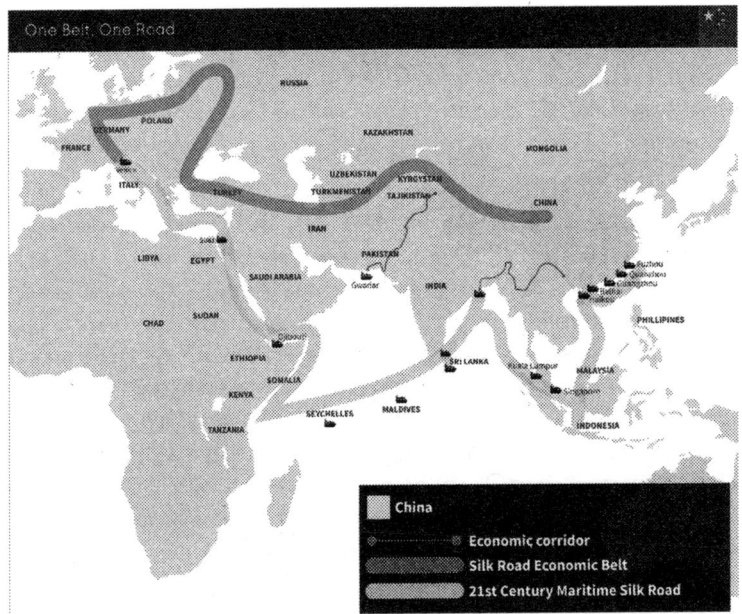

Source : https://www.lowyinstitute.org/publications/understanding-belt-and-road-initiative

புறநானூறும் நமது கடல்வழி வாணிபத்தின் புகழ்பாடும் சங்க இலக்கியங்கள். சிலப்பதிகாரம் கடலோர வாழ்வின் உச்சம். ஏற்றுமதியாளராயும் இறக்குமதியாளராயும் நாவாய்த் தொழில் முனைவோராயும் பெரும் பங்களிப்பைச் செய்த கடற்கரைச் சமூகம், உள்நாட்டுத் தொழில் வளத்தையும் அதன் பாதுகாப்பையும் கூடவே உறுதி செய்தது. ஒருங்கிணைந்த பல்வேறு நிலச் சமூகங்களின் பங்களிப்பால் பொருளாதாரத்தில் தன்னிறைவு பெற்ற பாரதத்தின் புகழ், கடல் கடந்து தரணி யெங்கும் பரவியது.

பரந்துபட்ட பாரதத்தின் பிராந்திய மன்னர்களின் ஒற்றுமைச் சீர்குலைவே காலனியாதிக்கத்துக்கு வழிகோலியது. காலனிய ஆட்சியாளர்களால் நாட்டின் வளம் சூறையாடப்படு கிறதென்று தாதாபாய் நவ்ரோஜி (Drain Theory) போன்றோர்கள் வருந்தி எழுதினார்கள். வளர்ச்சி என்பது உற்பத்தியில் பங்களிப்பு செய்யும் பல்வேறு சமூகங்களையும், அவர்தம் சுயச்சார்புப் பொருளாதாரத்தையும் உள்ளடக்கியதே என்று தேச நலனில் அக்கறையுள்ள ஜே.சி. குமரப்பா போன்ற பொருளாதார வல்லுநர்கள் சுதந்திரத்துக்குப் பின்னும் வலியுறுத்திச் சொன்னார்கள். பழங்காலந்தொட்டு, சமீபத்திய கடந்த காலம்

நீலப் பொருளாதாரம்

வரை பாய்மரக் கப்பலோட்டும் கடலோடிச் சமூகங்கள், பாரத கடல்வழி வாணிபத்திற்குச் செய்த பங்களிப்பு கணக்கிலடங்காது. அவர்களின் அர்ப்பணிப்பான பங்களிப்பை அப்படியே புறந்தள்ளிவிட்டு, கடல்வழி வாணிபத்தில் செய்ய முற்படும் எந்த முயற்சியும் நிலத்தில் வேர்பாவாத மரங்கள்போலச் சாய்ந்துவிடும்.

பாய்மரக் கப்பலோட்டும் கடலோரப் பங்களிப்புச் சமூகம், கடலின், காற்றின், ஆகாயத்தின் தாத்பரியம் புரிந்தது. இன்றைய தகவல் தொழில்நுட்ப வசதியில்லாத காலங்களி லேயே தொலைதூர நாடுகளோடு வியாபாரத் தொடர்பு களை வளர்த்தது. அவர்களை, இன்றைய தொழில்நுட்ப வசதியோடு அடுத்த கட்டத்திற்கு வழிநடத்துவதை விட்டுவிட்டு, புறந்தள்ளி வேடிக்கை காட்டுவது எந்த வகையிலும் நாட்டின் பொருளாதார வளர்ச்சிக்கு ஏற்புடையதாக இருக்காது. பிரச்சினை என்னவென்றால், பரிதாபப்படுகிறோம் என்ற பெயரில், பொறுப்பிலிருக்கும் ஏட்டுச் சுரைக்காய்கள் எஞ்சி யிருக்கும் பாய்மரக் கப்பல்களைக் கலைப்பொருள்களாய்ச் சித்திரித்து மேடையும் ஏற்றிவிடுவார்கள் போல் தெரிகிறது.

இங்கே இராமேஸ்வரம் பாம்பனில், கிழக்குக் கடலோரத்தி லிருந்து மேற்காகவும், மேற்குக் கடலோரத்திலிருந்து கிழக்காகவும் பயணிக்கும் கப்பல்களைத் தாமதப்படுத்தும் முக்கிய அம்சம், பாம்பன் ரயில்வே பாலம். பாலத்தைத் திறந்து பயணிக்க வேண்டுமென்றால், ரயில்வே அமைச்சகத்தின் அனுமதிபெற்று, மதுரையிலிருந்து ஊழியர்கள் வருவதற்காக பல நாட்கள் காத்துக்கிடக்க வேண்டும். நூறு வருடப் பழமையான ரயில்வே பாலத்தை, தொழில்நுட்ப வசதியோடு மாற்றி, கடல்வழியையும் ஆழப்படுத்துவதை விட்டுவிட்டுப் பழமையைப் போற்றுகிறோமெனக் கொண்டாடுகிறார்கள். தாமதத்தால் பாதிக்கப்படுதும், வியாபார வாய்ப்பை இழப்பதும் கடல்வழி வாணிபமன்றி, சம்பந்தப்பட்ட துறைகளின் அதிகாரிகள் இல்லையே.

அடிப்படைக் கட்டமைப்புகளைச் சீர்படுத்துவது என்றால், துறைமுகம் மற்றும் கப்பல் துறைகளில் மலிந்துகிடக்கும் சீர்கேடு களை அடையாளம் கண்டு சரிசெய்வதும், பயன்பாட்டில் – செயல்முறையில் குறுக்கே நிற்கும் பழங்காலத்துச் சட்டங் களையும் நடைமுறைகளையும் மாற்றுவதும், இதுகாறும் பொருளாதாரம் காத்த பல்வேறு சிறு, குறு தொழில்களை அடையாளம் கண்டு அவற்றின் பாதுகாப்பை உறுதி செய்து, தொழில் நுட்ப வசதிகளோடு அவற்றை அடுத்த கட்டத்திற்கு நகர்த்துவதும் ஆகும். உள்நாட்டுச் சரக்குப் போக்குவரத்துக்காகக்

கரையோர நடைசெய்யும் சிறிய சேகர கப்பல்கள் பெருமளவில் தேவை என்பதை அறிக்கைகள் சொல்கின்றன. அப்படியானால், மத்தியில் ஆட்சி மாறிய கடந்த நான்கு வருடங்களுக்குள் தீபகற்பத்தில் பாய்மரக் கப்பலோட்டிய கடலோரச் சமூகங்கள், அதன் இன்றைய தேவையான சிறிய கப்பலோட்டும் தொழிலுக்கு ஊக்குவிக்கப்பட்டிருக்க வேண்டும். தேசமெங்கும் முடங்கிக் கிடக்கும் சிறு துறைமுகங்கள் பயன்பாட்டிற்கு வந்து, அவற்றின் மூலம் சிறு சேகர கப்பல்கள் சரக்குப் பரிமாற்றத்தில் பிரதான துறைமுகங்களுக்கிடையில் நடை செய்திருக்க வேண்டும். தேசத்தின் வளர்ச்சிக்கு மட்டுமல்லாது சுற்றுச் சூழல் பாதுகாப்பிற்கும் அது இன்றியமையாத தேவையும்கூட. ஆனால் அது சம்பந்தமாக ஒரு சிறு அசைவுகூட தேசிய அளவில் தென்படுவாதாயில்லை.

சர்வதேச கப்பல் உரிமையாளர் பங்களிப்பில் பாரதத்தின் பங்கு இன்றும் ஒரு சதவீதத்திற்குக் குறைவாகவே இருக்கிறது. ஏற்றுமதி, இறக்குமதிப் பெயர்ச்சிமைக் கட்டணமாகப் பெரும் அந்நியச் செலவாணியை நாள்தோறும் இழக்கிறோமே. காரணம், புரிதல் இல்லாமையினால் வரும் அலட்சியமா அல்லது அதிகார வர்க்கத்தின் தொடர்ந்த துரோகமா?

பாரத தேசத்தில் இருக்கும் வியாபார வாய்ப்பைப் பயன்படுத்த வெளிநாட்டுக் கப்பல் உரிமையாளர்களும், சரக்குப் பெட்டக உரிமையாளர்களும் போட்டிபோட்டுக்கொண்டு வருகிறார்கள். கப்பல் உரிமையாளர்களாய் இருப்பதைக் காட்டிலும் உரிமையாளர்களின் முகவர்களாய் இருப்பது

Rank (dead-weight tonnage)	Country or territory	Number of vessels	Dead-weight tonnage	Foreign flag as a percentage of total (dwt)	Rank (dollars)	Total value (million dollars)	Average value per ship (million dollars)	Average value per dead-weight ton (dollars)
1	Greece	4 199	308 836 933	78.76	3	72 538	17.3	235
2	Japan	3 901	223 855 788	85.89	2	77 898	20.0	348
3	China	5 206	165 429 859	53.97	4	65 044	12.5	393
4	Germany	3 090	112 028 306	90.77	8	38 412	12.4	343
5	Singapore	2 599	104 414 424	39.02	7	39 193	15.1	375
6	Hong Kong (China)	1 532	93 629 750	23.98	9	25 769	16.8	275
7	Republic of Korea	1 656	80 976 874	81.98	11	20 928	12.6	258
8	United States	2 104	67 100 538	85.73	1	96 182	45.7	1 433
9	Norway	1 842	51 824 489	64.62	5	58 445	31.7	1 128
10	United Kingdom	1 360	51 150 767	80.55	6	40 671	29.9	795
11	Bermuda	440	48 059 392	98.93	13	19 691	44.8	410
12	Taiwan Province of China	926	46 864 949	90.62	17	10 857	11.7	232
13	Denmark	920	36 355 509	56.00	15	18 694	20.3	514
14	Monaco	338	31 629 834	100.00	23	7 903	23.4	250
15	Turkey	1 563	27 732 948	71.57	20	9 055	5.8	327
16	Switzerland	405	23 688 303	92.58	22	8 458	20.9	357
17	Belgium	263	23 550 024	67.81	27	6 505	24.7	276
18	India	986	22 665 452	27.35	25	6 938	7.0	306
19	Russian Federation	1 707	22 050 283	67.38	19	9 081	5.3	412
20	Italy	768	20 609 725	29.36	10	23 184	30.2	1 125

Source : https://www.maritime-executive.com/article/the-global-fleet-revealed

இலகுவானது என்ற மனநிலை நமது தொழிலதிபர்களுக்கு வந்ததும் ஒரு காரணம். தேசத்தில் கப்பல் உரிமையாளர்களின் முகவர்கள் வளர்ந்த அளவுக்குக் கப்பல் உரிமையாளர்களும் சரக்குப் பெட்டக உரிமையாளர்களும் பெருகவே இல்லை. இந்தச் சூழலைச் சாதாரணப் புள்ளியியல் விவரமாக ஒருபோதும் கருத முடியாது. ஒருபுறம் ஏற்றுமதி, இறக்குமதிப் பயணக் கட்டணமாய், அந்நியச் செலவாணி வீணாகிறதென்றால் மறுபுறத்தில், பெரிய கப்பலோட்டும் வியாபாரமும் அதன் மூலம் கிடைக்கும் இளைஞர்களுக்கான நேரடி, மறைமுக வேலைவாய்ப்பும் இல்லாமல் போய்விடுகிறது. ஒருவகையில் இது நாட்டின் மிகப்பெரிய பொருளாதாரத் தோல்வி. இந்தச் சூழல் தானாக அமைந்ததா அல்லது நமது ஆட்சி, அதிகாரத் தின் தொடர்ச்சியான கையாலாகாத்தனமா என்பதை மிக உன்னிப்பாக ஆராய வேண்டும். இங்கே இத்தனை இடர்ப்பாடு களுக்கிடையிலும் தொழில் செய்யும் நமது கப்பல் உரிமையாளர் களின் செயல்பாடுகளை மட்டும் உள்நோக்கத்தோடு நசுக்கும் அதிகாரவர்க்கம், வெளிநாட்டுக் கப்பல் நிறுவனங்களைச் சர்வசுதந்திரமாக வளரவிட்டிருக்கிறதோ என்ற சந்தேகமும் நாளுக்கு நாள் வலுக்கிறது.

கப்பல் துறையின் பிரதான அமைப்பாகச் செயல்படும் டைரக்டர் ஜெனரல் அலுவலகம், கப்பல்களில் பணிசெய்யும் சிப்பந்திகளுக்கான சான்றிதழ் வழங்கும் வேலையிலும், அதன் பயிற்சி நிறுவனங்களை மேற்பார்வை செய்வதிலும்தான் இருக்கிறதே அல்லாமல் தேசத்தின் அத்தியாவசியத் தேவையான, சரக்குக் கப்பல்களின் எண்ணிக்கையைக் கூட்டுவதிலோ, அதன் சுதேசிக் கட்டுமானத்தை உறுதிசெய்வதிலோ அல்லது பலதரப்பட்ட சுதேசிக் கப்பல் உரிமையாளர்களை உருவாக்கி, ஊக்கப் படுத்துவதிலோ இல்லை. இவர்களால் நாடு முழுவதும் புற்றீசல் போலத் திறந்துவிடப்பட்ட இந்தப் பயிற்சி நிறுவனங் களிலிருந்து வெளிவரும் சுதேசி இளைஞர்களில் தரமானவர் களை விதேசி நிறுவனங்கள் பணியமர்த்தினாலும், உள்நாட்டி லேயே கப்பல் துறை வளர்ச்சியடையாத காரணத்தால் பெரும் வேலையில்லாத் திண்டாட்டம்.

நமது கப்பலோட்டிகள், மேற்குக் கடற்கரையிலிருந்து கிழக்கு கடற்கரை செல்வதற்கும், அண்டை நாடுகளுக்குச் செல்வதற்கும் ஆயிரம் கெடுபிடிகள். தாமதப் படுத்துதல், முடிவற்ற சூழல் போன்றவற்றால் சோர்ந்து போகிறார்கள் சுதேசிக் கப்பலோட்டிகள். இதையே சாதக சூழலாக வரித்துக் கொண்டு பயன்பெறுகிறார்கள் விதேசிக் கப்பலோட்டிகள். பாரதத்திலும் கேபோட்டேஜ் சட்டம் நடைமுறையிலிருக்கிறது. ஒருதேசத்தில் உருவாகும் சரக்குகள், அந்தத் தேசத்தின்

ஒரு துறைமுகத்திலிருந்து மற்றொரு துறைமுகத்துக்குக் கொண்டுசெல்லப்படவேண்டுமானால் அது உள்நாட்டில் பதிவுசெய்யப்பட்ட கப்பல்களாலேயே செய்யப் படவேண்டும் என்கிறது சட்டம். இங்கு இந்தச் சட்டம், ஒவ்வொரு நாளும் உள்நோக்கத்தோடு தளர்த்தப்படுகிறது. காரணம், இந்தச் சரக்கைச் சுமந்துசெல்லக்கூடிய கப்பல்கள் பாரத தேசத்தில் இல்லையாம். பாதுகாப்பாய்க் கப்பல் உரிமையாளர் சங்கத்திடம் தடையில்லாச் சான்றிதழும் பெற்று அன்றாடம் அமோகமாய் நடக்கிறது வியாபாரம். தேவையான கப்பல்கள் கட்டிப் பொருளாதாரம் காப்பது நமது கடமையா இல்லையா?

சரக்குப் பெட்டகப் பெயர்ச்சிமைத் துறையில், பெயர்ச்சிமை ரசீதாக வழங்கப்படும் பில் அஃப் லேடிங் குழறுபடிகள் இன்றுவரை தீர்க்கப் படாமலேயே இருக்கிறது. ஏற்றுமதி இறக்குமதியில் ஈடுபட்டுள்ள பன்னாட்டு நிறுவனங் களிடம் அடக்கி வாசிக்கும் சரக்குப் பெட்டக பிரதான லைனர்களும், ஃப்ரைட் ஃபார்வேர்டர்களும், பாரதத்தின் கோடிக் கணக்கான சிறு, குறு வணிகர்களை மட்டும் குறி வைத்துத் தாக்குகிறார்கள். இறக்குமதிச் சுழற்சியில் அவர்கள் வைத்ததுதான் சட்டம். டெலிவரி ஆர்டரோடு வரையறுக்கப் படாத இதர கட்டணங்கள் சர்வாதிகாரப் போக்கில் வசூலிக்கப் படுகிறது. தேசிய அளவில் இந்தத் தொகையே ஒருநாளுக்கு மூன்று மில்லியன் அமெரிக்க டாலர்களைத் தொடுகிறது.

கடந்த ஆட்சியாளர்களால் முன்னெடுக்கப்பட்டு, பல ஆயிரம் கோடி ரூபாய்களை முழுங்கிக் கைவிடப்பட்ட சேது சமுத்திரத் திட்டத்தை ஒரு உதாரணமாக எடுத்துக் கொள்ளலாம். பாரத கடல்வழி வாணிபத்தில் ஒரு சிறு பங்களிப்பைக் கூட செய்திருக்க முடியாத இத் திட்டம், ஒருவேளை செயலாக்கத்துக்கு வந்திருந்தால், பாரதத்தின் கிழக்குக் கரையோரத் துறைமுகங் களிலிருந்து சரக்குப் பெட்டகச் சேகரக் கப்பல்கள் துரிதமாகச் சென்று இலங்கையின் ஜெயவர்தனே கண்டெய்னர் டெர்மினலைத்தான் வலுவாக்கியிருக்குமே தவிர பாரதத் துறைமுகங்களை அல்ல.

சர்வதேச அளவில் கச்சா எண்ணெய்யின் விலை குறைந்தா லும் பாரதத்தில் பெட்ரோலியப் பொருள்களின் விலை குறையப் போவதில்லை. தாறுமாறான மத்திய, மாநில வரிவிதிப்பு ஒருபுறமென்றால் மறுபுறம், பாரதத்தின் ஒவ்வொரு துறைமுகத்துக்கு வெளியிலும் கச்சா எண்ணெய்யைச் சுமந்து வரும் கப்பல்கள் காத்துக் கிடக்கும் அவலம், அதற்காகத் தண்டமாய்ச் செலவழியும் டெமுரேஜ் கட்டணங்கள். காரணம், துறைமுகங்களில் இருக்கும் காலாவதியான பைப் லைன் மற்றும்

சேகர வசதி. ஆய்வு செய்து பராமரிக்க வேண்டியது யார்? பெரும்பாலான துறைமுகங்களில் பொறுப்பற்ற பொறுப்புத் தலைமைகள், அன்றாடப் பிரச்சினைகளில் முடிவெடுக்க முடியாமல் நிர்வாகச் சீர்கேடு.

கப்பலோட்டத்தில் பிரதானச் செலவு, எரிபொருள் மற்றும் சிப்பந்திகளுக்கான சம்பளம். உள்நாட்டுக் கரையோரக் கப்பலோட்டத்தை நடைமுறைச் சிக்கலுக்குள்ளாக்குவது இவை இரண்டும்தான். ஆட்சி அதிகாரம் நினைத்தால் சம்பந்தப்பட்ட அமைச்சுகளோடு பேசி இணக்கமான சூழலை உருவாக்கி, சுங்க வரி நீக்கிய மலிவான எரிபொருளால் கரையோரக் கப்பலோட்டத்தை நிதர்சனமாக்க முடியும். குறைந்த எடையைச் சுமந்து உள்நாட்டுத் துறைமுகங்களுக் கிடையிலேயும், அண்டை நாட்டுத்துறைமுகங்களோடும் நடை செய்யும் சிறு கப்பலோட்டிகளால் பெரிய வெளிநாட்டுக் கப்பல்களில் பணி செய்யும் சிப்பந்திகளுக்கிணையாக சம்பளம் தரவியலாது. செய்யும் தொழிலுக்கு ஏற்ப சிப்பந்திக் கட்டுப்பாடுகள் தளர்த்தப்படாததால் நடைசெய்வதில் லாப மில்லாத சூழல். சிறிய கரையோர நடை செய்யும் கப்பல்களி லும், பெரிய கப்பல்களைப் போல் பாதுகாப்பு அம்சங்கள் என்ற பெயரில் செலவினங்களைக் கூட்டியதால் கரையோரக் கப்பலோட்டும் தொழிலே முடங்கிக் கிடக்கிறது.

நமது கடல்வழி வாணிபத்தின் தடைக்கற்கள், கப்பல் துறை தவிர்த்த, நிதி மற்றும் ரயில்வே அமைச்சுகளும் அவற்றின் குறுக்கீடுகளும்தான் எனப் பல்வேறு துறைசார் நிகழ்வுகளில் சுட்டிக் காட்டப்பட்டும், ஆட்சியதிகாரத்திடம் பதில் நடவடிக்கையில்லை. வளமான பாரதம், வலிமையான பாரதம் என்பதெல்லாம் வெற்றுக் கூச்சல்தானோ என ஆட்சி அதிகாரத்தின் இதுபோன்ற தொடர் அலட்சியங்கள் புரிய வைத்தாலும் ஒரு தேச பக்தனாய், நாட்டின் பொருளாதாரம் சீரழிவதை ஏற்றுக்கொள்ள முடியவில்லை.

இந்தக் கட்டுரையை எழுதும் இன்றைய தினத்தில் (29/06/2018), ஈரானுடனான உங்களது உறவை மறுபரிசீலனை செய்யுங்கள் என்று பாரதத்தைப் பார்த்துக் கொக்கரிக்கிறது அமெரிக்கா. சீனாவோ, கிழக்குப் பிராந்தியத்தில் மிக முக்கிய கடல்வழியான தென் சீனக்கடலில் ஒரு அங்குலம்கூட விட்டுத் தரமுடியாது என்று உலக நாட்டாமையாகவே தன்னைக் கருதிக்கொள்ளும் அமெரிக்காவுக்கே சவால்விடுகிறது. தன் அடிப்படைக் கட்டமைப்பை உள்நாட்டிலும், உலக அரங்கிலும் சீர்செய்த பின்தான் இந்தச் சவாலுக்குத் தயாராகி இருக்கிறது சீனா. உலக அரசியல், பொருளாதாரம் புரிந்த எந்த ஒரு

ஆர். என். ஜோ டி குருஸ்

தேசபக்தனாலும் இந்தச் சூழலை எளிதாகக் கடந்துவிட முடியாது.

உலகமயமாதல் என்ற பெயரில் பொருளாதாரக் கதவுகளைத் திறந்துவிட்டோம், சீனாவும் திறந்துவிட்டது. சீனாவில் உள்ளே இருந்தவன் அர்ப்பணிப்போடு வெளியே சென்று, வெளியுலகச் செல்வத்தை, தொழில்நுட்பத்தையெல்லாம் கொண்டுவந்து தனது நாட்டில் குவித்தான். நமது ஆட்சியாளர்களோ, வெளியே இருந்தவனை உள்ளே விட்டு, அவனது தொடர் கொள்ளையைத் தடுக்கவும் வழி தெரியாமல் திண்டாடு கிறார்கள். அடிப்படையான தேவை எது, விருப்பம் எது என்பது ஆட்சித் தலைமைக்குத் தெரிந்திருக்க வேண்டும். அது விருப்ப மாயையில் நாட்டின் குடிமக்கள் சிக்கிச் சீரழியாமல் தடுத்து, படைப்பூக்கச் சக்தியான அவர்களை, அன்றாடம் குற்றேவல் செய்யும் கூலிகளாக மாறுவதைத் தடுக்கும்.

சரி, நமது சர்வதேச உறவின் நிலை என்ன? மங்கோலியா போன்ற தொலைதூரங்களை விட்டுவிடலாம், ஆனால் தீபகற்பத்தைச் சுற்றி நமது அன்றாட வாழ்வைப் பாதிக்கும் அண்டை நாடுகளோடு உறவு மேம்பட வேண்டாமா? அண்மை நிகழ்வுகளைக் கவனித்தால் அதுவும் இல்லையென்றே ஆகியிருக்கிறது. உள்நாட்டில் சமூக, மத நல்லிணக்கங்களைக் கெடுக்கும் தொடர் கோஷங்கள், எல்லைகளில் பதற்றம், காஷ்மீரில் இன்னும் அச்சுறுத்தும் தீவிரவாதிகள், வடகிழக்குப் பிராந்தியங்களில் சலசலப்பு, அரபு நாடுகளில் வேலை செய்யும் – மீன்பிடிக்கும் நம்மவர்களுக்குப் பாதுகாப்பற்ற சூழல், தெற்கே ஆயிரக்கணக்கான சிறு ஏற்றுமதியாளர்களின் நம்பிக்கையாய் இருந்த இலங்கையும் மாலத்தீவும் இன்றைய நிலையில் சீனாவின் வலுவான பொருளாதாரப் பிடிக்குள்...

பெரும்பான்மைப்பலத்தோடு, வலுவான அரசியல் தலைமையும் வாய்த்துவிட்டால் நாடு ஸ்திரத்தன்மை பெற்று, சர்வதேச அரங்கிலும் சாதக சூழல் ஏற்படுமென்று நம்பினோம். யதார்த்தம் வேறாக இருக்கிறதே! கள நிஜங்கள், நிர்வாகக் குழறுபடிகள் இன்னும் ஆட்சியாளர்களின் கவனத்துக்கு வரவில்லையா? தேசபக்த அறிவுஜீவிகளும் மறுக்க மாட்டார்கள், இந்த நாடு பெரும் நிறுவனங்களால் அல்ல, அன்றாடம் காய்ச்சிகளான அடித்தள மக்களாலும், அவர்களின் தொடர் பங்களிப்பாலுமே வாழ்கிறது என்பதை. பேச்சு ஒன்றும் செயல் மற்றொன்றுமாய் மாறிப்போக, பாரதப் பொருளாதாரமோ அதல பாதாளத்தில் வீழ்ந்து ஒரு அமெரிக்க டாலருக்கு இணையான நமது பணத்தின் மதிப்பு எழுபது ரூபாயைத் தொட்டுப் பல்லிளிக்கிறது.

மாற்றம், வளர்ச்சி என்ற பெயரில் அடித்தளப் பங்களிப்புச் சமூகங்களைப் புறம்தள்ளுவதும், அவர்களது சுயசார்புப் பொருளாதாரத்தை அழிப்பதும் அடிப்படையான இப்பொருளாதார வளர்ச்சியின் ஆணிவேரைப் பிடுங்கி யெறிவதும் வேறுவேறு அல்ல. விவசாயத்துக்கு இணையாகத் தனி அமைச்சகம் கண்டு மீன்பிடிப் பொருளாதாரத்தைச் சீராக்க முடியும். தீபகற்பத்தின் படைப்பூக்க மீனவச் சமூகத்தை உலகத் தரத்தில் வீறுகொண்டு எழச் செய்ய முடியும். தேவை, ஆட்சியாளர்களின் அக்கறையான பார்வை. கடற்கரைப் பிராந்தியங்கள், உண்மையான பொருளாதார மண்டலங்களாக மாறித் தேசத்தின் கடமையாற்ற, சிங்கப்பூர், அரபுநாடுகளைப் போல் சேமிப்பு, பதனிடுதல், சந்தைப் படுத்துதல் போன்ற உள்கட்டமைப்புகளுடன் கூடிய மீன்பிடித் துறைமுகங்கள் ஆழ்கடல், அண்மைக் கடல், கரைக் கடல் தொழில் செய்யும் கடலோரச் சமூகங்களுக்காக வேண்டும்.

இந்த நாட்டின் பொருளாதாரம், மீண்டெழுதலின் ரகசியம் புரிந்த இந்த அடித்தள மக்களாலேயே, அவர்களின் பங்களிப்பினாலேயே எப்போதும் காக்கப்படுகிறது. சுதந்திரத்துக்குப் பின்னான இந்த நாட்களில், தங்கள் வாக்கு வன்மையால் ஆட்சியாளர்களுக்கு ஆட்சிபீடத்தை அள்ளித்தந்த இந்த அடித்தள மக்கள் வேண்டுவதெல்லாம், குடிமக்கள் என்ற அங்கீகாரத்தையும், உழைத்து வாழ்வதற்கு உகந்த சூழலையும் தான். உலகத் தரத்தில் எங்களது இருப்பை உறுதிசெய்தாலே போதும், நாட்டின் பொருளாதாரத்தைக் கண்ணின் மணிபோலக் காப்போம் எனத் திரும்பத் திரும்பச் சூளுரைக்கிறார்கள்.

வளர்ச்சி என்ற பெயரில் விவசாய நிலங்களும் கடற்கரைப் பிராந்தியங்களும் ஆட்சியாளர்களின் தீவிர கண்காணிப்புடன் ஆக்கிரமிப்பு வளையங்களுக்குள் வந்திருக்கின்றன. வானளாவிய அதிகாரமும் அவர்கள் கையில்... எதிர்க்க வலுவற்ற அடித்தள உழைக்கும் சமூகங்களால் வேறு என்ன செய்யமுடியும்? இப்படியே போனால், கால ஓட்டத்தில் கரைந்து போன பாரதத்தின் பல்வினைக் கலைஞர்களும், அவர்கள் வளர்த்த உற்பத்திப் பொருளாதாரமும் இல்லாமல் போனது போல பாரதப் பொருளாதாரமும் மீளமுடியாத படுகுழிக்குள் போய் விடுமோ என உள்ளம் ।।தைக்கிறது. உழைக்கும் அடித்தள மக்களின் வீழ்ச்சி என்றால் அது அவர்களது வீழ்ச்சியல்ல, அது பாரத பொருளாதாரத்தின் வீழ்ச்சி.

உருவாக்குத் தளத்திலிருந்து உபயோகத் தளத்திற்குச் சரக்குகளைக் கொண்டு சேர்க்கும் சரக்கு பெயர்ச்சிமை (லாஜிஸ்டிக்ஸ்) குறித்த தெளிவான புரிதல் அதிகாரிகளுக்கும்,

ஆட்சியிலிருப்போருக்கும் மட்டுமல்லாது ஏற்றுமதி, இறக்குமதியில் ஈடுபட்டிருக்கும் நமது தொழிலதிபர்களுக்கும் வரவேண்டும். அறிவுசார் சமூகமும் ஊடகங்களும் நாட்டின் சரக்குப் பெயர்ச்சிமையைத் தொடர்ந்து கண்காணித்து விவாதங்களை முன்னெடுக்க வேண்டும். பல்கலைக் கழகங்களில் இந்தத் துறை குறித்த பாடத் திட்டங்களும் உருவாக்கப்பட்டு, ஆராய்ச்சிகள் முன்னெடுக்கப்பட வேண்டும். அப்படிப்பட்ட தொடர் கண்காணிப்பில் இருந்தால்தான் சரக்குகளின் போக்குவரத்துச் சம்பந்தப்பட்ட இந்தத் துறை நமது மண்ணிலும் முன்னேற்றம் பெறுவதற்கான வாய்ப்பிருக்கிறது.

சாகர்மாலாவைப் பொறுத்தவரையில் இரண்டே வாய்ப்புகள் தான் இருக்கின்றன. ஒன்று, தரைக் கட்டமைப்பில், கடல்வழித் தடங்களில் ஏற்படுத்தப்படும் பயன்பாட்டு வசதிகளை நாட்டின் கடலோடிச் சமூகங்களே பயன்படுத்தும் வகையில் பல்வேறு வகையான சரக்குகளைச் சுமந்து செல்லும் சிறிய, பெரிய சுதேசிக் கப்பல் உரிமையாளர்களாய்ப் போர்க்கால அடிப்படையில் அரசே அவர்களை உருவாக்கிச் சுதேசிப் பொருளாதாரம் காக்க வேண்டும். சாகர்மாலா, நிர்வாகக் குழறுபடிகள் முழுமையாகக் களையப்பட்ட, அடித்தள மக்களோடு இணைந்த வளர்ச்சியென்றால், சுதேசி வியாபாரச் சமூகத்தினரும், கடலோரச் சமூகத்தினரும் அதைத் தங்கள் தோள்களில் தாங்குவார்கள். இரண்டு, வழக்கம் போலவே பாரம்பரியப் பங்களிப்புச் சமூகங்களை அழித்து, பரந்து விரிந்த இந்தப் பாரத தேசத்தை, விதேசிகளின் சரக்கு உருவாக்குத் தளமாகவே தொடர்ந்து நீடிக்கச் செய்வது. அப்படி ஒரு நிலை ஏற்பட்டால், பணியில் ஈடுபடுத்தப்படும் விதேசிக் கட்டுமான நிறுவனங்களும் அவர்களின் சுதேசி அடிவருடிகளும் விதேசிக் கப்பல் உரிமையாளர்களும், அவர்களின் சுதேசி முகவர்களும் வழக்கத்தைவிட இன்னும் முனைப்போடு தொடர் கொள்ளை செய்வார்கள். சாகர்மாலா திட்டத்தை வரமாக்குவதும், சாபமாக்குவதும் ஆட்சியாளர்களின் கைகளில் இருக்கிறது.

2018 ஆகஸ்ட் காலச்சுவடு இதழில் வெளியான கட்டுரை

2

இந்திய கப்பல் துறைமேல் விழுந்த அடி

சமீபத்தில் எண்ணூர் துறைமுகமருகே கப்பல்கள் மோதி நடந்த விபத்துபற்றிப் பல பத்தாண்டுகளாகக் கப்பல்துறையில் பணியாற்றி ஓய்வு பெற்றிருக்கும் நண்பரொருவரோடு பேசியபடி இருந்தேன். வயதில் முதியவரான அவர் சர்வசாதாரணமாய் உதிர்த்த வார்த்தைகள் இவை.

"இதென்ன பெரிய சமாச்சாரம், வழக்கம்போல வாங்குன குத்து. தெரிஞ்சே வாங்குறோம். எங்களுக்கு இதெல்லாம் பழகிப் போச்சி. கொஞ்ச நாளுக்குச் சமூக ஆர்வலர்கள் சுற்றுச் சூழல் பாதிப்பு, கடல்வளம் பாதிப்புன்னு கூப்பாடு போடுவாங்க, பத்திரிகைகளுக்கு முன்பக்கச் செய்தி, தொலைக்காட்சிகளுக்கு விவாத மேடை, எப்படா ஒரு வாய்ப்பு கிடைக்கிமுன்னு நாக்க தொங்கப் பொட்டுகிட்டு அலையிற தொண்டு நிறுவனங்களுக்கு சம்பாதிக்க மற்றொரு வாய்ப்பு. அரசியல்வாதிக்கி நிவாரணம் பண்ணுறோமுங்குற பேர்ல அரசியல். இனும விசாரணை கமிசன்னு அதிகாரிமார் வெட்டியா பிளைன்ல ஏறிச் சாடுவாங்க, பெரிய பொறுப்புல இருக்கவன் ஹெலிகாப்டர்ல ஏறிப் பார்வையிடுவான், ஒருத்தனுக்கொருத்தன் தொண்டை நரம்பு புடைக்க பரஸ்பரம் குற்றம் சாட்டிக்கிடுவாங்க. திரும்பவும் தீப்புடிச்சமாரி இன்னொரு பிரச்சன வரும்... அப்ப பழைய பிரச்சன எல்லாம் மறந்து புதுப் பிரச்சனைக்காக இப்ப சொன்னது அத்தனையும்

ரிப்பீட்டு. பட்டறிவு படிச்ச அறிவுன்னு எதுவுமில்ல, எப்பவுமில்ல."

28 ஜனவரி 2017இல் எண்ணூர் துறைமுகக் கடற்பரப்பில் நடந்தது விபத்து; மறுக்கவில்லை. ஆனால் விடிகாலைப் பொழுது, தூக்கக் கலக்கம் என்று சப்பைக் கட்டுவதைத்தான் ஏற்க முடியவில்லை. காரணம், கப்பலிலும் துறைமுகத்துறையிலும் பணியாற்றுபவர்கள், வருசம் 365 நாளும் 24 மணிநேரச் சேவையில் உள்ளவர்கள். அதற்கான சலுகைகளை முறையாகப் பெற்று, ஊதியத்தையும் முழுமையாக வாங்குபவர்கள். விபத்துக்குக் காரணமானவர்கள் பரஸ்பரம் ஒருவரையொருவர் குற்றம்சாட்டிக்கொண்டிருக்க, கலாச்சாரம் பாதுகாப்பதற்காக ஒருசில தினங்களுக்கு முன்னால் மெரினாவில் கைகோர்த்த அதே இளைய தலைமுறை, வெற்றுக் கையோடு கடற்கரையில் களமிறங்கினார்கள். நடந்த விபரீதத்தைக் கட்டுக்குள் கொண்டுவர துறைமுக நிர்வாகத்திடமோ அல்லது இந்திய கப்பல் துறையிடமோ ஏதாவது நவீன சாதனங்கள் இருந்ததா என்றால், எதுவும் இல்லை. அதன் விளைவுதான் எண்ணெய்க் கசடுகளைத் தன்னார்வலர்கள் வெற்றுக்கைகளால் வாளிகள் கொண்டு கோரி ஊற்றிய அவலம் நடந்தது. ஆயில் ஸ்பில் பிரச்சினையில் நோடல் ஏஜென்சியான கடலோரப் பாதுகாப்புப் படையும் தன் தார்மீகப் பொறுப்பைத் தட்டிக் கழிப்பதிலேயே குறியாய் இருந்திருக்கிறது. டிரில் என்று இவர்கள் நடத்துவதெல்லாம் வெற்று நாடகங்கள்.

எண்ணூர் துறைமுகத்துள்ளே வந்தபடியிருந்த இந்திய பதிவுபெற்ற டான் காஞ்சிபுரம் என்ற பெட்ரோலிய பொருளைச் சுமந்து வரும் கப்பலை, அந்நிய தேசப்பதிவிலான மேப்பிள் என்ற கப்பல் தன் தலையால், பக்கவாட்டில் முட்டியிருக்கிறது. அதுவும் துறைமுக வழித்தடத்திலேயே... எண்ணூர் துறைமுக அமைவின்படி, துறைமுகத்திலிருந்து வெளியே வரும் கப்பல் வடக்கிலிருந்து தெற்காகவும், உள்ளே செல்லும் கப்பல்கள் தெற்கிலிருந்து வடக்காகவும் பயணிக்கும். ரேடார் முதலிய நவீன சாதனங்களின் ஒத்துழைப்போடு, பணியிலிருக்கும் கப்பல் மாலுமிகள் மட்டுமல்லாமல் துறைமுக வழிநடத்துநர் (Pilot) கண்காணிப்பில் பயணிக்கும் கப்பல்கள், முட்டிக்கொள்வதற்கான வாய்ப்புகள் குறைவு. அப்படியே இருந்தாலும், அதிகபட்சமாக ஒன்றுக்கொன்று பக்கவாட்டில் உராயலாமே தவிர ஒரு கப்பலை மற்றொரு கப்பல் தன் தலையால் பக்கவாட்டில் முட்டிக் கிழிப்பதற்கான வாய்ப்பே இல்லை. காரணம் விபத்து நடந்த அன்று சுனாமி, சூறாவளி போன்ற அசாதாரணச் சூழல் எதுவுமே இல்லை. அப்படியானால், இந்த

விபத்துக்கான முழுமுதல் காரணம் மனிதத் தவறே அன்றி வேறெதுவும் இல்லை.

சில மாதங்களுக்கு முன்னால் எண்ணூர் துறைமுகத்தின் ஆழத்தேவையைக் கருத்தில்கொண்டு துறைமுகக் கட்டுமானப் பொறியாளர்களால் அதன் வழித்தடத்தில் செய்யப்பட்ட மாற்றம், நேர்க்கோட்டில் பயணம் செய்யும் கப்பல்களை நுழை வாசலில் *(Channel Face)* வளைந்து பயணிக்க நிர்ப்பந்திக்கிறது. இது பாதுகாப்பானதல்ல, வழித்தடம் அகலப்படுத்தப்பட வேண்டுமெனத் துறைமுக மெரைன்துறை எவ்வளவோ வலியுறுத்திக் கேட்டுக்கொண்டும், நிர்வாகம் ஏற்றுக்கொள்ள வில்லையாம். காரணம், பொறுப்பில் இருப்பவர்களுக்குக் கப்பல் துறைசார்ந்த அறிவு இல்லை. இந்தியாவின் ஏனைய பெருந்துறைமுகப் பொறுப்புக் கழகங்களைப் போலல்லாமல் முன்மாதிரியாய் உருவாக்கப்பட்ட எண்ணூர் லிமிட்டெட் துறைமுகமெங்கும் ஒப்பந்தப் பணியாளர்கள். சரக்குபெட்டகம் முதல் சமையல் வாயுவரை அத்தனை சரக்குகளின் கையாளுமை யும் தனியார் வசம். எண்ணூர் துறைமுகத்தின் வியாபார வடிவமைப்பு *(Business Model)* அப்படி!

துறைமுகத்துக்கு வரும் கப்பல்களை, பாதுகாப்பாய் உள்ளே கொண்டுவந்து கரைத் தளத்தில் கட்டுவதும், சரக்கு ஏற்றுமதி இறக்குமதி முடிந்ததும் வெளியே கொண்டுவந்துவிடுவதுமே துறைமுக நிர்வாகத்தின் பிரதான பணி. நான்கு வருடங்களுக்கு முன்புவரை துறைமுக நிர்வாகத்தில் பிரதானமாய் இருந்த மெரைன்துறை இன்று முடிவெடுக்கும் அதிகாரத்தோடு இல்லை. மத்திய அதிகார வர்க்கத்தின் துணையோடு, இயக்குநர் மெரைன்துறை என்ற பதவியையே துறைமுகத்தில் இல்லாமல் செய்திருக்கிறார்கள். துறைமுக ஆளுமையோ, காற்றின், கடலின், நீரோட்டங்களின் தன்மை பற்றிய அறிவோ அனுபவமோ சிறிதும் இல்லாத கட்டுமானப் பொறியாளர்களின் கைகள்தான் நிர்வாகத்தில் இப்போது ஓங்கி இருக்கிறது. இதுவரையில் நடக்காத இதுபோன்ற விபத்துகள் அனைத்தும் மயிரிழையில் தப்பியவை தானோ என நிகழ்வுகள் பதற வைக்கின்றன.

இரண்டு கப்பல்களுக்கும், எண்ணூர் துறைமுகத்திலிருந்து வழிநடத்துநர்கள் கொடுக்கப்பட்டிருக்கிறார்கள். ஏககேசம் ஒரே நேரத்தில் நடந்த இந்த நகர்வில் இரு கப்பலில் இருந்த வழிநடத்துநர்களுமே ஒருவருக்கொருவர் நகர்வுபற்றிக் கண்டிப்பாகப் பேசியிருக்க வேண்டும். முழுமையாக வழிநடத்துதலை *(Pilotage)* முடித்துப் பின் தத்தமது கப்பல்களி லிருந்து அவர்கள் இறங்கியிருக்க வேண்டும். அப்படி நடக்கவில்லை என்பதன் விளைவுதான் இந்த விபத்து.

ஐ 30 ஏ ஆர். என். ஜோ டி குருஸ்

சாலையில் சிக்னலில், சிவப்பு விளக்கு இருந்தும் காவலர் கண்காணிப்பு இல்லை என்று தெரிந்த உடனேயே எதேச்சையதிகாரமாக சிக்னலை மீறும் பழக்கம் நமக்கு இருக்கிறதே! வழிநடத்துதல் (Pilotage) என்ற துறைமுக நடை முறையின் மரபு மீறப்பட்டிருக்கிறது.

அந்நிய தேசக் கப்பல்களாய் இருந்தாலும், கரையோர நடை செய்யும் இந்திய பதிவுபெற்ற கப்பல்களாய் இருந்தாலும் ஒரு துறைமுகப் பரப்பை நெருங்கிவிட்டால், கப்பல்கள் அந்தத் துறைமுகத்தின் கட்டுப்பாட்டுக்குள் வந்துவிடுகின்றன. பரந்த கடலில் பயணம் செய்யும் மாலுமிகள், எவ்வளவு அனுபவஸ்தர்களாய் இருந்தாலும், தான் புதிதாய் நுழையும் துறைமுக வாசல், அதன் வழித்தடம், ஆழம், ஓதம் பொங்குமுகம், நீரோட்டம், காற்று மற்றும் அலைகள் பற்றியும் அவற்றின் சமீபத்திய மாற்றங்கள் குறித்தும் அறிந்திருக்க வாய்ப்பில்லை. இதன் காரணமாகவே ஒவ்வொரு துறைமுகமும் அனுபவம் வாய்ந்த வழிநடத்துநர்களைத் தேர்வுசெய்து வழிநடத்தல் (Pilotage) என்ற தவிர்க்கமுடியாத கட்டணச் சேவையைச் செய்கின்றது. சர்வதேச அளவில் இதுவே நடைமுறை.

துறைமுகங்களுக்குள் இருக்கும் கட்டுத் தளங்களின் (Berth) தயார்நிலையைப் பொறுத்து, வழிநடத்துநரின் கண்காணிப்பில் கப்பல்கள் உள்ளே வருகின்றன. ஏதோ ஒரு காரணத்தால் துறைமுகம் சரியான நேரத்தில் வழிநடத்துநர் வசதிசெய்துகொடுக்க முடியாமல் போனால், கப்பல்கள் வழித்தடத்துக்கு வெளியே துறைமுகக் கடற்பரப்பில் நங்கூர மிட்டு நின்றுவிடுகின்றன. ஆக, கப்பல்களைத் துறைமுகத்தின் உள்ளே கொண்டுவருவதும், வெளியே கொண்டுவந்துவிடுவதும் வழிநடத்துநரின் பணி. கப்பலில் வழிநடத்துநர் ஏறியதுமே அந்தக் கப்பலின் முழு ஆளுமையும் அவரிடம் வந்துவிடுகின்றது. கப்பலின் தலைமை மாலுமி (Captain of ship) வழிநடத்துநரின் ஆலோசனைகளுக்கு உடன்பட்டே ஆகவேண்டும்.

இங்கே துறைமுகத்தில் பகுதிச்சரக்கான (Part Cargo) எல்பிஜியை இறக்கிவிட்டு வெளியே வந்த மேப்பிள் கப்பலிலிருந்த வழிநடத்துநர், வழித்தடத்தின் பாதிவழியிலேயே இறங்கிவிட்டிருக்கிறார். என்ன அவசரமோ அவருக்கு... உடனடியாக மேப்பிளின் முழுக் கட்டுப்பாடும் அதன் கப்பல் தலைமையிடம் வந்திருக்கிறது. கப்பல் தலைமைக்கோ, அவசரம்; மேலும் தான் அடிக்கடி வந்துபோன துறைமுகம்தானே என்ற தெனாவெட்டு... கப்பலில் இருந்த சரக்கைத்தான் பாதிக்குமேல் இறக்கியாகியாயிற்றே, இனி அதிக ஆழத்தேவைக்கு அவசியமுமில்லை, அடுத்த துறைமுகமான விசாகப்பட்டினம்

செல்ல வடக்கு நோக்கிப் பயணிக்க வேண்டும்! பின் எதற்காகத் தெற்காகச் சென்று முழுச் சேனலையும் கடந்து ஆழ்கடலில் திரும்பவேண்டும்? உடனே திரும்பினால் தானியங்கி இயக்கத்தில் போட்டுவிட்டுத் தூங்கப் போய்விடலாம் என்ற அற்ப சுயநலம்.

விபத்து நடந்தது அதிகாலை நான்கு மணி, இருள் இன்னும் விலகியிருக்கவில்லை. துரிதப்பட்ட மேப்பிளோ, டான் காஞ்சிபுரம் வழித்தடத்தில் (Channel) வருவதற்கு முன்னாலேயே கடந்து சென்றிருக்க வேண்டும் ஆனால் மாறுபட்ட நீரோட்டத்தின் காரணமாகத் திருப்புவதில் தாமதம். சர்வதேசக் கடல்சாலை விதிகளின்படி, இருட்டில் விளக்குகளின் துணை கொண்டுதான் பயணிக்க வேண்டும். திரும்பியதும் உள்ளே செல்வதற்காக குறுக்காகப் பயணிக்கும் டான் காஞ்சிபுரத்தின் பக்கவாட்டு விளக்குகள் மேப்பிளின் மாலுமிகளுக்குத் தெரிந்திருக்கும், ஆனாலும் கரையோரப் பகுதியாதலால் கரைப்புறத்தின், துறைமுகத்தின் விளக்குகள் கண்ணாமூச்சி காட்டியிருக்கும் . . . சூழலை உணர்ந்து, மாற்று ஏற்பாடு செய்வதற்குள் நிலைமை கைமீறிப் போயிருக்கும். 220 மீட்டர் நீளமுள்ள டான் காஞ்சிபுரத்தை, அதன் பின்புறமிருந்து முப்பதாவது மீட்டரில் மேப்பிள் பக்கவாட்டில் மோதிவிடுகிறது. கப்பலின் மாலுமிகள் தங்குமிடத்துக்கும், சரக்கு வைக்குமிடத்துக்கும் இடையிலான எரிபொருள் சேமிப்பு அறைதான் பாதிக்கப்பட்ட இடம். விபத்து நடந்த சில நிமிடங்களிலேயே அந்த அறைப்பகுதியிலிருந்த அத்தனை கருப்பு நிற பியூல் ஆயிலும் கடலின் அடியாழத்துக்குச் சென்றிருக்கும்.

குத்துவாங்கிய டான் காஞ்சிபுரத்தின் வெளிப்புறத் தோற்றத்தைப் பார்த்தால், பல ஆண்டுகளாகப் பராமரிக்கப் படாமலேயே நடைசெய்வது போல் தெரிகிறது. அளவுக்கு மீறிக் கைநீட்டும் அதிகாரிகளால் கப்பலுக்கான சான்றிதழ்கள் சீராக வழங்கப்பட்டிருந்தாலும், தேவையான பராமரிப்பைக் கப்பல் உரிமையாளர்கள் செய்திருந்தார்களா என்பது மிகப் பெரிய கேள்விக்குறியே! டான் காஞ்சிபுரத்தின் உரிமையாளர்களான தரியா ஷிப் மேனேஜ்மெண்ட், பழைய கப்பல்களையே கரையோரக் கப்பல் வணிகத்தில் ஈடுபடுத்துகிறது என்பது ஊரறிந்த உண்மை. டான் காஞ்சிபுரத்தில் பக்கவாட்டு விளக்குகள் எரியாமலும் இருந்திருக்கலாம், அதுவே மேப்பிளின் கவனம் தவறுவதற்கும் காரணமாயும் இருந்திருக்கலாம். உரிய ஆய்வு செய்யப்படாமல் இந்தக் கப்பல் அனுமதிக்கப் பட்டிருந்தால் அது யாருடைய குற்றம்?

விபத்து நடந்த சமயம், தரியா ஷிப் மேனேஜ்மெண்டின் மற்றொரு கப்பலான டான் துவாரகா, எண்ணூர் துறைமுகத்துள்ளேயே சரக்கை இறக்கிவிட்டுக் காலியாகக் இருந்திருக்கிறது. பாதிக்கப்பட்ட டான் காஞ்சிபுரத்தோடு துவாரகாவை மறுபுறத்தில் டபுள் பேக்கிங் செய்து சரக்கை இறக்கிவிடலாம் எனக் கெஞ்சியிருக்கிறது. ஆனால் அசைந்து கொடுக்காத தரியா ஷிப் மேனேஜ்மெண்ட் காஞ்சிபுரத்தைத் துறைமுகத்துள்ளே கொண்டுவருவதிலேயே குறியாய் இருந்திருக்கிறது. ஊர் எக்கேடு கெட்டால் என்ன, நமக்கு ஏன் வீண்செலவு என்று நினைத்திருக்கலாம். அவர்களை ஒரு அளவுக்கு மேல் துறைமுக அதிகாரிமாரால் வற்புறுத்த முடியவில்லை. காரணம், எந்தக் கிளையில் எந்தக் குரங்கு தொங்குமோ, அதனால் என்னென்ன கேடுகள் விளையுமோ என்ற அச்சம். விபத்து நடந்தவுடன் கப்பலில் இருந்த சரக்குதான் கசிந்தது என்றார்கள். பிறகு அவர்களே செய்தியை மாற்றி சரக்கல்ல, எரிபொருள் என்றார்கள். கசிந்தது சரக்கல்ல, எரிபொருள்தான். முதலில், கசிந்தது கப்பலின் பதிவேட்டுக் குறிப்பான இரண்டு டன்கள் என்று பேட்டி கொடுத்த நிர்வாகம், கசிவுபற்றி எண்ணூர்ப் பகுதி மீனவர்கள் வந்து எச்சரித்ததும் பயந்துபோய், கப்பலைச்சுற்றி கடலின் மேற்பரப்பில் ஆயில்பூம் கட்டிப் பாதுகாத்தார்கள். கனமான, கருப்பு பியூல் ஆயிலோ அவர்களுக்குப் போக்கு காட்டி, கடலடியில் இறங்கி இரண்டு நாட்களுக்குப் பிறகு டன் கணக்கில் எண்ணெய்க் கசடாய்க் கடற்கரையில் வெளிச்சம் போட்டது.

சரக்காக வந்த வெள்ளைஆயில் கொட்டியிருந்தால் யார் கண்களுக்கும் புலப்படாமல், பெரும்பாலும் ஆவியாகிக் கடல்வளம் பாதிக்கப்பட்டதே தெரியாமல் போயிருக்கும். இவ்வளவு கெட்டநேரத்திலும் ஒரு நல்ல சமாச்சாரம் என்னவென்றால், விபத்து நடந்தபோதோ அதன் பின்னான நாட்களிலோ கடல் அமைதியாய் இருந்ததேயாகும். ஒருவேளை அலையடிப்பு அதிகமாய் இருந்திருந்தால் பெரும்பாலான எண்ணெய்க் கசடுகள் கரைகளில் ஒதுங்காமல் ஆழ்கடலுக்குள் சென்று சேர்ந்திருக்கும். கசிந்த எரிபொருள், சாலை போடுவதற்காகப் பயன்படும் தாருக்கு *(Tar)* சற்று முந்தைய நிலையிலான பியூல் ஆயில். கரையோரத்தில் கறுப்பு நிறக் கசடுகளைத்தானே வாளி வாளியாய் எடுத்தார்கள்!

கப்பலின் எரிபொருள் பதிவேட்டுக்கும் அதன் உண்மை இருப்புக்கும் எப்போதும் நிரம்பவே வேறுபாடு உண்டு. பாதுகாப்பான பயணத்திற்காகவோ, அவசரகாலத் தேவைக்காகவோ பதிவேட்டில் குறிக்காமல் பஃபர் ஸ்டாக்காக

அதிகமான எரிபொருளைக் கப்பலின் பொறியாளர்களே ரகசியமாக வைத்திருப்பார்கள். கரையோர நடை செய்யும் கப்பல்களில், எரிபொருளைக் கணக்கில் வராமல் சேமித்து முறைகேடாக விற்பவர்களும் இருக்கிறார்கள் என்ற பரவலான பேச்சும் உண்டு. இதுவே இரண்டு டன் 170 டன்னுக்கு மேலாக கொட்டிய ரகசியம். கடந்த 2010 இல் மும்பைத் துறைமுக வழித்தடத்தில் எம் எஸ் சி சித்ரா, எம் வி கலீஜா என்ற இரண்டு கப்பல்கள் மோதிப் பெருவிபத்து நடந்தது. கண்டெய்னர் களிலிருந்த ஏற்றுமதி, இறக்குமதிச் சரக்குகள் கடலோடு போனது ஒருபுறமென்றால், கப்பல்களின் எரிபொருள் கசிந்து பெரிய சுற்றுச் சூழல் பிரச்சினை. காரணம் வேறொன்றுமில்லை, துறைமுகங்களில் இருந்து உள்ளே வரும், வெளியே செல்லும் கப்பல்களை வழிநடத்தும் கப்பல் போக்குவரத்து கண்காணிப்புத் தகவல் மையத்தின் *(VTIMS)* தோல்வி. விபத்து, இம் மையத்தின் தவிர்க்க முடியாத தேவையையும் அதன் தொடர் கவனிப்பையும் வருத்தி வலியுறுத்தியது. அப்படியான பட்டறிவு, இந்திய துறைமுகத்துறைக்கு இருந்தும், இந்தக் கட்டாயத் தேவையான கண்காணிப்பு மையம் எண்ணூர் துறைமுகத்தில் இருந்ததா, அதுவும் செயல்படும் தகுதியோடு இருந்ததா என்பது துறைமுக அதிகாரிகளுக்கும், பணியாற்றும் ஒப்பந்தக்காரர்களுக்குமே வெளிச்சம்.

தொடர்ச்சியாய் ஒரு பிரச்சினையிலிருந்து மற்றொரு பிரச்சினைக்குத் தீர்வு காண்பதிலேயே குறியாய் இருக்கும் நமது அதிகாரிகள், எந்தக் காலத்திலும் நடந்த பிரச்சினையின் உள்ளார்ந்த, உண்மையான காரணகாரியங்களை அலசி ஆராய்ந்து ஒரு படிப்பினையாய் ஏற்றுக்கொள்வதேயில்லை. காரணம், பிரச்சினை தனது தனிமனிதத் தவறுகளை *(Human Error)* காட்டிக் கொடுத்துவிடுமோ என்ற பயம். திறமையானவர் களைத் தகுதியான பணியில் அமர்த்தியிருக்கிறார்களா, அவர்களையும் சுதந்திரமாய்ப் பணியாற்ற அனுமதிக்கிறார்களா என்று கேட்டால் எங்கும் கள்ளமௌனம். உத்தமர் காமராசரின் பெயரில் அமைந்துள்ள எண்ணூர் துறைமுக நிர்வாகத்தில் மேலிருந்து கீழ்வரை அரசியலும் அதன் உபரியான சிபாரிசுப் பணியமர்த்தலும்.

கணக்காளர்கள் துறைமுகத்தின் பிரதான பொறுப்புக்கு வருவதும், கட்டுமானப் பொறியாளர்கள் கப்பல் போக்குவரத்து நிர்வாகத்தில் ஆளுமை செய்வதும், மென்பொருள் வல்லுநர்கள் சரக்கு கையாளுமையில் அதிகாரம் செலுத்துவதும், காவல்பணி செய்தவர்கள் துறைமுக இயக்குநர் ஆவதும், மருந்தியல் படித்தவர்கள் துறைமுக மனிதவளத் துறையை நிர்வகிப்பதும்,

கடல்வழி வாணிபத்தின் அடிப்படையே தெரியாதவர்கள் துறைமுக ஆலோசகர்களாவதும் இந்த முன்மாதிரித் துறைமுகத்தில்தான் இப்போதும் நடந்துகொண்டிருக்கிறது. அவசர காலங்களில் சரியான நடவடிக்கை எடுக்கத் தவறுவதும், அதன்மூலம் பிரச்சனையை உச்சம் தொட வைப்பதும், இதுபோன்ற ஆளுமை வறுமையால்தான். போர்க்கால அடிப்படையில் துறைமுகங்களில் மனிதவள மறுசீராய்வு நடந்தால் மட்டுமே இதுபோன்ற பிரச்சினைகளை வருமுன் காக்கவும், வந்தால் திறம்படக் கையாளவும் முடியும்.

கடலோரம் இந்த அளவுக்குப் பாழ்பட்டுப் போயிருக்கிறதே இந்தப் பகுதி மீனவர்களுக்குக் குறைந்தபட்சம் துறைமுகத்தின் நிறுவனச் சமூக பொறுப்பு (CSR) மூலமாகவாவது ஏதாவது செய்திருக்கிறார்களா என்று பார்த்தால், உள்நோக்கத்தோடு சம்பந்தமேயில்லாத அதிக வடநாட்டுத் தொண்டு நிறுவனங்களுக்கு அத்தனை நிதிஉதவிகளையும் வாரி வழங்கி யிருக்கிறார்கள். நம்மவர்கள் போய் நின்றால் நிமிர்ந்துகூட பார்க்க மாட்டார்கள்.

எது எப்படியோ, கலாச்சாரம் காக்க மெரினாவில் படைதிரண்ட அதே உணர்வுள்ள இளைஞர் கூட்டம், இந்தக் கூழைக்கும்பிடு அரசியலையும், கபட அதிகாரவர்க்கத்தையும் அதன் எதேச்சையதிகாரப் போக்குகளையும் கேள்வி கேட்க இன்றில்லாவிடினும் நாளை கண்டிப்பாய் வந்தே தீரும் என்ற நம்பிக்கை இன்னும் இருக்கிறது.

மார்ச் 2017இல் *காக்கைச் சிறகினிலே* மாத இதழில் வெளியான கட்டுரையின் முழுவடிவம்.

3

ஆழ்கடல் மீன்பிடிப்பில் தொடரும் அவலம்

2014 நாடாளுமன்றத் தேர்தல் சமயம், பிரதம மந்திரிக்கான வேட்பாளராக முன்னிலைப் படுத்தப்பட்டிருந்த திரு. நரேந்திர மோடி அவர்கள் கன்னியாகுமரி தேர்தல் பரப்புரைக் கூட்டத்தில் தாங்கள் இத்தேர்தலில் தேர்ந்தெடுக்கப்பட்டால், நாட்டின் மீன்வளம் காக்கவும், மீனவர் நலம் காக்கவும் பாடுபடுவோம் என்று உறுதி அளித்தார். ஆனால் நாட்டின் மீன்வளம், மீன்துறை பற்றிய தேவையான தகவல்கள் அவரிடம் சென்று சேராத காரணத்தால், மிகச் சாதாரணமான அலங்கார மீன்வளர்ப்பையே முன்னெடுத்து ஊக்குவிப்போம் என்றே மேடையில் முழங்கினார். காரணம், கடலோர வாழ்வு குறித்தோ, அதன் கள நிலவரம், பொருளாதாரம் குறித்தோ அவரிடம் புள்ளிவிவரமோ செய்திகளோ இல்லை.

கடலோரமான 8118 கி.மீ பரப்பில் வாழ்ந்து, தங்கள் வாழ்வின் மூலமாகவே இந்திய கடலோர எல்லைகளைக் காத்து நிற்கும் நெய்தல் மக்களைப் பற்றிய போதுமான உண்மைத் தகவல்கள் அரசிடமோ, அதன் நிர்வாக அமைப்புகளிடமோ இல்லை. வாக்கு வங்கி அரசியல், அவர்களது எண்ணிக்கையை, தேர்தல் சார்ந்த வெற்றுப் புள்ளிவிவரமாகவே பார்க்கிறது. கடலோர மக்களின் நேரடி எண்ணிக்கையை மட்டும் கருத்தில்கொள்ளும் இந்த நிர்வாக அமைப்புகள்,

அந்த மக்களின் மூலம் நடக்கும் மறைமுகத் தொழில், வேலைவாய்ப்பு மற்றும் பொருளாதாரம் குறித்து அக்கறை கொள்வதில்லை. கடல்வளம்சார்ந்து எத்தனையோ துறைகள் மத்திய மீன்துறை அமைச்சரவையின் கீழ் இயங்கினாலும், உண்மையான கள நிலவரங்கள் ஆட்சியாளர்களுக்குக் கொடுக்கப்பட்டுத் திட்டங்கள் முன்னெடுக்கப் படவில்லை என்பதே, கடந்த காலங்கள் நமக்கு உணர்த்தியிருக்கும் பாடம். உதாரணமாக, கடந்த காலங்களில் தமிழ்நாடு உள்ளிட்ட பல்வேறு தென் மாநிலங்களுக்கு மத்திய அரசால் அனுப்பப்பட்ட மீன்வளத் திட்டங்களுக்கான நிதி, மாநில அரசுகளால் திருப்பி அனுப்பப்பட்டிருக்கின்றன. காரணம், மத்திய அரசின் அதிகார வர்க்கத்திடம், கடலோர வாழ்வு குறித்து மாற்றான் தாய் மனப்பான்மையே இருக்கிறது. அரசியல் கட்சிகளால் தேர்தல் பரப்புரை நேரத்தில் கொடுக்கப்பட்ட அறிக்கைகள் எதுவும் அடித்தள மக்களிடம் சென்றுசேர்ந்து செயல்வடிவம் பெறுவதே இல்லை. கடலோர மக்களுக்கான அரசுகளின் நிதி, கடைமடைக்கு வராத ஆற்றுநீர் போல அங்கங்கு தேங்கி நிற்கிறது.

இந்தியாவில், மத்திய அரசைத் தொடர்ந்து தொந்தரவு செய்யும் பிரச்சினையாக முன்வைக்கப்பட்ட பாக் நீரிணை அவலத்திற்கான தீர்வாக இராமநாதபுரம் மாவட்டம், மூக்கையூரில் சர்வதேச தரத்தில் மீன்பிடித் துறைமுகம் அமைய வேண்டும் என்ற கருத்து பிராந்திய மீனவ அமைப்புகளிடம் வலுப்பெற்று, அரசுக்கு முன்வைக்கப்பட்டு அதுவே மாற்று வாழ்வாதாரத் திட்டமாகிச் செயல்பாட்டுக்கு வந்தது. ஆனால் மாநில அரசின் அக்கறையற்ற கண்காணிப்பு மற்றும் பிராந்திய பாரம்பரிய மீனவரிடம் கருத்துக் கேட்பு இல்லாத காரணத்தால், துறைமுக வடிவமைப்பில் கோளாறு அதன் உருவாக்கத்திலேயே ஏற்பட்டு, திட்டத்தால் பயன்பாடற்ற சூழலே நிலவியது. பாரம்பரிய மீனவ அமைப்புகளின் பல்வேறு முன்னெடுப்புகளுக்குப் பிறகு, துறைமுக வடிவத்தை இயற்கைச் சூழலை எதிர்கொள்ளும் நிலைக்குக் கொண்டுவர மத்திய அரசு தரப்பிலிருந்து தற்போது முயற்சிகள் நடக்கின்றன; பாராட்டலாம்.

எந்த ஒரு திட்டச் செயல்பாட்டையும் ஒப்பந்தம் மூலமே பெறும் தனியார் நிறுவனங்களுக்கு இலாபம் மட்டுமே குறியாய் இருப்பது இயல்பானது. ஆனால் செயல்பாட்டைக் கண்காணிக்கத் தவறும் அதிகாரிகளால் தவறான, பலகீனமான வடிவமைப்புகள் உருவாகி, திட்டமும் அதன் செயல்பாடும் பயனற்றுப் போய்விடுவது மக்களுக்கான, தேசத்துக்கான இழப்பு. பலவீனமான கட்டுமானங்களால் ஏற்படப்

நீலப் பொருளாதாரம்

போகும் உயிரிழப்புகளும் பணவிரயமும் ஒருபுறமென்றால் காலவிரயத்தால் பாதிப்புக்குள்ளாகும் அடித்தள மக்களின் தொழிலும், பொருளாதார இழப்புகளும் மறுபுறம் நிலவுவது எப்போது இவர்களுக்குப் புரியும்?

கன்னியாகுமரி மாவட்டத்தில், தேங்காய்ப் பட்டினம் மீன்பிடித் துறைமுகம் ஒரு நதிக்கரைத் துறைமுகம் என்பது நாம் அறிந்ததே. ஆனால் உலகம் முழுவதும் நதிக்கரைத் துறைமுக அமைப்புகள் கைவிடப்பட்டுவிட்டன. காரணம், தொடரும் மணல் அரிப்பும் அதனால் ஏற்படும் தூர்வாருவதற்கான தேவையும், வலுவிழந்துவிட்ட நதி நீரோட்டமும் ஆகும். கடல் என்ற மாபெரும் இயற்கைச் சக்தியை எதிர்கொள்ள அதற்கு இணையான மற்றொரு சக்தியான நதி நீரோட்டம் வேண்டும். அது இல்லாத சூழலில் துறைமுக அருகமை கடலை எதிர்கொள்ளும் வலுவான தடுப்புச்சுவர் அமைப்புகள் இருக்க வேண்டும். தேங்காய்ப் பட்டினம் மீன்பிடித் துறைமுகத்தில் இவை இரண்டும் குறைபாடுகளோடு இருக்கின்றன. துறைமுக உருவாக்கக் காலத்திலிருந்தே அப்பகுதி மீனவர்கள், இந்தக் குறைகளைத் தொடர்ந்து வலியுறுத்துகிறார்கள். ஆட்சியதிகாரம் வழக்கம்போல் செவிசாய்க்க மறுக்கிறது. விளைவு, தொடர் மீனவர் உயிரிழப்புகள். கள்ளச் சாராயப் பயன்பாட்டால் உயிரிழந்தவர்களுக்கு முண்டியடித்து நிவாரணம் கொடுக்க முன்வரும் அரசு, கரைக் கட்டுமான குறைபாட்டால் ஏற்படும் மீனவ உயிரிழப்புகளைத் துச்சமென மதித்துச் செயல்படுகிறது. தேங்காய்ப் பட்டினத்தில், ஒருபுறம், இயற்கையாக பேச்சிப்பாறையிலிருந்து வரும் தாமிரபரணி நதிநீரைப் புதிதாக உருவாகும் பரக்காணித் தடுப்பணை தடுத்துவிடுகிறது, மறுபுறம் திறந்த கடலுக்குள் தவறான முறையில் தெற்கு நோக்கி அமைக்கப்பட்டிருக்கும் மேற்கு மற்றும் கிழக்குத் தடுப்புச் சுவர்கள் பொங்கிவரும் கடல் நீரோட்டத்தைக் கைநீட்டி வரவேற்கின்றன. கச்சான் காலத்தில் உயிழப்புகளோடு பெரும் பொருள் சேதம் ஏற்படுகிறது. தொடரும் உயிரிழப்புகள் மீனவர்கள் கரை திரும்பும்போதே நடக்கின்றன என்பது சோகமான உண்மை.

விவசாயக் காரணங்களுக்காகத் துறைமுகத்தின் அருகிலேயே உருவாக்கப்படும் பரக்காணி தடுப்பணையைத் தவிர்க்க முடியாத சூழலில், தேங்காய் பட்டினத்தில் கடலுக்குள் நேர் தெற்காக இருக்கும் மேற்கு மற்றும் கிழக்குத் தடுப்புச் சுவர்கள் இன்னும் கடலுக்குள் நீண்டு, கிழக்காக உடனடியாகத் திருப்பப் பட வேண்டும். அமையும் தடுப்புச் சுவர்களும் அலைகளால், நீரோட்டத்தால் சிதைந்து பரந்து விரிவதைத்

தவிர்க்க, கடலின் அடியில் உரிய பாதுகாப்பு நடவடிக்கைகள் வேண்டும்.

தேவையான இறங்கு தளங்களும், விற்பனை வசதியும் இல்லாத காரணங்களினால் கன்னியாகுமரி மாவட்டத்தின் 90 சதவீதம் விசைப் படகுகள் அண்டை மாநிலமான கேரள மீன்பிடித் துறைமுகங்களிலேயே கரைபிடிக்கின்றன. தமிழக மீனவரின் முதலீடும் தொழில் முயற்சியும் அண்டை மாநிலத்துக் கான வருமானமாகி விடுகின்றன. இங்கு செலவீனங்கள் கூடி மீனவர்கள் பொருளாதார இழப்பிற்குள்ளாவதை மாநில அரசும் அதன் அதிகாரவர்க்கமும் கைகட்டி வேடிக்கை பார்த்துக்கொண்டிருக்கின்றன. நமது கரைகளில் நமக்கான பொருளாதாரக் கட்டமைப்பைச் சீர்செய்ய, இதுபோல தேவையுள்ள இடங்களில் சிறு மீன்பிடித் துறைமுகங்களை மாநில அரசு அமைக்க முன்வர வேண்டும்.

மீன் சந்தையில் ஆதிக்க சக்திகளாய் மாறியிருக்கும் வியாபாரிகளின் தூண்டுதலால் குளச்சல் பகுதி மீன்துறை நாளொன்றுக்கு சுமார் 20–25 விசைப்படகுகளுக்கே விற்பனை உரிமம் வழங்குவதாகச் செய்தி இருக்கிறது. இந்தச் சூழலில், வாய்ப்பற்ற மற்ற மீனவர்கள் அடுத்த மாநிலக் கரையை நோக்கி ஓடுவதைத் தவிர வேறு வழியே இல்லை. வியாபாரிகளின் ஆதிக்க உணர்வால் பாழ்படும் வாழ்வாதாரத்தை மாநில அரசு உடனடியாகக் கவனத்தில் கொண்டு நடவடிக்கை எடுக்க வேண்டும்.

மத்திய, மாநில அரசுகளின் கூட்டு முயற்சியில் ஆழ்கடல் மீன்பிடித்தலை ஊக்குவிப்பதற்காக இராமநாதபுரம் மாவட்டத்தில் மானியத்தில் படகுகள் வழங்கும் திட்டம் அறிவிக்கப்பட்டு நடைமுறைப் படுத்தப்பட்டது. ஆய்வில் இத் திட்டத்திற்கும் மீனவர்களின் ஆதரவு இல்லை என்று தெரிய வந்திருக்கிறது. கள உண்மைகளை அறியாமல், திட்டங்களைப் பிரசாதமாகத் தூக்கியெறியும் அரச மனநிலையே அதற்கான மூல காரணம்.

முன்னோட்டமாக அறிமுகப்படுத்தபட்ட இந்தத் திட்டத் தில் ஏற்கெனவே மீன்பிடித்தலில் இருக்கும் விசைப்படகு மீனவர் தன்னுடைய உரிமத்தை ரத்துசெய்து தம் படகையும் உடைத்து விடவேண்டும். திட்டத்தில் இணைவதற்காக எட்டு லட்சம் ரூபாய் தயாராக வைத்திருக்கவேண்டும். அரசு வங்கி ஒன்றை அணுகி 16 லட்ச ரூபாய் கடனாகப் பெறவேண்டும். இந்த ஏற்பாடுகளுக்குப் பிறகே மானியமான 56 லட்ச ரூபாய்க்கு விண்ணப்பிக்க முடியும். 80 லட்ச ரூபாய்க்குள் ஆழ்கடல்

மீன்பிடிப் படகை உருவாக்க முடியாது என்கிறார்கள் படகு கட்டும் உரிமையாளர்கள். ஆழ்கடல் மீன்பிடித்தலைக் கருத்தில்கொண்டு அதற்குத் தேவையான தகவமைப்புகளோடு படகைக் கட்டமைப்பதற்கு நிர்ணயிக்கப்பட்ட தொகை போதாது என்பது அவர்கள் தரப்பு வாதம். இந்த வகையில் கூடுதலாகத் தேவைப்படும் பணத்தைச் சம்பந்தப்பட்ட மீனவரே திரட்ட வேண்டிய நிர்ப்பந்தம்.

ஆழ்கடல் மீன்பிடிப்புக்குப் படகு மட்டுமே தயாரான நிலையில், படகை மீன்பிடிக்கத் தயாராக்குவதற்கான செலவு அடுத்த கட்டம். ஆழ்கடலில் பயன்படும் கில்நெட் வலைகள் ஒரு டன்னுக்கு ரூ. ஐந்து இலட்சம்வரை செலவாகிறது. 15 இலிருந்து 30 நாட்கள் தங்கித் தொழில் செய்யும் படகுகளுக்குக் குறைந்தபட்சம் எட்டு டன்கள் வலைகளாவது வேண்டும். வலைகளைத் தயார்செய்வதற்கே ரூ. 40 இலட்சம் ஆகும். இனி படகின் ஓட்டுநர் மற்றும் இதர கடலோடிகளுக்கான முன்பணம், எரிபொருள், குடிநீர், சாப்பாடு, பதப்படுத்தும் பனிக் கட்டிகள் என இதரச் செலவுகள். ஆக, படகைத் தவிர்த்துக் குறைந்தபட்சம் ரூ. 50 இலட்சம் இல்லாமல் ஆழ்கடலுக்குப் படகைத் தொழிலுக்காக அனுப்ப முடியாது. இவ்வளவு பணத்தை முடக்கிய பிறகும் கரைக்கட்டமைப்பும் சந்தைப்படுத்தலும் தொடர்ந்து கேள்விக்குறியாகவே இருக்கிறது, பெரும் முதலீடுகளையும் சவால்களையும் தவிர்த்து, வழக்கம் போல சிறிய விசைப்படகுகளில் முதலீடுசெய்துவிடலாமே என்பது விசைப் படகு மீனவரின் இப்போதைய மனநிலை.

களயதார்த்தம் அறியப்படுத்தும் வருத்தமளிக்கும் மற்றொரு செய்தி என்னவென்றால், இலாப நோக்கத்தோடு தொழில் நிறுவனமாகச் செயல்படும் வணிக மீனவர்களில் பலர் தங்களிடம் பயன்பாட்டிலிருக்கும் பல விசைப்படகுகளில் சேதமடைந்த ஒரு படகை உடைத்துக் காட்டி, ஆழ்கடல் மானிய மீன்படகைப் பெற்றுக்கொண்டு, திரும்பவும் தங்களது மற்ற விசைப் படகுகளைப் பயன்படுத்தி, பாக் நீரிணைப் பகுதியிலேயே தொடர்கிறார்கள் என்பதே!

எந்தத் திட்டமானாலும் அது விசைப்படகு மீனவர்களுக்கு மட்டும்தானா, நாங்களெல்லாம் இந்த நாட்டின் குடிமக்களில்லையா என்ற குரலும் நாட்டுப்படகு மீனவர் தரப்பிலிருந்து கேட்கிறது. ஆழ்கடல் மீன்பிடித்தல் திட்டத்தை மறு ஆய்வு செய்து, மானிய வரம்புகளை உயர்த்தி, பாரம்பரிய நாட்டுப் படகு மீனவரையும் கூட்டுறவுச் சங்கங்கள் மூலம் இந்தத் திட்டத்திற்குள் கொண்டுவரலாம். அரசுதான்

ஆவன செய்யவேண்டும். ஆழ்கடல் மீன்பிடித்தலின் வெற்றியே அதற்காக உருவாக்கப்படும் கரைக் கட்டமைப்பிலும், அரசு கண்காணிப்பில் இயங்கவிருக்கும் சந்தைப் படுத்தலிலுமே இருக்கிறது.

பலதரப்பு முன்னெடுப்புகளுக்குப் பிறகும் மத்தியில் மீன்துறை இன்னும் கேபினட் அந்தஸ்துள்ள தனி அமைச்சகமாக இயங்கவில்லை. அதற்கான காலம் கனிந்தால் அதன் அக்கறை யான செயல்பாடுகளால் கடலோரப் பொருளாதாரம் பேணப்பட்டு வளம்பெறும் என்பது என் நம்பிக்கை.

29 அக்டோபர் 2020இல் *இந்து தமிழ் திசையில்* வெளியான கட்டுரையின் முழு வடிவம்.

4

கரைக்கடல் கப்பலோட்டம்

மேற்கத்திய நாடுகளில், மக்களின் அன்றாட உணவுகளில் ஒன்றான பிட்சா கூட வீட்டுக்குவீடு சிறிய கப்பல்களில் விநியோகம் செய்யப்படுகிறதாம். கணவன், மனைவியெனக் குடும்பமாய்க் கையாளப்படும் சிறிய பங்கர் கப்பல் பெரிய கப்பல்களுக்கு எரிபொருள் வழங்கும் தொழில் ஐரோப்பிய நாடுகளில் மிகவும் பிரபலம். உலகமெங்கும் கரைக்கடல் மற்றும் நதிநீர் போக்குவரத்துத் தேவைக்கேற்ப நாளும் மாற்றமடைந்து வளர்ந்தபடியே இருக்கிறது. உலகம் இன்று எதிர்கொள்ளும் சாலைப் போக்குவரத்து நெரிசல், காற்று மாசுபாடு, எரிபொருள் சிக்கனம், புவி வெப்பமாதல் போன்றவற்றைக் கருத்தில் கொண்டு சிறிய நாடுகள்கூட கரைக்கடல் மற்றும் நீர்வழிச் சாலைகளைப் பயன்படுத்தத் திட்டங்களைத் தேர்ந்து முன்னெடுக்கிறார்கள். காரணம், அவர்களது தேசநலன் குறித்தான அக்கறை. ஆனால் வரலாற்றுக் காலத்தில் கடல்வழி வாணிபத்தில் உலகமே வியந்து பார்த்த நாமோ, இந்த வகையான முன்னெடுப்பில் எந்த அக்கறையும் இல்லாமலிருக்கிறோம். நமது ஆட்சியாளர்களோ எப்போதும்போலவே கள்ள மௌனம் சாதிக்கிறார்கள்.

பொதுப் போக்குவரத்து என்றால் அது சாலை, ரயில் மற்றும் விமானம் மூலம்தான் நடைபெற வேண்டும் என்ற மனநிலையிலிருந்து, நமது ஆட்சியாளர்கள் முதலில் விடுபட வேண்டும்.

கப்பலோட்டம் என்றாலே, விதேசிகள் ஆளுமை செய்யும் பெரும் சரக்குக் கப்பலோட்டம் மட்டுமே என்ற சிந்தனைப் போக்கு நம்மிடம் இருக்கிறது. இது ஒரு காலனியத் தாக்கம். நமது கரைக்கடல் பகுதிகளை முற்றிலுமாகக் கப்பலோட்டத்திற்குப் பயன்படுத்திய விதேசிகள் மீது, நமக்குப் பிரமிப்பு இருக்கிறதே தவிர பொருளாதார வளர்ச்சிக்கான பாடத்தை நாம் அவர்களிடமிருந்து கற்றுக்கொள்ளவே இல்லை.

நிகழ்காலத்தின் அண்மையான கடந்தகாலப் பதிவான புதுச்சேரி ஆனந்தரங்கம் பிள்ளையின் தினப்படி சேதிக் குறிப்பு, நமது கரைக்கடலில் செழிப்பாக நடந்த கரைக் கப்பலோட்டத்தையே பெரும்பாலும் பதிவு செய்திருக்கிறது. அப்படியான கடல்வழி வணிகச் சூழலில் இருந்துதான், இன்றைய நிலையை நாம் ஒப்பிட்டாக வேண்டும். விதேசிகளின் அன்றய கரைக்கடல் கப்பலோட்டத்தில் முற்றிலுமாகப் பயன்பட்டவர்கள் நமது கடலோடிகள். கடலோர எல்லைகளில் வாழும் அவர்களை, மீனவர்கள் என்று குறுக்கி நோக்குவதே கப்பலோட்டத்தில் இன்றும் தொடரும் சிக்கலுக்கான முக்கிய காரணம். ஆட்சியும் அதிகாரமும் அவர்களைத் தொடர்ந்து புறக்கணித்தாலும், கோட்டியா எனப்படும் இயந்திரம் பொருத்தப்பட்ட பாய்மரக்கலங்களின் உரிமையாளர்களாக நலிவடைந்த நிலையிலும் இன்றும் தொடர்கிறார்கள் நமது கடலோடிகள். விதேசிகளின் சரக்குக்கப்பல் மற்றும் சரக்குப் பெட்டகங்களின் வியாபாரப் போட்டிக்கிடையிலும் குஜராத்திலிருந்து வளைகுடா நாடுகளுக்கும், தமிழகத்தின் தூத்துக்குடியிலிருந்து மாலத்தீவு, இலங்கைக்கும் இன்றும் பாய்மரக் கப்பலோட்டம் நடக்கத்தான் செய்கிறது. ஆனால் தொடர்ச்சியான பொருளாதார இழப்புகள் அவர்களைச் சோர்வடையச் செய்திருக்கின்றன. அரசின் ஆதரவு இல்லாத காரணத்தால், அவர்களின் அடிப்படைத் தேவையான பாய்மரக் கப்பல் பராமரிப்பு, தங்குமிட வசதிகள்கூட மறுக்கப்படுகின்றன. பழங்காலத்து வானிலைசார் சட்டங்களைக் காட்டி அவர்களின் போக்குவரத்தும் பல சமயங்களில் முடக்கப் படுகிறது. பாய்மரக் கப்பலோட்டிகளுக்கு விதேசிச் சரக்குப் பெட்டக மற்றும் கப்பல் உரிமையாளர்களின் போட்டியான செயல்பாடுகள் ஒருபுறமென்றால், மறுபுறம் அவர்களின் தொழில்முறையையே பலவீனப்படுத்தும் அரசின். புராதானச் சட்டங்கள்.

காக்கப்பட வேண்டிய மாபெரும் மனிதவளத்தினர் இந்தக் கடலோடிகள் என்ற புரிதல் முதலில் அரசுக்கும் ஆட்சியாளர் களுக்கும் வரவேண்டும். தொழில்சார்ந்த அவர்களது அனுபவ அறிவு அங்கீகரிக்கப்பட்டு, நாட்டின் கரைக்கடல்

கப்பலோட்டத்துக்கான திட்டங்கள் அக்கறையோடு முன்னெடுக்கப்பட வேண்டும். தீபகற்பத்தில் சிறிய சரக்குக் கப்பல் கட்டும் தளங்களும் பணிமனைகளும் உருவாக்கப்பட்டு, பாரம்பரியமான கடலோடிகளைத் திட்டத்தில் அக்கறையோடு இணைத்து ஊக்குவித்தால், இத்தொழிலை அவர்கள் தங்கள் தோள்களில் தாங்குவார்கள். கடலோரப் பிரதேசங்கள், நாட்டின் பல்வேறு நிலப்பகுதி மக்களுக்கும் பெருவாரியான வேலைவாய்ப்புகளையும், தொடர் தொழில் வளர்ச்சியையும் ஏற்படுத்தும் பொருளாதார மண்டலங்களாக மாறிவிடும்.

பெருகிவரும் மக்கள்தொகை, உற்பத்தி, தொழில், வியாபார வளர்ச்சி போன்றவற்றைக் கணக்கில்கொண்டால், கரைகடல் கப்பலோட்டத்திற்கான தேவை நாட்டில் நாளும் அதிகரித்தபடியே இருக்கிறது. இங்கு தேவையே ஆட்சியாளர்களின் மனநிலையில் மாற்றம் மட்டும்தான். ஒரு சிறிய 500 டன் கொள்ளளவு கொண்ட கரைக்கடல் கப்பல், குறிப்பிட்ட நேரத்தில் அதிக சரக்கு இடப் பெயர்ச்சியை உறுதி செய்வதோடு மட்டுமல்லாமல் சாலைப் போக்குவரத்தின் நெரிசலையும் தவிர்த்து, எரிபொருளைச் சிக்கனமாக்கி, காற்று மண்டல மாசுபாட்டையும் குறைத்து, ஒரு துறைமுகத்திலிருந்து மற்றொரு துறைமுகத்திற்குச் சரக்குகளைத் துரிதமாகக் கொண்டு சேர்த்துவிடுகிறது.

சமீப காலத்தில் அரசின் பெரும் முதலீடுகளில் தீபகற்ப மெங்கும் சாகர்மாலா திட்டத்தில் கரைக்கடல் கட்டுமானங்கள் உருவாகின்றன. தேசத்தில் சுதேசிக் கப்பல் உரிமையாளர்களின் எண்ணிக்கை விரல்விட்டு எண்ணக்கூடியதாகவே தொடரும் சூழலில், சாகர்மாலா விதேசிக் கப்பல் உரிமையாளர்களின் பயன்பாட்டுக்கானதா அல்லது சுதேசிகளுக்கானதா என்ற கேள்வி எழுவதில் வியப்பில்லை. தற்சார்புப் பொருளாதாரத்தை முன்னிருத்தி சாகர்மாலா அமைவதாய் இருந்தால், அது சுதேசிக் கடலோடிகளைக் கரைகடல் கப்பலோட்டும் தொழில் முனைவோராக்கி அவர்களின் வாழ்வை வளப்படுத்தும் முன்னெடுப்பாகவும் இருக்க வேண்டும். நாட்டின் உள்நாட்டுச் சரக்குப் போக்குவரத்தில், கரைக்கடல் கப்பலோட்டம் தவிர்க்க முடியாத ஓர் அங்கமாக மாறவேண்டும். எடுத்துக்காட்டாக, சென்னைபோன்ற பெருந்துறைமுகங்களுக்குச் சரக்குச் சேகரப் பணி செய்ய பாண்டிச்சேரி, கடலூர், நாகப்பட்டினம் போன்ற சிறு துறைமுகங்களிலிருந்து நமது பாரம்பரியக் கடலோடிகளின் சிறிய கப்பல்கள் பயன்பாட்டிற்கு வரவேண்டும்.

அரசு என்ன செய்யலாம்...

காற்று மாசுபடுதல், சாலை நெரிசல், எரிபொருள் சிக்கனம் என்ற நாட்டின் ஒருங்கிணைந்த பயன்பாட்டைக் கருத்தில்கொண்டு பாரம்பரியக் கடலோடிகளைத் தொழில் முனைவோராக்கி, அவர்களுக்கு எளிய கடனுதவிகள், எரிபொருள் மானியம் வழங்கிக் கரைக்கடல் கப்பலோட்டம் என்ற தொழில் நமது கரைகளில் தொடங்க வழிவகை செய்ய வேண்டும்.

மாலுமிகளுக்கான பணி ஒப்பந்தம், சம்பளம் போன்ற பெரும் சரக்குக்கப்பல் போக்குவரத்தின் நடைமுறைச் சிக்கலான சட்டங்கள், தேவையற்ற கருவிகள் அமைவு போன்றவை கரைக்கடல் கப்பலோட்டத்தில் புகுந்து செலவீனத்தை அதிகரிக்கச் செய்யாமல் தடுக்க வேண்டும்.

தேசத்தின் எல்லைகளுக்குட்பட்ட பயணமாதலால் சுங்கம், குடிமை போன்ற நிர்வாகச் சிக்கலற்றதாய்க் கரைக்கடல் கப்பலோட்டம் உறுதிசெய்யப்பட வேண்டும்.

பயன்படாமல் கிடக்கும் சிறுதுறைமுகங்கள் புனரமைக்கப்பட்டு, அவற்றுக்கான தடையற்ற சாலை, ரயில் போக்குவரத்துகள் சீராக்கப்பட வேண்டும். வெள்ளையர்கள் ஆட்சியில் பயன்பாட்டில் இருந்த ஆந்திராவின் காக்கிநாடா முதல் தமிழ்நாட்டின் மரக்காணம்வரையிலான பக்கிங்காம் கேனல் போன்ற நீர்வழிச் சாலைகள் திரும்பவும் செயல் பாட்டுக்கு வரவேண்டும்.

பெருந்துறைமுகங்களிலும் கரைக்கடல் கப்பல்களைக் கையாளுவதற்கான கட்டணங்கள் குறைக்கப்பட்டு, பிரத்தியேக மான ஏற்று-இறங்கு தளங்கள் உறுதி செய்யப்பட வேண்டும்.

பாரம்பரியமாய்ப் பாய்மரக் கப்பலோட்டும் கடலோடி களும் மாறும் சூழலைப் புரிந்துகொண்டு உள்நாட்டுக் கரைக்கடல் கப்பலோட்டும் தொழில் முனைவோராய் மாற முன்வரவேண்டும்.

2 டிசம்பர் 2020 *இந்து தமிழ் திசை நாளிதழில் வெளியான கட்டுரையின் முழுவடிவம்*

5

இந்த அரசையும் நிர்வாகத்தையும் இனிமேலும் எப்படி நம்புவது?

"அரசாங்கத்த நம்பி எந்தப் பிரோசனமும் இல்ல. கடல்ல தவிக்கிறது நம்ம உசுருக. இதுல இருக்கிறவன், இல்லாதவன், சாதி, மதம் ஒண்ணுமில்லப்பு. வாங்க, நம்ம உசுரக் குடுத்தாவது தத்தளிக்கிறவன காப்பாத்திக் கொண்டந்துறலாம்" தஞ்சை மாவட்டம் கொள்ளுக்காடு அந்தோனியார்புரம் ஊர்த்தலைவர் செங்கோலின் நம்பிக்கையூட்டும் வார்த்தைகள்.

கடந்த 2020 ஜூன் 16 ஆம் தேதி கோட்டைப்பட்டினம் விசைப்படகு மீனவர்களால் காப்பாற்றிக் கரைக்குக் கொண்டுவரப்பட்டு, மணல்மேல்குடி மருத்துவமனையில் சிகிச்சைக்குச் சேர்க்கப்பட்ட தங்கச்சிமடம் சேசுவைப் பற்றி ஊடகங்களில் செய்தி வந்த பிறகே, கரைக்குக் கடலில் நடந்த விபத்து குறித்த விடயம் தெரிந்து பதற்றம் பற்றிக்கொண்டது. 13 ஆம் தேதி மீன்பிடிக்கக் கடலுக்குச் சென்ற இராமேஸ்வரத்தைச் சேர்ந்த வில்லியம் ஹைடோ என்பவரது IND TN 10 MM 718 என்ற விசைப்படகு, அன்று இரவே நடுக்கடலில் விபத்துக்குள்ளாகி இருக்கிறது. கொரோனா பாதிப்பு, தடைக்கால நிறுத்தம் போன்றவற்றுக்குப் பின்னான வயிற்றுப் பிழைப்புக்கான பயணம் அது. பயன்படுத்தப்பட்ட படகோ, அதிகம் பராமரிக்கப்படாத பழுதான பழைய விசைப்படகாதலால், ஆழ்கடலில் படகினுள்ளே

கடல்நீர் வர ஆரம்பித்திருக்கிறது. தண்ணீரை வெளியேற்றும் பம்பை இயக்கினால், அது வேலை செய்யவில்லையாம். படகு மூழ்கும் அபாயத்தில் இருக்க, வேறு வழியில்லாமல் படகில் இருந்த அனைவரும் கிடைத்ததைப் பிடித்துக்கொண்டு கடலில் சாடியிருக்கிறார்கள்.

மலர்வண்ணன் பாதிக்கப்பட்ட படகின் ஓட்டுநர். ரெஜின் பாஸ்கர், சேசு, ஆஸ்டின் சுஜிந்தர் மூவரும் சகக் கடலோடிகள். இதில் பரிதாபமே ஆஸ்டின் சுஜிந்தர் என்ற பாலிடெக்னிக் படிக்கும் இளைஞன், வேம்பாரிலிருந்து தற்செயலாக பாம்பன் வந்தவன், ஆனந்த் என்பவரின் அடையாள அட்டையைப் பயன்படுத்தி, தாத்தா மலர்வண்ணனோடு தொழிலுக்குப் போயிருக்கிறான். இறந்த மூவருமே பொருளாதாரத்தில் மிகவும் பின்தங்கிய அடித்தட்டு மக்கள், அரசியல் செல்வாக்கு ஏதுமில்லாதவர்கள். கொரோனாவும் தொடர்ந்த மீன்பிடித் தடைக் காலமும் அதனால் ஏற்பட்ட வறுமையுமே அவர்களைத் தொழில் நோக்கித் தள்ளியிருக்கின்றன.

“என்னோடு கடலில் குதித்தவர்கள் உயிரோடு இருக்கலாம் விரைந்து தேடுங்கள்” என்று 16ஆம் தேதி காப்பாற்றப்பட்டுக் கரைக்கு வந்த சேசு, திரும்பத் திரும்பக் கதறியிருக்கிறார். வழக்கம் போலவே அரசுத் தரப்பின் செவிகளில் அந்த அபயக்குரல் ஏறவேயில்லை. கடலில் காணாமல் போனவர்களின் மூன்று குடும்பங்களும் இராமேஸ்வரம் மீன்துறை அதிகாரிகளையும் வட்டாட்சியாளரையும் சந்தித்து முறையிடுகிறார்கள். பலன் ஏதும் இல்லாமல் போக, இராமேஸ்வரம் வட்டாட்சியர் அலுவலகம் முன்னால் மறியல் நடக்கிறது. கடலோரக் காவல்படைக்குச் சொல்லித் தேடச் சொல்லுகிறோம் என்று மக்களைப் போராட்டத்தைக் கைவிடச் சொல்கிறார்கள் அதிகாரிகள். மல்லிப்பட்டினம் பகுதியில் மீனவர்களைத் தேடுவதற்கான படகு ஏற்பாடு செய்திருக்கிறோம், அங்கு போங்கள் என்று போராடிய மக்களைத் திசைதிருப்பிய மீன்துறையின் கவனமெல்லாம் இராமேஸ்வரம் விசைப்படகு களைத் தொழிலுக்குச் செல்வதற்கான அனுமதிச் சீட்டு வழங்குவதிலேயே இருந்திருக்கிறது. காரணம், அனுமதிச் சீட்டு வழங்குவதில் வழக்கமாகக் கிடைக்கும் லஞ்சப் பணம். பாம்பனில் முற்றுகையிட வந்த மக்களையும் கோடிக்கரைப் பகுதியில் சடலங்கள் கரையொதுங்கிவிட்டதாகத் தவறான தகவலைச் சொல்லி, மீன்துறை அலுவலகத்திலிருந்து திருப்பி அனுப்புவதிலேயே குறியாய் இருந்திருக்கிறது ஆட்சியதிகாரம்.

பதற்றத்திலிருந்த மக்களுக்குப் புதுக்குடி நாட்டுப் படகு மீனவரொருவர், தங்கள் கடல் பகுதியில் சடலம் ஒன்று

மிதக்கிறது என்று கடலோர காவல்படைக்கு அனுப்பிய செய்தி கிடைக்கிறது. மறியல் போராட்டம் கைவிடப்பட்டு, திரண்டிருந்த மக்கள் எல்லோரும் மல்லிப்பட்டினம் போக முடிவெடுத்து அங்கு ஓடுகிறார்கள். அவர்களுடைய பதற்றமெல்லாம், கடலில் தவிக்கும் ஒரு உயிரையாவது காப்பாற்றிவிடலாமே என்பதால்தான். மாவட்ட நிர்வாகத்துக்கோ, மீனவர் பற்றிய எந்த அக்கறையும் இல்லை. அவர்களின் அன்றைய கவன மெல்லாம் எல்லையில் வீரமரணம் அடைந்த ராணுவ வீரர் பழநியின் உடலைச் சொந்த ஊரில் அடக்கம் செய்வதிலேயே இருந்திருக்கிறது. உயிர்த் தியாகம் செய்த ராணுவ வீரருக்கு உரிய இறுதி மரியாதை செய்ய வேண்டுமென்பதில் மாற்றுக் கருத்துகள் இல்லை, ஆனால் சடங்காய் நடந்து ஊடக வெளிச்சம் படும் இறுதி மரியாதைக்குக் காட்டிய அக்கறையில் ஒரு சதவீதமேனும் கடற்கரையிலும் காட்டியிருக்கலாம் என்பதுதான் மக்களின் ஆதங்கமே.

பரிதவிக்கும் உறவுகளுக்கு உதவிசெய்ய இராமேஸ்வரம் விசைப்படகு சங்கங்களும் அதிக அக்கறை எடுத்துகொள்ளாத நிலையில், துடிப்பான இளைஞர்களால் செய்தி கொள்ளுக்காடு மீனவர்களுக்குத் தெரிவிக்கப்படுகிறது. மீன்பிடிக்கச் செல்லாமல், ஊர்க்கூட்டம் போட்டு ஒட்டுமொத்த கொள்ளுக்காடு ஊர் மக்களும் தேடுதலுக்குக் கிளம்புகிறார்கள். பதறித் துடித்து வந்த, கடலில் காணாமல் போனவர்களின் குடும்பங்களை ஊரில் தங்கவைத்து உபசரிக்கிறார்கள். தேடலுக்கு ஏழு படகுகள் அனுப்பப்படுகின்றன, கொள்ளுக்காடு ஊர் இளைஞர்கள், சகோதர பாசத்தோடு தேடப் புறப்படும் படகுகளில் முண்டியடித்தபடி ஏறுகிறார்கள். ஒரே தலைமையின் கீழ் செயல் பட்ட அக்கறையான, அர்ப்பணிப்பான தேடல் என்பதால் ரெஜின் பாஸ்கரின் சடலத்தைக் கரையிலிருந்து 22 கடல் மைல்கள் தூரத்தில் தேட ஆரம்பித்த முதல் நாளான 19ஆம் தேதியே கண்டெடுக்கிறார்கள். கடலில் சடலம் ஒன்று மிதக்கும் காட்சியைப் படமாக்கி உரிய நேரத்தில் வாட்ஸப்பில், தேடலில் இருந்தவர்களுக்கு அனுப்பித் தந்த புதுக்குடி மீனவரின் உதவியும் ஒரு காரணம். கரைகொண்டு வரப்பட்ட சடலத்தை அடையாளம் காட்டுவதற்கு உடன் பிறந்த சகோதரனே அங்கு களத்தில் இருந்தபோதும், அதை மறுத்து இறந்தவரின் மனைவி, குழந்தைகள் உடனே அங்கு வரவேண்டுமென அடம்பிடிக்கிறார்கள் அதிகாரிகள். இது கொரோனாக் காலம், போக்குவரத்தில் பிரச்சினை இருக்கிறது என்று மக்கள் எவ்வளவோ எடுத்துக் கூறியும் அதிகார வர்க்கம் அசைந்து கொடுக்கவில்லை. இது என்ன வகையான மனநிலை, அதிகார ஆணவம் என்று புரியவில்லை.

20ஆம் தேதி கோட்டைப்பட்டினத்தைச் சேர்ந்த பிரபாகர் என்ற விசைப்படகு மீனவர் கொடுத்த தகவலின் அடிப்படையில், கொள்ளுக்காடு மீனவர்களின் ஆறு படகுகள் தேடுதலுக்குக் கிளம்பிக் கரையிலிருந்து 24 கடல் மைல்கள் தூரத்தில், சிறுவன் ஆஸ்டின் சுஜிந்தர் உடலைக் கண்டெடுக்கிறார்கள். சோகத்தின் உச்சத்தில் இருந்த உறவுகளிடம்கூட உடல்கூறாய்வுக்கான கையூட்டு வாங்கத் தவறவில்லை இந்த அரச நிர்வாகம். கொள்ளுக்காடு ஊரிலிருந்து சடலத்தைக் கிட்டத்தட்ட முன்னூறு கி.மீ தூரத்தில் உள்ள வேம்பாருக்குக் கொண்டுசெல்ல வேண்டும். ஒரு அமரர் ஊர்தியை ஏற்பாடு பண்ணிக் கொடுப்பதில் மூன்று மணிநேரத் தாமதம். 21ஆம் தேதி கீழத் தோட்டம் நாட்டுப் படகு மீனவர்கள் தந்த தகவலின் அடிப்படையில், 14 கடல் மைல்கள் தூரத்தில் மலர்வண்ணனது சடலம் கண்டெடுக்கப்பட்டு, கரை கொண்டுவரப்படுகிறது.

ஆக, கடலில் இறந்த எந்த ஒரு மீனவரது சடலத்தையும் கரை கொண்டு வருவதில் அரசின் பங்கு ஏதுமில்லை என்ற அவலம் திரும்பவும் நிரூபிக்கப்பட்டிருக்கிறது. ஆனால் அலட்சியம், அலைக்கழிப்பு, வீண் வதந்திகளைப் பரப்பித் திசை திருப்புதல், உதவிகள் செய்வதாகக் கூறிக்கொண்டு களப் பணியைத் தாமதப்படுத்துவது ஆகியவற்றுடன் அரச அதிகார மிரட்டல்களும் களத்தில் நடந்தேறியிருக்கின்றன. இறந்தவர்கள் மூவரின் குடும்பங்களும் சவப் பெட்டி வாங்கக்கூட வசதி இல்லாதவை. பரிதாபத்தின் உச்சத்திலும் உடற்கூறு ஆய்வுக்கான கையூட்டு பெறுவதில் அரசு தரப்பு காட்டிய ஆர்வம், சடலத்தை வைத்துக்கொண்டு சவப்பெட்டி ஏற்பாடு செய்ய மீன்துறையிடம் நிதியில்லை என்று பேசிய ஆணவம் போன்றவற்றால், இந்த அதிகாரிகள் முகத்தில் காறி உமிழலாம் போலிருக்கிறது.

ஒக்கி புயல் சமயம், தொலைக்காட்சி நேர்காணல் ஒன்றில் அரசு என்ன செய்தது என்ற கேள்விக்கு, இருப்பதிலேயே பெரிய கப்பலை அனுப்பித் தேடினோம் என்று நயவஞ்சகமாய்ப் பதில் சொன்னார் மத்திய அமைச்சர் ஒருவர். அப்படியானால் கடலில் தத்தளித்துக் கொண்டிருந்த யாரையாவது காப்பாற்றினீர்களா என்ற கேள்விக்கு அவரிடம் பதிலே இல்லை. இது ஆட்சியில் அமர்த்தும் அடித்தள மக்களை, போலியான அரசியலும் அதன் ஆட்சியதிகாரமும் எப்படியெல்லாம் ஏளனம் செய்கிறது என்பதன் யதார்த்தம். தேர்ந்தெடுக்கும் மக்கள்தான் இனிமேலாவது சிந்தித்து வாக்களிக்க வேண்டும்.

கொரோனாவில் தொடரும் அரச பயங்கரவாதத்தை நாளும் சகித்தபடியே கடந்து போகிறோம். நமது அடுத்த தலைமுறைகள் எப்படியான வாழ்வைச் சந்திக்கப் போகிறார்

களோ என்ற பதற்றம் சாமானிய மனதை ஆட்டிப்படைக்கிறது. விபத்துக்குப் பின்னான காலங்களில் சமவெளிச் சமூகங்களுக்குக் கிடைக்கும் ஊடக வெளிச்சமோ, அதனால் விளையும் பொதுஜனப் புரிதலோ, நிர்ப்பந்திக்கப்படும் அரச அமைப்புகளால் வாக்குவங்கி அரசியலுக்காக அறிவிக்கப்படும் நிவாரணங்கள் கடலோர மக்களுக்கு என்றுமே இல்லை என்பதுதான் உறுத்தும் உண்மையாகித் துன்புறுத்துகிறது. இன்று வெறிகொண்ட மதநம்பிக்கையாக மாறியிருக்கும் புராண இதிகாசங்களெல்லாம், மனித வாழ்வின் அறத்தையே வலியுறுத்தின. அந்த அறம் நமது வாழ்வில் இல்லாமலேயே ஆகிவிடுமோ என்ற பயம் மனதைப் பிசைகிறது.

வயிற்றுப் பசியைப் போக்குவதற்காகச் செய்யப்படும் கடல்தொழில் முயற்சியில் உயிர் காக்கும் பாதுகாப்பு அம்சங்களும் முக்கியமாயிருப்பதை மீனவர்களும் உணரவேண்டும். கடலில் நடக்கும் ஒரு விபத்திலோ அல்லது புயல் போன்ற இயற்கைப் பேரிடரிலோ கடலில் உயிருக்காகத் தவிப்போரைக் காப்பாற்ற, கரையிலிருக்கும் மக்களைப் போராடும் நிலைக்கு அரசு தள்ளக்கூடாது. கடலில் நடக்கும் விபத்தாய் இருக்குமானால் அவர்களைக் காப்பாற்றுவதிலோ, குறைந்தபட்சம் சடலங்களைக் கரைகொண்டு வருவதிலோ அக்கறை காட்டவில்லையானால், மக்களுக்கான பாதுகாப்புக் கேந்திரங்களின் பயன் என்ன என்ற கேள்வி எழாமலிருக்காது. மாநில அரசின் நிர்வாகம், இறந்தவர்களுக்கான நிவாரணத்தை அளிப்பதில் புராதனச் சட்டங்களைக் காரணங்காட்டி இழுத்தடிப்பு செய்வது, வெந்த புண்ணிலே வேலை வைத்துக் குடைவது போன்றது.

சாதி, மதம் கடந்து சக தொழிலாளிக்கு ஏற்பட்ட விபத்து எமக்கு ஏற்பட்டது என வரிந்து கட்டிகொண்டு ஊர்திரண்டு வந்து, மூன்று உடல்களையும் கரைசேர்த்து, இறந்தவர்களின் சோகத்திலும் துணைநின்ற கொள்ளுக்காடு மீனவர்களின் அக்கறையான செயல்பாடு, முரண்பாடுகளைக் கடந்து தமிழக அளவில் மீனவர் ஒற்றுமைக்கான பாதைக்கு வித்திடும்; அந்த ஒற்றுமையில் கடலோரம் விழித்துக்கொள்ளும் என்றும் நம்புகிறேன்.

1 ஜூலை 2020இல் *இந்து தமிழ் திசையில்*
வெளிவந்த கட்டுரையின் முழுவடிவம்

6

கடல் வாய்ப்புகளைக் கைப்பற்றுவதில் தாமதம் ஏன்?

மத்திய அரசு நடப்பு ஆண்டுக்கான நிதிநிலை அறிக்கையில் கப்பலோட்டத்திற்காக ரூ.1624 கோடி அளவுக்கு மானியங்களை அறிவித்திருக்கிறது. ஆனால் வழக்கம் போலவே இதனால் பயன்பெறப் போவது யார், திட்டம் எவ்வாறு செயலாக்கத்திற்கு வரப்போகிறது என்பதில் தெளிவற்ற நிலையே தொடர்கிறது. சர்வதேசப் பங்களிப்பிலும், உள்நாட்டுத் தேவையிலும் தொடர் சவாலாக இருக்கக்கூடிய உள்நாட்டுக் கப்பல்களின் எண்ணிக்கையை உயர்த்துவது தொடர்பாக எந்த அசைவும் இருப்பதாய்த் தெரியவில்லை. ஏழு பெருந் துறைமுகத் திட்டங்களுக்காகச் சொற்பமாக ரூ. 2000 கோடியை ஒதுக்கீடு செய்திருப்பது, அரசின் பெருந் துறைமுகங்களில் கடந்த இருபது ஆண்டுகளுக்கு மேலாக, நாடாளுமன்ற ஒப்புதல்பெற்றபின்பும் முடக்கப்பட்டிருக்கும் பல்வேறு திறன் பெருக்குத் திட்டங்களின் இன்றைய கதி என்ன என்ற கேள்வியை எழுப்புகிறது.

இந்தியப் பதிவிலிருக்கும் கப்பல் உரிமையாளர்களைப் பாதுகாப்பதற்காகவே உருவாக்கப்பட்ட கேபோட்டேஜ் சட்டம் நாளும் தளர்த்தப்படுவதுபோல, மத்திய அரசின் பொது எண்ணெய் நிறுவனங்கள் தங்களுடைய ஏற்றுமதி இறக்குமதித் தேவைக்கான கப்பல்களை வாடகைக்கு அமர்த்துவதிலும் சுயசார்புக்

கொள்கையிலிருந்து சமீபத்தில் விலக்கம் பெற்றிருக்கின்றன. ஒப்பந்தத்தின் முதல் மறுப்பு உரிமை இந்திய கப்பல் நிறுவனங்கள் பெற்றிருந்தாலும் ரூ. 200 கோடிகளுக்குக் குறைவான ஒப்பந்தங்களுக்குத் தொடர்ந்து வெளிநாட்டு நிறுவனங்களையே அமர்த்தும் நிலை ஏற்பட்டிருக்கிறது. ஒப்பந்தங்களை இந்திய கப்பல் உரிமையாளர்களுக்காக அறிவித்து, அவர்களிடம் கப்பல்கள் இல்லாத நிலையில் சர்வதேசச் சந்தைக்குப் போவதால் உரிய நேரத்தில் கப்பல் கிடைக்காத நிலை வருகிறது; அதனால் பெருமளவு இழப்பு ஏற்படுகிறது; எனவே ஒப்பந்தத்தை நேரடியாகச் சர்வதேச நிறுவனங்களுக்கே விட்டுவிடலாம் எனப் பொது எண்ணெய் நிறுவனங்கள் அரசுக்கு அழுத்தம் கொடுக்கின்றனவாம். எண்ணெய் நிறுவனங்கள்தான் இப்படியென்றால் இரும்பு உற்பத்தி நிறுவனங்களோ, சீன ஏற்றுமதியாளர்களுக்கு எதிராக அரசிடமிருந்து ஆண்டி டம்பிங் வசதியைப் பெற்றுக்கொண்டு அதனால் விளையும் இலாபத்தை, வெளிநாட்டுக் கப்பல் நிறுவனங்களுக்கு அதிக பயணக் கட்டணமாய்ச் செலுத்தி இழந்துவிடுகின்றன.

நாட்டின் சரக்குப் போக்குவரத்துக்கான சர்வதேச ஒப்பந்தத்தில் முதல் மறுப்பு உரிமை இந்திய கப்பல் நிறுவனங்களுக்கு இருந்தாலும், அவர்களால் பரிசீலிப்புத் தொகையில் 20 சதவீதம் குறைவாகக் கூட வர முடியாத நிலையே இருக்கிறது. காரணம், உள்நாட்டில் தொடரும் பலதரப்பட்ட வரிவிதிப்பு. முதலீடு சார்ந்த வரிவிதிப்பு ஒருபுறமென்றால், அன்றாடச் செயல்பாடு சார்ந்த வரி விதிப்பும் அதிக சதவீத வட்டியுடனான வங்கிச் செயல்பாடுகளும் மறுபுறம். நாட்டின் ஒருங்கிணைந்த பயன்பாட்டைக் கருத்தில்கொள்ளாமல், ஒவ்வொரு துறையும் தனித்தனியான தீவுபோல செயல்பட்டுக் கப்பலோட்டம் என்ற மாபெரும் தொழிலை நாளும் நிர்க்கதியில் தள்ளியபடியே இருக்கின்றன.

மோட்டார் வாகனத் துறையில் கடந்த பல பத்து வருடங்களாகச் சாலை வாகனத் தொழில் முனைவோர், அதற்குப் போட்டிபோட்டுக் கடன்தர முன்வரும் வங்கிகள், பலதரப்பட்ட வாகன உற்பத்தியாளர்கள், சாலை வசதி மற்றும் ஊக்குவிக்கும் அரசு என ஏற்பட்டிருக்கும் சாதகமான சூழல், கப்பல்துறையில் மட்டும் எட்டிப் பார்க்கவே இல்லை. கைக்கு எட்டிய தூரத்தில் இருக்கும் இந்த மாபெரும் வியாபார வாய்ப்பையும், அதற்கான சூழலையும் ஏற்படவிடாமல் தடுக்கும் சக்திகள் எவையென்பதைப் போர்க்கால அடிப்படையில் ஆய்வுசெய்து, கண்டறிந்து நிவர்த்தி செய்வது அரசின் தலையாயக் கடமையல்லவா?

கண்ணுக்கு முன்னால் இவ்வளவு பெரிய வியாபார வாய்ப்பு கடல்போல் விரிந்துகிடப்பது தெரிந்தும், கடந்த 73 ஆண்டுகளுக்கும் மேலாகக் கடல்வழிப் பயணக் கட்டணம் என்ற பெயரில் வெளியேறிய அந்நியச் செல்வாணி பற்றி யாரும் கணக்கில் கொள்வதாய்த் தெரியவில்லை. கடந்த காலங்களின் புள்ளி விவரங்களை ஆராய்ந்தால், அரசின் பொது எண்ணெய் நிறுவனங்கள், இந்திய கப்பல் நிறுவனங்கள் வசூலிக்கும் பயணக் கட்டணத்தை விட வெளிநாட்டுக் கப்பல் நிறுவனங்களுக்குக் குறைந்தபட்சம் 25 சதவீதம் அதிகம் செலுத்தியிருப்பது தெரியவரும். மேலோட்டமாகப் பார்க்கும்போது, வெளிநாட்டுக் கப்பல் நிறுவனங்கள் வசூலிக்கும் பயணக்கட்டணங்கள் மலிவானதாய்த் தெரிந்தாலும், வியாபார ஒப்பந்தம் உறுதி செய்யப்பட்டுச் சரக்குப் போக்குவரத்து நடைமுறைக்கு வந்தபின், அவர்களின் கட்டணம் வசூலிக்கும் யுக்தியே மாறியிருப்பதும் புலப்படும். மொத்தத்தில் பொது எண்ணெய் நிறுவனங்கள் தங்களுக்குத் தேவையான கப்பல்களைப் பெறுவதற்காகக் கொடுக்கும் விலாசத் தரகு, இடைத்தரகு மற்றும் தண்டத் தொகைகளைக் கணக்கிட்டால் இந்த இழப்பு இன்னும் பத்து சதவீதம் உயர்வதற்கான வாய்ப்பே இருக்கிறது.

கடந்த ஆட்சியாளர்கள் செய்த தவறுகளைத் திருத்தி அல்லது செய்யத் தவறிய பொருளாதார நடவடிக்கைகளை முறைப்படுத்தி வளமான, வலிமையான இந்தியாவை உருவாக்குவோம் என்று ஆட்சிக்கு வந்த புதிய ஆட்சியாளர் களும் இந்த விடயத்தில் அக்கறையில்லாமல் இருக்கிறார்களா அல்லது கள்ள மௌனம் சாதிக்கிறார்களா என்பதும் தெரியவில்லை. ஒருவேளை தங்களுக்குச் சாதகமான பெரும் தனியார் நிறுவனங்களின் வருகைக்காகக் காத்திருக்கிறார்களோ என்னவோ?

ஒரு நாட்டின் கப்பலோட்டம் கடலில் சரக்குகளைச் சுமந்து செல்லும் கப்பல்களின் எண்ணிக்கையும், அதற்கு இணையான கையாளுமைத் தகுதிவாய்ந்த துறைமுக அமைப்பும் கொண்டிருப்பதுதான். காலனியவாதிகள், மிகத் தெளிவாகக் கடைப்பிடித்த கடல்வழி வாணிபக் கொள்கை இது. ஒன்றை விடுத்து, மற்றொன்றைத் தேவைக்கு அதிகமாக வளர்த்தெடுப்பது பெரும் பொருளாதாரச் சீரழிவுகளுக்கே வழி வகுக்கும். நாட்டின் உணவு, உரம், எரிபொருள் தேவைக்காகக் கடந்த இருபது ஆண்டுகளாய்ச் சர்வதேச அளவில் எந்தெந்த நிறுவனங்கள், இந்திய சரக்குப் பெயர்ச்சிமைக்காகக் கப்பல்கள் வழங்கியிருக்கின்றன என்பதையும் அக்கறையோடு ஆய்வு செய்தால், அதிர்ச்சியளிக்கும் பல உண்மைகள் வெளிவரும்.

கப்பலோட்டம்சார் வியாபாரத்தை இருண்ட பகுதியாகவே தொடரவிட்டு; அதன் ஓட்டைகளைக் கவனமாகப் பாதுகாத்து, அதன்மூலம் வழியும் பணத்தில் வாழ்வை வளமாக்கிக் கொண்டிருக்கும் அதிகார வர்க்கத்தைக் கண்டறிந்து தண்டிப்பதற்கு அரசு முன்வர வேண்டும். நாட்டின் சரக்குப் போக்குவரத்து வியாபாரத்தில் ஏழு சதவீதம் கூட பங்கேற்க முடியாமல் தவிக்கும் இந்திய கப்பல் உரிமையாளர்களின் பங்களிப்பை மேலும் குறைக்கும்விதமாக, அவர்களின் கப்பல்கள் இந்திய பதிவுபெற்றதாய் இருந்தாலும், இந்தியாவிலேயே அந்தக் கப்பல்களின் கட்டுமானமும் நடந்திருந்தால்தான் அவர்களால் இந்திய சரக்குப் போக்குவரத்தில் பங்களிப்பு செய்ய முடியும் என்ற அறிவுறுத்தல் அண்மையில் கப்பல்துறை அதிகார வர்க்கத்திடமிருந்து வந்தது. ஆனால் ஏகோபித்த எதிர்ப்பினால் அதிகார வர்க்கம் பின்வாங்கியது. இருக்கும் சாதகமற்ற சூழலை இன்னும் சிக்கலாக்குவதற்காகவே யோசிக்கும் அதிகாரவர்க்கம், அதற்கான அடிப்படைச் சூழலான கப்பல் கட்டும் சக்தி நம்மிடம் இருக்கிறதா, அப்படி இல்லையென்றால் மாற்று ஏற்பாடு என்ன என யோசித்துச் செயல்படுவதாய்த் தெரியவில்லை.

இதுபோன்ற நடவடிக்கைகள் அறியாமையினால் நடக்கிறதா அல்லது திட்டமிட்டே செயலாக்கத்துக்கு வருகிறதா என்பதும் கண்டறியப்பட வேண்டும். ஒருவேளை அது நாட்டி லுள்ள கருப்பு ஆடுகளின் பங்களிப்போடு, இந்திய கடல்சார் வியாபார வாய்ப்பின் வசதியில் ஊறித்திளைக்கும் சர்வதேசக் கப்பல் நிறுவனங்களின் திட்டமிட்ட சதியென்றால் அதை உடனடியாகக் களைய வேண்டியது அரசின் பொறுப்பில்லையா?

இந்திய சரக்குப் போக்குவரத்துக்காக, இந்திய கப்பல் உரிமையாளர்களையே பயன்படுத்துவது என்ற நிலைப்பாடு, நிகழ்காலத்தில் சர்வதேச அரங்கில் ஒருசில இழப்புகளைச் சந்திக்க வைக்கலாம். ஆனால் அதுவே பின்னாளில் நாட்டின் சுதேசிக் கப்பல்களைப் பெருக்கும் மாபெரும் சக்தியாக மாறித் தேசப் பொருளாதாரம் காக்கும் சக்தியாக மாறிவிடும். மேலும் இந்திய கப்பல் உரிமையாளர்களுக்குக் கிடைக்கும் சரக்குப் பயணக்கட்டணம், இந்தியப் பொருளாதாரத்திற்கு உள்ளேயே சுழலும், அரசிற்கான நேரடி, மறைமுக வரி வருமானம், தொழில் வளர்ச்சி, வேலை வாய்ப்பு போன்றவற்றை உறுதி செய்யும் காரணியாக மாறும் என்ற புரிதல் வரவேண்டும்.

24 பிப்ரவரி 2021 *இந்து தமிழ் திசை* நாளிதழில்
வெளியான கட்டுரையின் முழுவடிவம்

௯ 54 ௸ ஆர். என். ஜோ டி குருஸ்

7

ஓக்கி: தாமதத்தின் பேரிடர்

“நாங்க நவம்பர் 16ஆம் தேதியே தேங்காப் பட்டணம் ஆர்பர்ல இருந்து மீன் புடிச்ச கடலுள்ள போயாச்சி. கடலுன்னா, தாவுகடல். கொறைஞ்சது 200 நாட்டிக்கல் வெலங்க, பெரிய கப்பல்வ போற எடம். நாங்க வழிவலத் தொழிலுக்காக்கும் போனோம். சரியான பாடு இல்ல, இனும டீசலும் கொறைஞ்சி போச்சி. சரி கரவுடுவோமின்னு திரும்பி வந்தோம். வார வழியில, திருழாத் தேரமாச்சேன்னு 29ஆம் தேதி பொழுது விடிய திரும்பவும் வல எளக்குதோம். எங்க கூட்டுப் படகுவளும் இது போலதாம் வல வுடுதாவ. 30ஆம் தேதி விடிய காத்து மாறிச்சி, பேக்காத்தா வந்து வுழுது. கடலும் துள்ளாட்டம் போடுது. சேலு சரியில்லியன்னு சொல்லிக் கூட்டுப் படகுவள விளிச்சி, வலயள ஏத்தச் சொல்லிட்டோம். ஒருத்தர் மாறி ஒருத்தர்னு ஏழு மணியிலிருந்து பதினொரு மணிக்குள்ள அத்தன போட்டுலயும் வல ஏத்தி முடிச்சாச்சி. எல்லாரும் கர நோக்கி ஓடுதோம். காத்து பொசலெடுத்து நிக்கிது. இருளங் கெட்டிகிட்டு கண் போச்சலும் மங்கிப் போச்சி. கூட்டுப் படகுவ வருதா, வருல்லியா ஒண்ணுந் தெரியில. எங்க போட்டுல கூலிங் தண்ணி போகாததுனால எஞ்சின் சூடாயி நின்னு போச்சி. பயத்துல கோஸ்ட் கார்ட கூப்புடுதோம், நேவியக் கூப்புடுதோம், கூப்பாடு போடுதோம் ஒருத்தனும் லைனுல வரல. எங்க போத்திமார் காலத்துலயும் இப்புடி ஒரு பொசல ஒருத்தரும் பாத்ததில்ல. பேயாச் சுத்துன காத்துல, போட்டு ஓசர போறதும் அப்புடியே பொத்துன்னு கீழ சாடுறதுமா

இருக்கி. கை பதறி கால் பதறி நிக்கிதோம். திடீர்னு அணியம் தூக்குதன்னு பொறம பாத்தா, பொறம பூரா தண்ணிக்கிள போவுது. கையில கெடைச்ச தண்ணி பாட்டயள புடிச்சிகிட்டு, பத்து பேரும் அணியத்துல ஏறி இருந்தோம். டமார்னு ஒரு சத்தம், போட்டு நடுவுல அப்புடியே நீட்டுவாக்குல ரண்டாப் பொழந்தி, தண்ணிக்கிள போக ஆரம்பிச்சிற்று. இருட்டுல கெடச்ச பிளாஸ்டிக் பாட்டவள புடிச்சிகிட்டு தண்ணிக்கிள எல்லாரும் சாடியாச்சி. ஆனா எங்கோட்டு நீய ... வெரளம் போன போக்குல நீய ஆரம்பிச்சோம். ஒருத்தனுக்க மூஞ்ச ஒருத்தம் பாக்க முடியில. மூச்சி வுட வாயத் தொறந்தா கடத் தண்ணி வாய்க்குள போவுது. இருந்தாலும் உயிரப் புடுச்சிண்டு நீயுதோம். பொண்டாட்டி புள்ளய மொகத்தப் பாத்தாவது எங்க உயிரக் காப்பாத்துன்னு நாங்க வேண்டாத தெய்வமில்ல. மாதாவ நெனச்சிண்டே நீஞ்சோம். விடிஞ்சி பாத்தா, பத்துல நாலுபேரக் காணல. வயிறு பவுச்சிது, தண்ணித் தாகமும் எடுக்குது, கைகால்லாம் தளந்து போவு. ஆறுபேரும் சேந்து நீயிதோம் ... அய்யோ இந்தப் பாத வழியே வார கப்பல்வ எங்களப் பாத்துறாதான்னு எழும்பி, எழும்பிச் சாடுதோம். கூட வந்த நாலுபேரும் பொறம வாராங்களான்னு பெலம் புடிச்சி திரும்பிப் பாத்தா, ஒரு சின்னப் பையம் கடத் தண்ணிய குடிச்சி எங் கண்ணு முன்னாலே தாந்து போறாம். எட்டிப் புடிச்ச முடியல. கடைசியா ரண்டு பேர் நீயிதோம். ராப்பூரா நீயிதோம். பொழுதுவிடிய, பக்கத்துல பளிச் பளிச்சின்னு வெட்டுதேன்னு பாத்தா, ஏதோ ஒரு போட்டுலருந்து ஒடைஞ்ச பலவத் துண்டு. ரண்டுயரும் அதுல ஏறிப் படுத்தோம், அய்யோ இந்தப் பலவ பத்து பேர தாங்குமேன்னு மனசு பாடாப் படுத்திச்சி. ரெண்டாம் தேதி காலையில் ஒரு பதினோறு மணி இருக்கும், வானத்துல ஒரு ஹெலிகாப்டர் தெரியிது. ஆனா எங்க ஒடம்புல ஓணர் இல்ல. மேலருந்து கயிறு போட்டு இறங்குனவங்க எங்க ரண்டியரையும் தூக்குனாங்க. அப்ப நாங்க எங்ககூட இன்னும் நாலுபேரு உண்டுன்னு சொல்லுதோம். அதுக்கு அவங்க நாங்க தேடுறோம், நீங்க மொதல்ல ஆஸ்பத்திரிக்கி போங்கயின்னு சொன்னாங்க" சொல்லி முடித்ததும் குலுங்கிக் குலுங்கி அழ ஆரம்பித்தார், நான் தூத்தூர் சின்னத்துறையில் கடந்த 11ஆம் தேதி இரவில் சந்தித்த அந்தோனிதாஸ்.

வயதான கடலோடிகளைக் கேட்டால், இந்தப் புயலும் அதன் தாக்கமும் கடலோரத்தில் தங்களது தாத்தாமார் காலத்திலும் கேள்விப்படாதது என்கிறார்கள். "படிச்சிற்று லீவுக்கு வந்த சின்னப் பயல்வளும் கடலுக்கு போயிருக்கான்வ மக்களே. சரி, புயல நாம தடுக்க முடியாது, ஆனா ரட்சிக்க முடியுமே! சேதாரத்தக் குறைக்க முடியுமே! கடல்ல இன்னும்

உசுரக் காப்பாத்த வாய்ப்பு உண்டும்.'' தாமதமான இந்தச் சூழலிலும் உயிர்கள் இன்னும் காப்பாற்றப் படலாம் என்ற மீனவர்களது நம்பிக்கை மெய்சிலிர்க்க வைக்கிறது. நாளும் இயற்கை என்னும் மாபெரும் சக்தியை எதிர்த்துப் போராடும் இந்த மக்களின் உணர்வை அரச அதிகாரங்கள் மதிக்கத் தவறிவிட்டன என்பதுதான் உண்மை.

ஓக்கி புயலால் தாக்குதலுக்குள்ளான பகுதி, பூமத்திய ரேகையிலிருந்து வடக்காய்ப் பத்து டிகிரிக்குள் அமைந்த இயற்கையின் பரிபூரண ஆட்சி நடக்கும் திறந்த கடல் பகுதி. புயல் காலங்களில் அலைகளின் சுழற்சியும் காற்றின் வேகமும் கணிக்க முடியாதனவாக இருக்கும். பூமத்திய ரேகையின் தென் பகுதியை விட வடபகுதியில்தான் அலைகளின் தாக்கம் அதிகமாக இருக்கும், காரணம் அடுத்து வரும் நிலப்பரப்பு. தென் பகுதியில் கண்ணுக்கெட்டிய தூரம்வரை கடல். தமிழ்நாட்டுக் கடற்கரையில், இந்தக் கன்னியாகுமரி முதல் நீரோடிவரையிலான தென்மேற்குப் பகுதியில்தான் ஆழ்கடல் மீன்பிடிப்பு, பாரம்பரிய முறைப்படி நடக்கிறது. ஆள் உயர சீலாவும், சுறாவும், வேளாவும், சூரையும் தூண்டில் கயிறு மூலம் இந்தப் பகுதியில் நமது மீனவர்கள் பிடிக்கிறார்கள். இவர்கள் செய்யும் மற்றொரு தொழில் கடல்வளத்தை எந்த வகையிலும் பாதிக்காத வழிவலைத் தொழில். ஆழ்கடலில், காற்றையும் கடலையும் கணப் பொழுதும் எதிர்கொண்டு, இயற்கையின் தொடர் சவால்களை எதிர்கொண்டுதான் இந்தத் தொழில் நடக்கிறது. நாட்டின் கடல் மீன்கள் ஏற்றுமதியில் பெரும் அந்நியச் செலவாணியை ஈட்டும் வியாபாரத்தில் இந்தப் பகுதி ஆழ்கடல் மீனவர்களின் பங்கு அதிகம்.

ஓக்கி தாக்குதலுக்கு முன்னான அறிவிப்பும், தாக்குதலுக்குப் பின்னான மீட்பு நடவடிக்கைகளும் நமது பேரிடர் மேலாண்மை மையங்களையும் அவற்றின் செயல்பாட்டையும் கேள்விக்குள்ளாக்கி இருக்கின்றன. நெருக்கடியான இதுபோன்ற பேரிடர்களில் பாதுகாப்புக் கேந்திரங்களின் நிர்வாகம் தனது நடைமுறை மரபுகளைக் கூறிப் பொறுப்பைச் சாதாரணமாகத் தட்டிக் கழித்துவிட முடியாது. நடப்பது உயிர்ச்சேதம் என்ற நிலையில் கடைப்பிடிக்கப்படும் மரபுகளைத் தற்காலிகமாக மீறி, மக்களுக்கான பாதுகாப்பை உறுதிசெய்து மீட்பு நடவடிக்கைகளில் துரிதமாக ஈடுபடும்போதுதான் இதுபோன்ற அமைப்புகளில் மக்களுக்கு நம்பிக்கை வரும். உயிர்க்காப்பின் உன்னதத் தருணங்களைத் தவறவிட்டுவிட்டு இழப்புக்கான நிவாரணம்பற்றிப் பேசுவது வாழ்வியல் புரியாத அற்ப அரசியல்வாதிகளின் கூச்சல் என்று மக்களுக்குத் தெரிந்துவிடும்.

ஓக்கிப் புயலின் பாதிப்பு, கடலிலும் கரையிலும் இருந்தது. கரையின் இழப்புகள் நிவாரணம் வேண்டி நின்ற அதேவேளையில், கடலின் உள்ளே மீட்புதான் பிரதான தேவையாய் இருந்தது. கரையின் இழப்பையும் கடலில் நடந்தபடியிருந்த உயிரிழப்புகளையும் ஒருசேர ஒப்பிட முடியாது. காரணம், கரையின் பொருள் இழப்பைத் தாராளமான அரசு நிவாரணத்தால் ஈடுசெய்துவிட முடியும். ஆனால், கடலில் நடந்த உயிரிழப்புகளை எந்தக் காலத்திலும், எப்படிப்பட்ட நிவாரணத்தாலும் ஈடுசெய்துவிட முடியாது.

புயலுக்குப் பின்னான நாட்களில், 'தேடுங்கள், சகல சக்தியையும் பயன்படுத்தித் தேடுங்கள், விசைப்படகுகளைப் போல கரை ஒதுங்க வசதியில்லாத ஃபைபர் படகுகளில் சென்றவர்களைத் தேடுங்கள்' என்ற கடற்கரையின் கூக்குரலை முற்றிலுமாகப் புறக்கணித்தது ஆட்சி அதிகாரம். உயிர் பிழைப்பதற்கு வாய்ப்புள்ளவர்களைத் தேடுங்கள் என்ற உறவுகளின் அவல ஓலம் அரச பீடங்களில் உறைக்கவே இல்லை. விளைவு, நாள்தோறும் கரை ஒதுங்கும் உயிரற்ற உடல்கள். செயற்கைக் கோள் தொழில்நுட்பத்தில் வல்லரசுகளைப் போட்டிக்கழைக்கும் நமது திறம், ஏன் இங்குமட்டும் பயன்படாமல் போனது என்ற கேள்வி கடற்கரையில் உள்ள ஒரு சாமானியனின் கேள்வியாகும். பேரிடர்ச் சூழலில் பாதுகாப்புக் கேந்திரங்கள்தான் நமது ஏக நம்பிக்கை... அவையும் தாமதமாய்ப் பணியாற்றியதன் காரணம் என்னவென்று புரியவில்லை. சராசரி இந்தியக் குடிமகனாய்ப் பல கேள்விகள் எழுகிறதே!

விவசாயத்தைப் போல் என்னுடைய நிலம் என்ற உரிமை கடலில் இல்லாதபோதும், தன்னை மீறிய சவால்களை நாளும் எதிர்கொண்டு உதாரண வாழ்க்கை வாழும் இந்த மீனவர் மேல் சமவெளிச் சமுதாயங்களின் தேவையற்ற வெறுப்பும் தொடர்ந்தபடியே இருக்கிறது. நிலப் பயன்பாட்டில், ஆலை உற்பத்தியில், வியாபாரத்தில் நம்மால் உருவாக்க முடியாத பொருளாதாரத்தை, தொடரும் இத்தனை இடர்ப்பாடுகளுக் கிடையிலும், இந்தக் கடலோரமக்கள் மட்டும் எப்படிச் சாதிக்கிறார்கள் என்ற எண்ணம் சமவெளியின் தொடர்ச்சி யான காழ்ப்புணர்வாக இருக்கிறது. இந்தக் கடற்கரையின் செழுமையான வாழ்வு, தியாகம் என்ற அடிச்சரடிலேயே கட்டமைக்கப்பட்டிருக்கிறது என்பதை ஏனோ உணர மறுக்கிறது சமவெளிச் சமூகம். சமவெளி சார்ந்த அதிகாரவர்க்கமும், வாய்ப்புக்கிடைக்கும்போதெல்லாம் இவர்களுக்கான அரசின் உதவிகளை முடிந்தவரை தாமதிக்கச் செய்வதோடு, தேவையற்ற திட்டங்களையும் கடற்கரையில்

இயற்றுவதற்குத் துணைசென்று அவற்றின் செயல்பாடுகளிலும் ஊழலுக்கான வழிவகைசெய்துவிடுகிறது. ஆக கடற்கரையில் முன்னெடுக்கப்படும் எந்த திட்டமும் கடற்கரை மக்களுக்கான தாக இல்லை. இந்த ஆழ்கடல் மீன்பிடிப்புக்குத் தேவையான மீன்பிடித் துறைமுகங்கள் தகுதியான வசதிகளோடு நமது கரைகளில் இல்லாத காரணத்தால், படகுகளை இவர்கள் கேரளாவிற்குக் கொண்டுசெல்லும் கட்டாயம் இருக்கிறது. மாநில அரசின் அலட்சியப் போக்குதான் இதற்கான முழுமையான காரணம்.

கடற்கரைப் பொருளாதாரமானது கரைகடல், அண்மைக் கடல், ஆழ்கடல் தொழில்சார்ந்த சுய சார்பு பொருளாதார மாகும். எழுபது ஆண்டுகால சுதந்திர இந்தியாவில் மீண்டெழுதலின் ரகசியம் புரிந்த இந்த அடித்தள மக்களின் வாழ்வு பற்றிய புரிதல் அரசுக்கு இல்லை என்ற கருத்தை ஏற்பதற்கில்லை. ஆட்சியாளர்களுக்குக் கரைக்கடல், அண்மைக் கடல், ஆழ்கடல் மீன்பிடித்தல் எனும் தொழில் முறையின் தேவைகள் தெரியாதா? தெரியும், தெரிந்தாலும் சுயநலம் சார்ந்த அரசு அதிகாரிகளின் அலட்சிய நடவடிக்கைகள் தொடர்ந்தபடியே இருக்கிறதே!

ஒக்கி பேரிடர் 2004இல் வந்த சுனாமியைப் போல் ஒருநாள் துயரமல்ல. ஆளுமை மிக்க தென்கடலின் ஆழ்கடல் மீனவரைத் தாக்கி, அவர்கள், உயிரோடு இருக்கிறார்களா, இல்லையா,எங்காவது தீவுப் பகுதிகளில் அடைந்திருக்கிறார்களா, அங்கும் அவர்கள் வாழ்வதற்கான சூழல் இருக்கிறதா, இல்லையா என்று கடலோரம் நின்றபடி பரிதவிக்கும் உறவுகளின் தொடரும் துயரம். தேடப்படுபவர்களில், வேலை வாய்ப்புத் தேடிக் கடலோரம் வந்து தூண்டல் மீன் பிடிக்கும் ஃபைபர் போட்டுகளில் மீன்பிடிக்கப் போன வட மாநிலத்தவர்களும் அடக்கம். கேட்க நாதியற்றுப் போன அவர்களின் நிலையும் பரிதாபத்திற்குறியதே.

இந்தத் துயரத்தின் உச்சத்திலிருக்கும் கடலோர மக்களை, ஒருபுறம் ஆட்சி அதிகாரத்திலிருப்போர் ஆணவத்தோடான அலட்சியத்தோடும், போலியாகவும் அணுகுகிறார்களென்றால், பொறுப்பற்ற ஒருசில தமிழ் இணைய பதிவாளர்களின் பதிவுகளும், நம்மை முகம் சுழிக்க வைத்து வேதனைப்பட வைக்கின்றன. வாழ்வாரத்திற்கான போராட்டத்தில், தங்களது உறவுகளைப் பறிகொடுத்து நிர்க்கதியாய் நிற்கும் குடும்பங்கள் முன்னெடுக்கும் கவன ஈர்ப்புப் போராட்டங்களை, மதச்சாயம் பூசிக் கொச்சைப் படுத்துவது எந்த வகையான கலாச்சார மென்றே தெரியவில்லை. இதுதான் நாம் கலாச்சாரப்

பெருமையாய் வரலாற்றுக் காலந்தொட்டே கூறிவரும் அறம்சார் வாழ்க்கையா?

கடற்கரையில் ஆளுமைமிக்க தலைமையோ, அரசியல் அமைப்போ இல்லை என்ற ரகசியம் யாருக்கும் தெரியாத பரம ரகசியமன்று. இதன் காரணத்தால், இருக்கக்கூடிய அமைப்புகளிடத்தில் மக்கள் தஞ்சம் புகுவது இயல்புதானே? கவன ஈர்ப்புப் போராட்டங்களை முன்னெடுக்கும் பாதிரிமார் களில் எவரும் விதேசிகளில்லை. அவர்கள் சுதேசிகள்... தந்தையை, தமையனை, உறவுகளை இழந்து தவிக்கும் மண்ணின் மைந்தர்கள். அவர்களை வன்மத்தோடு விமர்சிப்பது எந்த விதத்தில் நியாயமென்று தெரியவில்லை.

இந்த நிலைதான் 'வேற்றுமையில் ஒற்றுமை என்ற நமது பாரம்பரியமிக்க பாரதப் பண்பாட்டில் இன்னும் நம்பிக்கையுள்ளோரைச் சிந்திக்க வைக்கிறது. கடற்கரையைச் சார்ந்திருக்கும் ஒருசில போலியான சமவெளிச் சகோதரர் களின் குரோத மனப்பான்மையைக் கடற்கரை மக்கள் அறியாதவர்களல்ல. கரையை ஒட்டியுள்ள சமவெளிப் பிரதேசங்களின் பொருளாதாரமும், கடலுக்குள் அன்றாடம் நடக்கும் தியாக வாழ்வை நம்பி இருப்பது அவர்களுக்கும் தெரியும். நிலப்பரப்பின் ஆட்சியதிகாரத்திலும் அரசியலிலும் கடற்கரை மக்களை இவர்கள் தொடர்ந்து நுழையவிடாமல் செய்வதோடு மட்டுமல்லாமல், வேண்டுமென்றே வெறுப்பையும் வன்மத்தோடு விதைக்கிறார்கள். நிகழ்காலத்தில் சுயநலமாய், தொடர்ச்சியாய்க் கடற்கரையில் முன்னெடுக்கப்படும் சட்ட திட்டங்களால், வெறுப்பரசியலால் வரும்காலங்களில் தங்களையும் வாழவைக்கும் இந்தப் பொருளாதாரச் சூழல் இல்லாமலே போய்விடும் என்று அவர்களுக்கு அறிவுறுத்தும் அக்கறையான தலைவர்கள் இன்று இல்லாமல் போனதும் இதற்கான முக்கிய காரணம்.

'புறக்கணித்தலின் அரசியலே' இந்தப் பேரிடருக்குப் பின்னான நாட்கள் உணர்த்தும் அரசியல் பாடம். செயல் படுவதில் தாமதம் செய்தால் அது பேரிழப்புக்கு இட்டுச் செல்லும் வழி என்பதை அரசும் ஆட்சியாளர்களும் உணர்கிறார்களோ இல்லையோ, கடலோர மக்கள் உணர்வது காலத்தின் கட்டாயம்.

நவம்பர் 29, 30 தேதிகளில் காற்று வேகமாய் வீசும் என்ற அறிவிப்பு வந்தது. ஆனால் கடல் மைல்களுக்கும், கிலோ மீட்டருக்கும் வித்தியாசம் தெரியாதவர்களால் செய்யப்பட்ட அறிவிப்பு அது. புயல் சின்னம் கடலில் வெகுதூரத்தில் உருவாகி நகர்ந்திருந்தால் முறையான அறிவிப்பைச் செய்திருக்க முடியும்;

புயல், தென் கடலில் நிலப்பரப்பிற்கு வெகு அருகாமையிலேயே உருவாகி நிலத்தை நோக்கி நகர்ந்து, மேற்குத் தொடர்ச்சி மலைகளால் தடுக்கப்பட்டுக் கடலுக்குள் திரும்பிப் பின் வடமேற்கில் நகர்ந்திருக்கிறது. அதனால் எங்களால் புயலின் வேகத்தையும் திசையையும் கணிக்க முடியவில்லை என்ற கருத்தும் ஏற்புடையதல்ல. நிகழ்வுலகின் இதுபோன்ற யதார்த்தங்கள் வானிலை மையங்கள் உண்மையிலேயே அக்கறையோடு இயங்குகின்றனவா என்ற கேள்வியை எழுப்புகின்றன.

சமீபத்தில் பாக் ஜலசந்தி மீனவர்களின் பிரச்சினை களுக்கான தீர்வாக முன்வைத்து, ஆழ்கடல் மீன்பிடிப்பை ஊக்குவிப்பதாய் விளம்பரம் செய்யும் மத்திய, மாநில அரசுகள் இந்தப் பேரிடர் சூழலில் முனைப்போடு செயல்படாததன் மர்மம் என்ன?

ஆழ்கடல் மீன்பிடிப்பு வரைமுறை செய்யப்பட்டு, நவீன தொலைதொடர்புச் சாதனங்கள் பயன்பாட்டுக்கு வந்து அவை மீனவர் உயிர்காக்கப் பயன்படவேண்டும். ஒருவேளை மத்திய அரசில் மீன்துறைக்கென தனி அமைச்சகம் அமைந்திருந்தால், துரிதச் செயல்பாடுகள் சாத்தியமாகியிருக்குமோ என்ற கேள்வி இன்றைய சூழலில் எழாமலில்லை! எதிர்க்க முடியாத இயற்கையின் மாபெரும் சக்தியான கடலன்னையிடம் மீனவர்கள் நாளும் போராடிப் பெறுவது மட்டுமல்ல வாழ்வு; மதமாச்சர்யங்களை, சாதியைக் கடந்து ஒன்றுபட்ட இனமாய், நிலப்பரப்பின் நிகழ்கால அரசியலில், ஆட்சி அதிகாரத்தில் பங்கேற்பதும் இன்றைய வாழ்தலின் இன்றியமையாத தேவை என்ற உண்மையைக் கடலோரத்தில் புரியவைத்திருக்கிறது ஓக்கி புயல்.

21 டிசம்பர் 2017இல் *தி இந்து தமிழ்* நாளிதழில் வெளியான கட்டுரையின் முழுவடிவம்

8

கடல்வழி வணிகத்தில் நாம் சறுக்குவது ஏன்?

சுதந்திரத்துக்குப் பின்னான காலந்தொட்டு இன்றுவரை நமது கரையோரத் துறைமுக அமைப்பும், கடல்வழி வாணிபமும் வந்தாரை வாழ வைத்துக் கொண்டிருக்கிறதே அல்லாது, நமக்கானதாக ஒருபோதும் இல்லை. தேசப் பிரிவினையில் கராச்சித் துறைமுகம் பறிபோன சூழலில், வடமேற்கில் காண்ட்லா துறைமுகம் உருவானது முதற்கொண்டு, அனைத்துமே பதறித் தீயை அணைக்கும் துரித முயற்சிகள் அல்லது போட்டி மனப்பான்மையோடு உருவானவை. கடந்த எழுபத்திரண்டு ஆண்டுகளிலும் இந்தியாவின் கப்பல் துறையோ துறைமுகத் துறையோ உலகத்தரத்தில் முன்னேறவே இல்லை.

சர்வதேசக் கப்பலோட்டத்தில், உலக நாடுகளுக்கு முன்னோடியாக இந்தியா சாதித்திருக்க வேண்டியவை ஏராளம். ஆனால் நம்மைவிட தட்பவெப்ப நிலையிலும், பூகோள அமைப்பிலும் சாதகமில்லாத சீனாவைவிட நாம் மிகவும் பின்தங்கியே இருக்கிறோம். சரக்குகளின் பெயர்ச்சிமையிலாகட்டும், உலகத் தரமான துறைமுகங்களிலாகட்டும், இன்னும் கப்பல் கட்டும் வசதியிலும், நீர்வழிச்சாலைப் பயன்பாட்டிலும், கப்பல்களின் எண்ணிக்கையிலும், அதன் சராசரித் துறைமுகச் செயல்படு நேரத்திலும், சீனா எட்ட முடியாத உயரத்திலேயே எப்போதும் இருக்கிறது. சீனாவிடம் நம்மைப் போல மேற்கு, கிழக்கு என

நீளமான இரண்டு கடலோரங்கள் இல்லை. வருடத்தின் பல மாதங்கள் கடுங்குளிரால் பாதிப்புக்குள்ளாகும் கிழக்குக் கடலோரம் மட்டும்தான், மேற்குப் பகுதியோ முழுவதும் நிலப்பரப்பால் அடைபட்டுக் கிடக்கிறது. தொலைநோக்குப் பார்வையுள்ள திட்டங்களால், உலகத் தரவரிசைப் பட்டியலில், முதல் பத்தில் ஏழு சீனாவின் துறைமுகங்கள். இன்று உலக வர்த்தகத்தையே தன் ஆளுமையின் கீழ் கொண்டுவரப் புதிய பட்டுவழித் தடத்தை நீரிலும் நிலத்திலும் முனைப்போடு முன்னெடுக்கிறது சீனா. ஆனால் 15ஆம் நூற்றாண்டு வரை யிலான காலங்களில் இந்தியாவும் சீனாவும் ஒன்றுகொன்று போட்டியாகவே உலகப் பொருளாதாரத்தில் முன்னணியில் இருந்திருக்கின்றன.

தேசத்தின் தீவுகளையும் கணக்கில்கொண்டால், நாட்டில் 8118 கி.மீ நீளக் கடற்கரை இருக்கிறது. காலனியவாதிகளான போர்ச்சுக்கீசியர்களாலும் டச்சுக்காரர்களாலும் வெள்ளைக்காரர்களாலும் பெரும் வரப்பிரசாதமாகப் புரிந்து கொள்ளப்பட்டுப் பயன்படுத்தப்பட்ட கடற்கரை. நாட்டின் கப்பலோட்டத்துக்குத் தேவையான ஒருங்கிணைந்த கட்டமைப்பையே அவர்கள் கடலோரங்களில் உருவாக்கிக் கடலோடிகளையும் இணைத்து வாணிகம் செய்தார்கள். பழங்காலந்தொட்டு, பாய்மரக் கப்பலோட்டும் கடலோடிச் சமூகங்கள், தேசத்தின் கடல்வழி வாணிபத்திற்குச் செய்த பங்களிப்பு கணக்கிலடங்காது. அவர்களின் அர்ப்பணிப்பான பங்களிப்பை அப்படியே புறந்தள்ளிவிட்டு, கடல்வழி வாணிபத்தில் செய்ய முற்படும் எந்த முயற்சியும் நிலத்தில் வேர்பாவாத மரங்கள் போலச் சாய்ந்துவிடும்.

அடிப்படைக் கட்டமைப்புகளைச் சீர்படுத்துவதென்றால், துறைமுகம், கப்பல் துறைகளில் மலிந்துகிடக்கும் சீர்கேடுகளை அடையாளம் கண்டு சரிசெய்வதும், செயல்பாட்டில் குறுக்கே நிற்கும் பழங்காலத்துச் சட்டங்களையும் நடைமுறைகளையும் மாற்றுவதும், இதுகாறும் பொருளாதாரம் காத்த கடல்சார் சிறு, குறு தொழில் முனைவோரை அடையாளம் கண்டு அவர்களின் பாதுகாப்பை உறுதிசெய்து, தொழில்நுட்ப வசதிகளோடு அவர்களை அடுத்த கட்டத்திற்கு நகர்த்துவதும் ஆகும்.

உள்நாட்டுச் சரக்குப் போக்குவரத்துக்காகக் கரையோர நடை செய்யும் சிறிய சேகர கப்பல்கள் பெருமளவில் தேவை என்று அறிக்கைகள் சொல்கின்றன. அப்படியானால், மத்தியில் ஆட்சி மாறிய கடந்த ஆறு வருடங்களுக்குள் தீபகற்பத்தில் பாய்மரக் கப்பலோட்டிய கடலோரச் சமூகங்கள், அதன் இன்றைய தேவையான சிறிய கப்பலோட்டும் தொழிலுக்கு

ஊக்குவிக்கப் பட்டிருக்க வேண்டும். தேசமெங்கும் முடங்கிக்கிடக்கும் சிறு துறைமுகங்கள் பயன்பாட்டிற்கு வந்து, அவற்றின் மூலம் சிறு சேகர கப்பல்கள் பிரதான துறைமுகங்களுக்கிடையில் நடை செய்திருக்க வேண்டும். தேசத்தின் வளர்ச்சிக்கு மட்டுமல்லாது சுற்றுச் சூழல் பாதுகாப்பிற்கும் அது இன்றியமையாத தேவையும்கூட. ஆனால் அது சம்பந்தமாக ஒரு சிறு அசைவுகூட தேசிய அளவில் தென்படுவதாயில்லை.

சர்வதேசக் கப்பல் உரிமையாளர் பங்களிப்பில் இந்தியாவின் பங்கு இன்றும் ஒரு சதவீதத்திற்கும் குறைவாகவே இருக்கிறது. ஏற்றுமதி, இறக்குமதிப் பெயர்ச்சிமைக் கட்டணமாகப் பெரும் அந்நியச் செலவாணியை நாள்தோறும் இழக்கிறோமே. காரணம், புரிதல் இல்லாமையினால் வரும் அலட்சியமா அல்லது ஆட்சியதிகாரத்தின், அதிகார வர்க்கத்தின் தொடர்ந்த துரோகமா?

இந்திய தேசத்தில் இருக்கும் வியாபார வாய்ப்பைப் பயன்படுத்த வெளிநாட்டுக் கப்பல் உரிமையாளர்களும் சரக்குப் பெட்டக உரிமையாளர்களும் போட்டி போட்டுக்கொண்டு வருகிறார்கள். கப்பல் உரிமையாளர்களாய் இருப்பதைக் காட்டிலும், உரிமையாளர்களின் முகவர்களாய் இருப்பது இலகுவானது என்ற மனநிலை நமது தொழிலதிபர்களுக்குக் காலனிய காலத்திலேயே வந்துவிட்டது. தேசத்தில் கப்பல் உரிமையாளர்களின் முகவர்கள் வளர்ந்த அளவுக்குக் கப்பல் உரிமையாளர்களும் சரக்குப் பெட்டக உரிமையாளர்களும் பெருகவே இல்லை. இந்தச் சூழலைச் சாதாரண புள்ளியியல் விவரமாக ஒருபோதும் கருத முடியாது.

ஒருபுறம் ஏற்றுமதி, இறக்குமதிப் பயணக் கட்டணமாய், அந்நியச் செலவாணி வீணாகிறதென்றால் மறுபுறத்தில், பெரிய கப்பலோட்டும் வியாபாரமும் அதன்மூலம் கிடைக்கும் இளைஞர்களுக்கான நேரடி, மறைமுக வேலைவாய்ப்பும் இல்லாமல் போய்விடுகிறது. ஒருவகையில் இது நாட்டின் மிகப்பெரிய பொருளாதாரத் தோல்வி. இந்தச்சூழல் தானாக அமைந்ததா அல்லது நமது ஆட்சியதிகாரத்தின் தொடர்ச்சியான கையாலாகாத தனமா என்பதை மிக உன்னிப்பாக ஆராய வேண்டும். இங்கே இத்தனை இடர்ப்பாடுகளுக்கிடையிலும், தொழில் செய்யும் நமது கப்பல் உரிமையாளர்களின் செயல்பாடுகளை உள்நோக்கத்தோடு நசுக்கும் அதிகாரவர்க்கம், வெளிநாட்டுக் கப்பல் நிறுவனங்களைச் சர்வசுதந்திரமாக வளரவிட்டிருக்கிறதோ என்ற சந்தேகமும் நாளுக்கு நாள் வலுக்கிறது.

கப்பல் துறையின் பிரதான அமைப்பாகச் செயல்படும் டைரக்டர் ஜெனரல் அலுவலகம், கப்பல்களில் பணிசெய்யும் சிப்பந்திகளுக்கான சான்றிதழ் வழங்கும் வேலையிலும், அதன் பயிற்சி நிறுவனங்களை மேற்பார்வை செய்வதிலும்தான் இருக்கிறதே அல்லாமல் தேசத்தின் அத்தியாவசியத் தேவையான சரக்குக் கப்பல்களின் எண்ணிக்கையைக் கூட்டுவதிலோ, அதன் சுதேசிக் கட்டுமானத்தை உறுதிசெய்வதிலோ அல்லது கடலோடிகளைச் சுதேசிக் கப்பல் உரிமையாளர்களாய் உருவாக்கி, ஊக்கப்படுத்துவதிலோ இல்லை.

இந்தியாவிலும் கேபோட்டேஜ் சட்டம் நடைமுறையிலிருக்கிறது. ஒரு தேசத்தில் உருவாகும் சரக்குகள், அந்தத் தேசத்தின் ஒரு துறைமுகத்திலிருந்து மற்றொரு துறைமுகத்துக்குக் கொண்டு செல்லப்படவேண்டுமானால் அது உள்நாட்டில் பதிவு செய்யப்பட்ட கப்பல்களாலேயே செய்யப் படவேண்டும் என்கிறது சட்டம். இங்கு இந்தச் சட்டம், ஒவ்வொரு நாளும் உள்நோக்கத்தோடு தளர்த்தப்படுகிறது. காரணம், இந்தச் சரக்கைச் சுமந்து செல்லக்கூடிய கப்பல்கள் இங்கு இல்லையாம். பாதுகாப்பாய்க் கப்பல் உரிமையாளர் சங்கத்திடம் தடையில்லாச் சான்றிதழும் பெற்று அன்றாடம் அமோகமாய் நடக்கிறது வியாபாரம். தேவையான கப்பல்களைக் கட்டிப் பொருளாதாரம் காப்பது நமது கடமையில்லையா?

உருவாக்குத் தளத்திலிருந்து உபயோகத் தளத்திற்குச் சரக்குகளைக் கொண்டுசேர்க்கும் சரக்கு பெயர்ச்சிமை (லாஜிஸ்டிக்ஸ்) குறித்த புரிதல் அதிகாரிகளுக்கும் ஆட்சியிலிருப்போருக்கும் மட்டுமல்லாது நமது தொழிலதிபர்களுக்கும் வரவேண்டும். அறிவுசார் சமூகமும் ஊடகங்களும் நாட்டின் சரக்குப் பெயர்ச்சிமையைத் தொடர்ந்து கண்காணித்து விவாதங்களை முன்னெடுக்க வேண்டும். பல்கலைக்கழகங்களில் இந்தத் துறை குறித்த பாடத் திட்டங்களும் உருவாக்கப்பட்டு, ஆராய்ச்சிகள் முன்னெடுக்கப்பட வேண்டும். அப்படிப்பட்ட தொடர் கண்காணிப்பில் இருந்தால்தான் சரக்குகளின் போக்குவரத்து சம்பந்தப்பட்ட இந்தத் துறை நமது மண்ணிலும் முன்னேற்றம் பெறுவதற்கான வாய்ப்பிருக்கிறது.

சாகர்மாலாவைப் பொறுத்தவரையில் இரண்டே வாய்ப்புகள்தான் இருக்கின்றன; ஒன்று, கரைக் கட்டமைப்பில் ஏற்படுத்தப்படும் பயன்பாட்டு வசதிகளை அரசால் அக்கறையோடு உருவாக்கி ஊக்குவிக்கப்படும் சிறிய, பெரிய சுதேசிக் கப்பல் உரிமையாளர்களே பயன்படுத்தும் வகையில் செய்து அடித்தள மக்களின் பங்களிப்பால் பொருளாதாரம் காப்பது. இரண்டு, வழக்கம்போலவே பாரம்பரியப் பங்களிப்புச்

சமூகங்களை அழித்து, பரந்து விரிந்த இந்த தேசத்தை, விதேசிகளின் சரக்கு உருவாக்குத் தளமாகவே தொடர்ந்து நீட்டிக்கச் செய்வது. அப்படி ஒரு நிலை ஏற்பட்டால், பணியில் ஈடுபடுத்தப்படும் விதேசிக் கட்டுமான நிறுவனங்களும், அவர்களின் சுதேசி அடிவருடிகளும், விதேசிக் கப்பல் உரிமையாளர்களும், அவர்களின் சுதேசி முகவர்களும் வழக்கத்தைவிட இன்னும் முனைப்போடு தொடர்கொள்ளை செய்வார்கள். மேலாண்மை சார்ந்து தொழில்நுட்பம் சார்ந்தும் உலகத் தரத்தில் நாம் உருவாக்கும் இளையோர் பட்டாளமும், சர்வதேச நிறுவனங்களின் கொத்தடிமைகளாய்த் தொடர்வார்கள்.

29 ஜனவரி 2021இல் *இந்து தமிழ் திசையில்* வெளியான கட்டுரையின் முழு வடிவம்

ஆர். என். ஜோ டி குருஸ்

9

கப்பல் துறை,
இந்நொடித் தேவை...

"சுண்டைக்கா காப் பணம், சுமைகூலிதாம் முக்காப் பணம்" இது ஏதோ ஊர்க்காட்டுக் கிழவியின் உளறல் என்று தள்ளிவிட்டு போய் விட முடியாது. இதுதான் லாஜிஸ்டிக்ஸ் என்ற இன்றைய சரக்குப் போக்குவரத்தின் நிதர்சனமான நிலை; இது ஒரு புரிதல். இந்தப் புரிதல் வரும்போதுதான் நமது கப்பல் துறையும் அதன் சக அமைப்பான துறைமுகத் துறையும் நாட்டில் எவ்வாறான முன்னெடுப்புகளைச் செய்ய வேண்டும் என்பது புரியும்.

பிரபலமான கப்பல் ஏஜென்சி ஒன்றின் தலைவராக இருக்கும் நண்பரோடு பேசிக் கொண்டிருந்தேன். "இந்தியாவில் கப்பல் ஏஜென்சிகள் வளர்ந்த அளவுக்குக் கப்பல் உரிமையாளர்கள் இல்லையே, இருக்கக்கூடிய கப்பல் உரிமையாளர்களும் மால்டா, பிலீஸ், ஹோண்டுராஸ், பனாமா எனக் கப்பல்களை ரெஜிஸ்டர் பண்ண போறாங்க. வெளிநாட்டுக் காரன் ஒருத்தன் கூட இந்நாள்வர நம்ம இந்திய ரெஜிஸ்ட்ரேசன ஏத்துக்கல. காரணம், கப்பல், துறைமுகத்துறை சார்ந்த எந்தச் செயல்பாடும் வெளிப்படையா இல்லை." என்றார் நண்பர். என்னால் மறுத்துப் பேச முடியவில்லை.

இந்தியாவில் கடந்த இருபது ஆண்டுகளில் விவசாய, கனிம, ஆலை உற்பத்தி பல

மடங்கு பெருகியிருக்கிறது. அதற்கு ஏற்றார்போல் வளர்ச்சியை, கப்பல் துறையிலோ அல்லது துறைமுகத் துறையிலோ காணமுடியவில்லை. இவ்வளவு தூரம் பரந்து விரிந்து 13 பெருந் துறைமுகங்களோடும், தனியார் துறைமுகங்களோடும், 180க்கும் மேலான சிறு துறைமுகங் களோடும் இருக்கக் கூடிய இந்தத் தேசத்தில் உற்பத்தியாகும் சரக்குகளைத் தொடர்ச்சியாய் வெளிநாட்டுக் கப்பல்களே சுமந்து செல்கின்றன. எவ்வளவோ அந்நியச் செலாவணி வீணாகிறது. சரக்குகளைச் சுமந்து செல்லும் கப்பல்களின் உலகப் பங்களிப்பில் நமது தேசத்தின் பங்கு வெறும் ஒரு சதவீதம் மட்டுமே.

சர்வதேசத் தரவரிசைப் பட்டியலில் முதல் முப்பதுக்குள் எந்த இந்தியத் துறைமுகமும் இல்லை. சீனத் துறைமுகமான சாங்காய் கடந்த பல வருடங்களாக முதலிடத்தைத் தக்கவைத்துக் கொண்டிருக்கிறது. சிங்கப்பூர் இரண்டாம் இடத்திலேயே நின்று நிலைக்கிறது. தர வரிசைப் பட்டியலின் முதல் பத்தில் ஏழு சீனாவின் துறைமுகங்கள்.

கடந்த காலங்களில் கிரேக்கரோடும் யவனரோடும் சோனகரோடும் வணிகம் செய்தோம், மேலைக் கடல் முழுவதும் கப்பல் விட்டோம், கீழைக் கடல் கடந்து கடாரம் கொண்டோம் என்பதெல்லாம் வரலாறாய் நிற்கிறது. கஷ்மீரிலிருந்து கன்னியாகுமரிவரை, கிழக்கிலிருந்து மேற்குவரை இந்தியா பரந்து விரிந்த பெரும் நாடு. எங்கும் உழைப்பாளிகள் கூட்டம். விவசாயம், கனிமம், ஆலை உற்பத்தியென இங்கு சரக்குகளுக்கு குறைவேயில்லை. உற்பத்தியில் கவனம் செலுத்திய அளவுக்கு, நாம் அதைக் கொள்முதல் செய்யும் இடங்களுக்குக் கொண்டு சேர்க்கும் கலைக்கு முக்கியத்துவம் கொடுக்கவில்லை. தயாரிப்பு பொருளாதாரத்தைக் காட்டிலும், அந்தத் தயாரிப்பைக் கொள்முதல் இடங்களில் கொண்டுசேர்க்கும் சரக்குப் போக்குவரத்துப் பொருளாதாரமே பிரதானமானது என்பதை உலகம் உணர்த்தியபடி இருக்கிறது.

சரக்குகளின் உற்பத்தி பெருகிய அளவுக்கு அந்தச் சரக்கைச் சுமந்து செல்லும் கப்பல்களின் உரிமையாளர் எண்ணிக்கை உயரவில்லை என்பதை வெறும் புள்ளியியல் விபரமாக நோக்காமல், பொருளாதாரத் தோல்வி எனக் கருதவேண்டிய அதி முக்கியமான சூழலில் இருக்கிறோம் நாம். இந்தச் சூழல் தானாக அமைந்ததா அல்லது நமது ஆட்சியாளர்களின் சூழ்ச்சியா என்பதை மிக உன்னிப்பாக ஆராய வேண்டிய பெரும் பொறுப்பில் இருக்கிறோம்.

இந்தியாவில் பதிவுசெய்யப்பட்ட கப்பல்களையும் படகு களையும் அவற்றின் செயல்பாட்டையும் கண்களில் எண்ணெய்யை ஊற்றிக் கொண்டு கவனித்த இந்திய கப்பல்துறைசார் நிர்வாகங்கள், வெளிநாட்டுக் கப்பல் நிறுவனங் களையும், அவற்றின் செயல்பாட்டையும் அதே நிலையில் வைத்துக் கண்காணிப்பு செய்தார்களா என்பது கேள்விக்குறியே. நமது கப்பல் உரிமையாளர்களின் செயல்பாடுகளை உள் நோக்கத்தோடு நசுக்கி வெளிநாட்டு நிறுவனங்களைச் சர்வ சுதந்திரமாக வளரவிட்டு சுகம் கண்டிருக்கிறார்களோ என்ற சந்தேகம் நாளுக்கு நாள் வலுக்கிறது. காரணம், இந்தத் துறைகள் குறித்த விவாதங்கள் பொதுத் தளத்திற்கு வருவதேயில்லை.

இன்று இருக்கும் கொஞ்ச நஞ்ச உரிமையாளர்களும், ஒன்று அதிகார மையத்தின் ஆதரவோடோ அல்லது அரசியல்வாதி களின் ஆசியோடோ செயல்பட்டே ஆகவேண்டும் என்பதுதான் நிதர்சனம். இந்த ஆதரவோ, ஆசியோ இல்லாதவர்கள் ப்லீஸ், மால்ட்டா, பனாமா என அடுத்தடுத்த நாடுகளின் பதிவை நோக்கி ஓடவேண்டிய நிர்ப்பந்தம். இத்தனை ஆண்டுகளாய் இவ்வளவு பெரிய தொகை, சரக்குப் பயணக் கட்டணமாக அந்நியச் செலாவணியில் அன்றாடம் நாட்டைவிட்டு வெளியேறிக் கொண்டிருக்கிறதே எனக் கேட்கவும் நாதியில்லை. துறைசார் அதிகாரிகளுக்கு நாட்டுப் பற்றும் எதிர்காலத் திட்டமிடலும் இயல்பிலேயே இல்லாமல் போனதா அல்லது உள்நோக்கத்தோடு அத்தனை செயல்பாடுகளும் நடக்கிறதா எனும் கேள்விகளும் எழுகின்றன.

இவ்வளவு பெரிய துணைக் கண்டம், அதில் பல்வேறுபட்ட சரக்கு உருவாக்குத் தளங்கள், விவசாய, ஆலை, கனிம வளங்கள். கண்காணிக்கும் அதிகாரமோ அரசின் கையில்... எத்தனயோ கப்பல் உரிமையாளர்களையும், சரக்குப்பெட்டக உரிமையாளர்களையும், சேகரகப்பல் உரிமையாளர்களையும், தாய்க்கப்பல் உரிமையாளர்களையும் உருவாக்கியிருக்க முடியுமே!

இன்று சீனாவின் சாங்காய் துறைமுகம், சரக்குப் பெட்டகப் போக்குவரத்து வர்த்தகத்தில் சர்வதேச அளவில் முதல் நிலையில் இருக்கிறதென்றால் காரணம், தன்னளவிலேயே தாய்க் கப்பல்களை வரவழைக்குமளவுக்கு நிறைவான சரக்கு களோடும் தேர்ந்த தொழில்நுட்பத்தோடும் தகுதி வாய்ந்ததாய் இருக்கிறது. சரக்குப் போக்குவரத்தின் முக்கியத்துவம் புரிந்துகொண்ட அரசு, அக்கறையாய்க் கண்காணிக்கிறது. நம் தேசத்திலும் துறைமுக அதிகார மையங்களின் செயல்பாடுகள் கட்டுக்குள் வந்து, சர்வதேச அளவிலான தொழில்நுட்பங்கள்

வந்தால் நமது துறைமுகங்களும் சர்வதேச அளவில் கண்டிப்பாக முன்னிலை பெறும். ஆனால் அந்த முன்னெடுப்பை யார் செய்வது?

மேற்கே துபாயும், கிழக்கே சிங்கப்பூரும், தெற்கே கொழும்பும் இந்தியத் தீபகற்பத்தையே தன்னுடைய சரக்கு உருவாக்குத் தளமாய் வரித்துக்கொண்டிருப்பது ஏதோ சாதாரணமாய் நடந்திருக்கும் நிகழ்வே அல்ல. மேலே குறிப்பிட்ட இந்த மூன்று நாடுகளின் கப்பல் உரிமையாளர்களும், இந்தியத் தீபகற்பத்தின் பிரதானத் துறைமுகங்களோடு இன்றுவரை சேகரக் கப்பல் நடைத் தொழில் செய்பவர்கள். இதன் மூலமாகத் தம் நாடுகளில் எவ்வளவோ நேரடி, மறைமுகப் பொருளாதார வளர்ச்சிகளைக் காண்பவர்கள்.

சரக்குப் பெட்டகப் போக்குவரத்து முன்னேற்றம் காண்கிறதென்றால், அந்தப் போக்குவரத்துக்குச் சாதகமான துறைமுகங்கள் தேர்ந்தெடுக்கப்பட்டுத் தரைவழி மார்க்கமாய் அத் துறைமுகங்களைச் சரக்கு உருவாக்குத் தளங்களாக இணைப்பதை விடுத்து, இருக்கிற துறைமுகங்களையெல்லாம் அதே தொழிலுக்குள் அனுமதிப்பது ஆரோக்கியமான வியாபாரத்துக்கு வழி வகுக்காது. தேவையான நிதி ஆதாரமே இல்லாத நிலையில் பயன்படாத கையாளுத் திறன்களைப் போட்டிபோட்டுக்கொண்டு உருவாக்கியபடி இருந்தால், தொழில் வளர்ச்சி பின்தங்கிப் பொருளாதார வளர்ச்சியும் இல்லாமலாகிவிடும்.

நாட்டின் சரக்கு உருவாக்குத் தளம்சார்ந்து ஒட்டு மொத்த இந்தியாவும் வடமேற்கு, வட கிழக்கு, தென்மேற்கு, தென்கிழக்குக் கடற்கரைப் பிராந்தியங்களாகப் பிரிக்கப்பட்டு அந்தந்தப் பிராந்தியங்களின் தகுதியான சர்வதேசக் குவிமுனைச் சரக்குப் பெட்டகத் துறைமுகங்கள் கண்டறியப்பட்டு அவை ஊர்ஜிதம் செய்யப்பட வேண்டும். அவை அரசின் பெருந் துறைமுகங்களாகவோ அல்லது தனியார் துறைமுகங்களாகவோ இருக்கலாம். அவற்றிற்கான சரக்கு உருவாக்குத் தளங்களுடனான சாலை, ரயில் மற்றும் கரைவழிப் போக்குவரத்துகள் செழுமைப்படுத்தப் படவேண்டும். வளர்ச்சியின் பாதையில் குறுக்கிடும் தேவையற்ற சட்டங்கள் நிபுணர் குழுவின் துணைகொண்டு ஆராய்ந்து அகற்றப் படவேண்டும்.

தற்போதைய நிலவரப்படி அரசின் பெருந்துறைமுகங் களைக் காட்டிலும் தனியார் துறைமுகங்கள் அதிகமான சரக்குகளைக் கையாண்டிருக்கின்றன. காரணம், அக்கறையான சுங்க அதிகாரிகளும் திறமையான துறைமுகப் பணியாளர்களும்.

பெருந் துறைமுகங்களின் அதிகாரிகளின் சராசரி வயது 45–50 ஆக இருக்கிறது. கடந்த 15 வருடங்களுக்கும் மேலாக துறைமுக நிர்வாகத்தில் ஆள் குறைப்பு செய்வதிலேயே குறியாய் இருக்கிறார்களே அல்லாது இளம் நிர்வாகப் பயிற்சி அதிகாரிகள் தேர்ந்தெடுக்கப்படவே இல்லை. சரக்குப் போக்குவரத்துத் துறையில் துறைமுகங்களுக்கு வெளியே, தனியார் சரக்குப் போக்குவரத்து நிறுவனங்களில் எந்த மாதிரியான தொழில்நுட்ப வளர்ச்சி நடந்திருக்கிறது, எப்படிப்பட்ட சரக்குகள் வருகின்றன, அவை எப்படி கையாளப்பட வேண்டும் என்கிற விவரங்கள் பெரும்பாலான துறைமுக அதிகாரிகளுக்குத் தெரியாது. ஏதோ தனியாய் ஒரு தீவுக்குள் வாழ்வதாக நினைத்துக்கொண்டே, உலகளாவிய சரக்குப் போக்குவரத்தின் முக்கிய அங்கமான துறைமுகத்திலிருந்து செயல்படுகிறார்கள். இவர்களது எதேச்சையதிகாரப் போக்கு, ஒட்டுமொத்த பெயர்ச்சிமைத் துறையையே பாதிக்கிறது.

களஆய்வில் 'கடலோரம்' இதழுக்காக கொடுத்த நேர்காணல்

சமீபத்தில் குளச்சல் / இனயம் பகுதிக்குச் சென்றுவந்ததாய் அறிந்தோம் அங்கு வரும் பெருந் துறைமுகத் திட்டம் குறித்து உங்கள் கருத்து என்ன?

போகாத ஊருக்கு வழி என்றுதான் சொல்லத் தோன்று கிறது. இண்டெர்நேசனல் டிரான்ஸிப்மெண்ட் டெர்மினல் என்பதே ஒரு வால்யூம் பிசினஸ், வியாபாரம் பெருகப் பெருக அதன் மூலம் வருமானத்தைப் பார்க்க முடியும். துறைமுக அமைவிடமும் அதற்கான பெரும் நிலப் பரப்பும், கடல் ஆழமும், மிக முக்கியம், அப்படியான அமைப்பு இனயத்தில் இல்லை. இனயம் பாரம்பரிய மீனவரின் சொர்க்க பூமி. துறைமுகம்சார் அதிகார மையங்களின் பொறுப்பு, இன்றைய நிலையில் இன்னும் கூடியிருப்பதாகவே கருதுகிறேன். இன்னும் சம்பளத்துக்காக மட்டுமே பணியாற்ற முடியாது. நமது செயல்பாடுகளில் தெளிவு வேண்டும்.

கடல்வழி வாணிபத்தில் இந்தியா பாரம்பரியம்மிக்க நாடு என்று சொல்கிறோமே . . .

உண்மை, மறுக்கவில்லை. அந்தக் கனவுலகில் தொடர்ந்து சஞ்சரித்துக்கொண்டே, நனவுலகைக் காவு கொடுக்கவும் தயாராக இருக்கிறோம். சுதந்திரத்திற்குப் பின்னான இந்தியாவின் கடல்வழி வாணிபம்சார் செயல்பாடுகளில் முதிர்ச்சியோ

தெளிவோ இல்லை. உருவாக்கப்பட்ட எந்தத் துறைமுகமும் சரக்குசார் துறைமுகமல்ல. எல்லாத் துறைமுகங்களும் ஒன்றோடு ஒன்று போட்டிபோட்டுக் கொண்டு எல்லாச் சரக்குகளையும் கையாளுகின்றன. விளைவு எந்தத் துறைமுகமும் உலகத் தரத்தில் இல்லை. கிழக்குலகையும் மேற்குலகையும் இணைக்கும் தகுதி வாய்ந்த புவிமைய அமைவிடத்தில் இருப்பதோடு மட்டுமல்லாமல், சரக்குகளைத் தன்னளவிலேயே உருவாக்க சக்தியும் பெற்றதாய் இருக்கும் இந்தியத் தீபகற்பம், அண்டை நாடுகளின் சரக்கு உருவாக்குத் தளமாக மட்டுமே பயன்படுகிறது. நமது துறைமுகங்களை முன்மாதிரியாகக் கொண்டே உருவான சிங்கப்பூர், இன்று மிகப் பெரும் வளர்ச்சி அடைந்திருக்கிறது. காரணம், நாட்டின் எதிர்காலத்தைக் கருத்தில்கொண்டு உரிய பெரிய முடிவுகளைச் சரியான நேரத்தில் எடுத்து அதை அக்கறையோடு செயலாக்கத்துக்குக் கொண்டு வந்ததால்தான். தாமதிக்கும் ஒவ்வொரு நிமிடமும் நம்மைப் பேரழிவுக்கு இட்டுச் செல்லும் என்ற உண்மையை நாம் உணர மறுக்கிறோம்.

இந்தியா, உலகின் மிக வேகமாக வளரும் *(7.3%)* பொருளாதாரம் என்ற மதிப்பீடு பற்றி . . .

வேகமாக வளர்ந்துவரும் பொருளாதாரம் என்பதெல்லாம் ஒரு மாயையான தோற்றம். ஆட்சியிலிருக்கும் அரசியல்வாதிகளுக்கு ஏற்றாற்போல் புள்ளிவிவரங்களைச் சமைத்துக் கொடுப்பது, நமது அதிகாரவர்க்கத்துக்குத்தான் கைவந்த கலையாயிற்றே! ஒரு பொய்யைத் திரும்பத் திரும்ப மேடைபோட்டுச் சொல்லி உண்மையாக்கியபடி இருப்பார்கள். ஆனாலும் பல்வேறு துறைகளில் ஊழல்களையும் தாண்டி வளர்ச்சி கண்டிருப்பதை மறுக்க முடியாது. இந்த வளர்ச்சி அடித்தள மக்களின் பங்களிப்பாலேயே சாத்தியமானது. அப்படிப்பட்ட வளர்ச்சியின் மூலம் ஏற்படும் ஏற்றுமதி, இறக்குமதியெல்லாம் துறைமுகங்கள் வாயிலாகவே நடக்கின்றன. துறைமுகங்கள், நமது நாட்டின் வியாபார முகங்கள். நாம் துறைமுகம்சார்ந்து எடுத்து வைக்கும் ஒவ்வொரு அடியையும் அண்டை நாடு, நேசநாடு, பகை நாடென்றில்லாமல் ஒவ்வொரு நாடும் தனக்குத் தெரிந்த அரசியல், பொருளாதார, பாதுகாப்புக் கோணங்களில் பார்க்கிறது. காரண, காரியங்களை அலசி ஆராய்ந்துதான் செய்யவேண்டிய முன்னெடுப்புகளை மிகச் சரியான நேரத்தில், மிக நேர்த்தியாக செய்து தனது இருப்பையும் ஆளுமையையும் அதனால் ஏற்படும் வளமையையும் தக்கவைத்துக்கொள்ளத் தயாராய் இருக்கின்றது. அப்படியான ஒரு சூழல் இங்கு சாத்தியமானால், புள்ளிவிவரமே தேவைப்படாத வளர்ச்சியாக அது இருக்கும்.

துறைமுகத்துக்கான அடிப்படைத் தேவை குறித்துச் சொல்ல முடியுமா?

நாட்டின் மற்ற திட்டங்களைப் போலல்லாது துறை முகத்துக்கான தேவைகள் அதன் அமைவிடத் தகுதி, பன்னாட்டு வழித் தொடர்பு, சரக்கு உருவாக்குத் தளம், உற்பத்தித் தேவை ஆகியன சார்ந்தே மதிப்பிடப்படுகின்றன. பொருளாதார மேம்பாடு கருதி முன்வைக்கப்படும் பெருந் துறைமுகத் திட்டங்கள், அவற்றின் அடிப்படைக் காரணிகளைத் தெளிவாக ஆராய்ந்து அறிந்த பின்பே செயல்படுத்தப்பட வேண்டும். அதுதான் வளரும் பொருளாதாரங்களின் அடிப்படையான அம்சம். நாட்டின் எங்கோ ஒரு மூலையில் இருக்கும் ஒரு மாநிலத்தின் மின் தேவைக்காக வேறு எங்கோ அமையும் மின் திட்டங்கள் போலல்ல... காரணம், துறைமுகம் என்பது ஒரு சேவை. நமக்கான திட்டமும் அதன் செயலாக்கமும் நமது வாழ்வை, சூழலை, தட்பவெப்ப நிலையைப் புரிந்துகொண்ட அளவில் நம் மண்ணுக்கே உரித்தானதாக இருக்க வேண்டும். ஏதோ ஒரு நாட்டில் வெற்றி பெற்ற திட்டத்தை அப்படியே நகல் எடுத்துக்கொண்டு வந்து இங்கு திணிப்பது அல்ல. நமது மண்ணின் பாரம்பரியத் தொழில்களை மதித்து, வளம் குன்றா வளர்ச்சியை நோக்கி நாம் பயணிக்க வேண்டும்.

துறைமுகமென்பது சரக்குகளையும் அதை ஏற்றி, இறக்க வரும் கப்பல்களையும் சந்திக்கவைக்கும் புள்ளி. விதவிதமான சரக்குகள், அதை ஏற்றிச் செல்ல வரும் விதவிதமான கப்பல்கள்; கப்பல்களில் சரக்கை ஏற்றி, இறக்க விதவிதமான தொழில்நுட்பங்கள், அவை சார்ந்த வாகனங்கள், அவை புழங்கும் வசதி... இப்படியான துறைமுகம் இல்லாவிட்டால், இங்கு உருவாகும் சரக்குகளும் அதை ஏற்ற வரும் கப்பல்களும் திணறுகின்றன, தொழில்வளம் பாதிக்கிறது; இவைதான் ஒரு துறைமுகம் உருவாவதற்கான அடிப்படைத் தேவை.

இனயத்தில் அப்படி ஒரு தேவை இல்லையா?

தமிழகத்தின் தென்மேற்குக் கரையோர பாரம்பரிய மீன்பிடித் தளமான இனையம் பகுதியில் துறைமுகம் அமைவதற்கான தேவை நிச்சயமாக இல்லை. தமிழகத்தில், ஏன் இந்தியாவிலேயே பாரம்பரிய, சுற்றுச் சூழலுக்கு உகந்த தூண்டல் மீன்பிடித் தொழில் இனயத்தில்தான் நடைபெறுகிறது. அந்தப் பகுதியின் இன்றைய உடனடித் தேவை, சர்வதேசத் தரத்திலான ஒரு மீன்பிடித் துறைமுகமும், பிடிபடும் மீன்களைப் பாதுகாத்துச் சந்தைப்படுத்துவதற்கான குளிர்சாதனக் கட்டமைப்பு வசதியும். இதன் மூலம் ஆழ்கடல் மீன்பிடித்தலின் உச்சத்தைத் தொட்டு, பெரிய பொருளாதார

மேம்பாட்டை அரசும் மக்களும் அடைந்துவிட முடியும். காரணம், கன்னியாகுமரிக்குக் கீழே இன்னும் நம்மவர்களால் கண்டுகொள்ளப்படாமல் இருக்கும் வெட்ஜ் பேங் பகுதி.

அரசின் *IRE (Indian Rare Earths)* தவிர்த்து வேறு எந்தப் பெரு நிறுவனமும் இந்தப் பிராந்தியத்தில் இல்லை, அதற்கான சூழலும் இல்லை. பெரும்பாலும் சிறு விவசாயமும் கடற்பொருட்கள் சார்ந்த தொழிலும் வியாபாரமும்தான். நில அமைப்பு, சரக்கு உற்பத்தி, வியாபாரத் தேவைகள் சார்ந்து, சர்வதேசத் தரத்திலான பெருந் துறைமுகத்துக்கான அடிப்படைத் தேவை சத்தியமாக இங்கு இல்லை.

சரக்கு உருவாக்கு மற்றும் உற்பத்தி தளம்: ஒவ்வொரு துறைமுகமும் தனக்கான சரக்கு உருவாக்குத் தளத்தை *(Hinterland)* பின்புலமாகக் கொண்டிருக்க வேண்டுவது துறைமுக நிர்மாணத்தின் முக்கியமான அம்சம். இந்தத் துறைமுகம் அமையவிருப்பதாகச் சொல்லப்படும் கன்னியாகுமரி மாவட்டத்தில், சரக்கு உருவாக்கும் ஆலைகள் *(Achor Industries)* இல்லை. இருக்கும் கொஞ்ச நஞ்ச இடமும், அங்கு உருவாகும் சரக்கும், தூத்துக்குடி சிதம்பரனார் துறைமுகத்தாலும் சென்னை, கொச்சி மற்றும் வல்லார்பாடம் துறைமுகங்களாலும் ஏற்கெனவே போட்டிபோட்டுப் பங்கிடப்படுகின்றன.

நிலத் தேவை: ஏற்றுமதி, இறக்குமதிக்காக வரும் விதவிதமான சரக்குகளை நாள் கணக்கில், மாதக் கணக்கில் சேமிக்கவும், கையாளவும் துறைமுகத்திற்குப் பரந்துபட்ட சமதள நிலப்பரப்பு வேண்டும். அப்படிப்பட்ட வசதி சிறிதும் கரையில் இல்லாத காரணத்தால், கடலில் மண்ணையும் கல்லையும் கொட்டிச் செயற்கையாய் 820 ஏக்கர் நிலப்பரப்பை இனையம் பகுதியில் உருவாக்கப் போகிறார்களாம். கனரக வாகனங்கள் வந்து போகக்கூடிய இடமாதலால், நிலப்பரப்பு இறுகியும் இருக்க வேண்டும். 820 ஏக்கர் நிலப் பரப்பு கடலின் மேல்மட்டத்தில் உருவாக்கப்படுமானால், கடுமையான நீரோட்டமும் அலைகளும் உள்ள அரபிக்கடலில் அதன் அடிமட்டப் பாதிப்பு பல்லாயிரம் ஏக்கர்களாக இருக்கும்; மீன்வளம் அடியோடு அழிந்துவிடும்.

இருபத்தேழாயிரம் கோடிகள் முதலீட்டில் பிரமாண்டமாய் உருவாவதாய்ச் சொல்லப்படுகிறதே . . .

மகா ஊழலுக்கான ஒரு வாய்ப்பை உருவாக்குகிறார்கள். இந்தச் சர்வதேசத் துறைமுகத் திட்டத்திற்கு, கரையில் நிலம் இல்லாத காரணத்தால் கடலில் மண்கொட்டி நிரப்பி *(Reclamation)* நிலப்பரப்பை உருவாக்குகிறார்கள். இச்சிறிய

நிலப்பரப்பு, நிச்சயம் சர்வதேசத் துறைமுகத்திற்குப் போதுமானதாய் இருக்காது. சர்வதேசப் போட்டியை எதிர்கொள்வதாகக் கூறிக்கொண்டு அமையும் இனயம் துறைமுகத்திற்கு, அதன் நிலப் பற்றாக்குறையே பின்னாளில் பெரும் சவாலாக அமைந்துவிடும். தனது சேவையை மேற்கொண்டு விருத்தி செய்ய இயலாத நிலைக்கு அது தள்ளப்பட்டு, துறைமுகமும் செயலற்றதாகிவிடும்.

ஆழத்தேவை குறித்து ...

சர்வதேசத் துறைமுகங்களுக்கு இடையில் நடை செய்யும் பெரிய சரக்குப் பெட்டகத் தாய்க் கப்பல்கள் வரவேண்டுமாதலால், துறைமுகக் கப்பல் கட்டும் தளத்தில் குறைந்தது 20.0மீ ஆழமாவது இருக்க வேண்டும். இந்த ஆழம் இயற்கையிலேயே இனயம் கரையில் இல்லாத காரணத்தால்தான் கரையிலிருந்து 2.0 நாட்டிகல் மைல் (4.0கி.மீ) தூரம் வரை ஆழ்கடலுக்குள் செல்ல வேண்டிய நிர்ப்பந்தமிருக்கிறது.

இனயம் இயற்கைத் துறைமுகம் என்று சொல்கிறார்களே?

இனயம் திறந்த கடல் வெளிப்பகுதி. துறைமுகத்திலிருக்கும் கப்பல்களை அலைகளிலிருந்தும், நீரோட்டத்தின் உக்கிரத்திலிருந்தும் பாதுகாக்க, தடுப்புச் சுவர்கள் தேவைப்படுகின்றன. அப்படி ஒரு பாதுகாப்பு இருக்கும்போதுதான் அவை ஆடாமல், அசையாமல் கப்பல் தளத்தில் நின்று சரக்குகளை ஏற்றவோ இறக்கவோ முடியும். தடுப்பு அரண்கள் இயற்கையிலேயே அமைந்திருந்தால், அவை இயற்கையான துறைமுகமென்றும், செயற்கையான தடுப்புச் சுவர்களின் பாதுகாப்பில் இருந்தால், அவை செயற்கைத் துறைமுகங்களென்றும் வழங்கப்படுகின்றன. இந்தியாவில் விசாகப்பட்டினம், கண்ட்லா, கோவா போன்றவை இயற்கைத் துறைமுகங்கள். இப்படிப்பட்ட எந்த இயற்கை அரணும் இல்லாத இனயம் திறந்த கடல் வெளிப்பகுதியை (Roadstead) எப்படி இயற்கைத் துறைமுகமென்று வாய் கூசாமல் அழைக்க முடிகிறதென்று தெரியவில்லை. அதுபோக, பூமத்திய ரேகையிலிருந்து எட்டு டிகிரி வடக்கே அமைந்துள்ள இந்தப் பகுதி, வலுவான தென்மேற்கு நீரோட்டத்தால் எப்போதும் பாதிப்பிற்குள்ளாகும். இந்தப் பகுதி பாதுகாக்கப்பட வேண்டுமானால் வலுவான, மிக நீளமான தடுப்புச் சுவர்கள் தேவைப்படும். அதற்காகப் பெரும் தொகையைக் கடலில் கொட்ட வேண்டிய நிர்ப்பந்தம் ஏற்பட்டுப் பராமரிப்புச் செலவுகள் தொடர் கதையாகிவிடும். துறைமுகத் தடுப்புச் சுவர்களால் கடற்கரைப் பிராந்தியங்களில் ஏற்படும் நில அரிப்பும் அதன் பாதிப்பும் நாம் அறியாததல்ல.

இனயத்தில் துறைமுகத்தை இணைக்கும் நில வழித் தடங்கள் இருக்கின்றன என்ற கருத்து பற்றி . . .

சொல்பவர்களது கற்பனையில் இருக்கிறது. சர்வ வல்லமை யோடு இருக்கும் நாங்கள் பாரம்பரிய விவசாயத்தை அழித்து வழித்தடங்களை உருவாக்குவோம் என்று சொன்னால்கூட நம்பலாம் . . . இன்று இந்தியாவில் இருக்கும் 12 பெருந் துறைமுகங்களின் முக்கிய குறைபாடே அவை தகுதியான நேரடி வழித் தடங்களின் இணைப்போடு இல்லை என்பதுதான். சென்னைத் துறைமுகம் தொடர்ச்சியாகச் சரிவைச் சந்திப்பதற்கும் இதுவே முக்கிய காரணமாய் இருக்கிறது. இதே பிரச்சினை தொடக்கம் முதலே இனயம் துறைமுகப் பகுதிக்கும் இருக்கிறது.

நாங்கள் மொத்தச் சரக்குகளை அல்ல, சரக்குகளைச் சுமந்து செல்லும் சரக்குப் பெட்டகங்களைத்தான் டிரான்ஸிப்மெண்ட் செய்ய இருக்கிறோம், எனவே சரக்கு உருவாக்குத் தளம் எங்களுக்குத் தேவையில்லை என்று ஒரு வாதம் முன்வைக்கப்படுகிறதே?

துறைமுக வியாபாரம் அதன் நிர்வாகம், செயல்பாடுகளைப் புரிந்துகொள்ள முடியாதவர்களால், முன் வைக்கப்படும் வாதம். அப்படியானால் வடமேற்கிலும் வடகிழக்கிலும் உள்ள இந்தியத் துறைமுகங்கள் தங்களுடைய சரக்குப் பெட்டகங்களை டிரான்ஸிப்மெண்ட் செய்வதற்காக இனயத்துக்கு அனுப்புமா? தன்னளவில் சிறிது சிறிதாய் வளர்ந்து, சர்வதேசத் தாய்க் கப்பல் உரிமையாளர்களின் அபிமானத்தைப் பெற்றும் தடுமாறிக்கொண்டிருக்கும் இந்தப் பெருந்துறைமுகங்கள், தங்கள் சரக்குப் பெட்டகங்களை நேரடியாகச் சர்வதேசத் துறைமுகங்களுக்கு அனுப்பாமல், தென்மேற்குக் கோடியில் இருக்கும் இந்தத் திறந்த கடல்வெளிப் பிரதேசத்திற்கு *(Roadstead)* அனுப்ப முன்வருவார்களா? அப்படியே பிராந்திய சேகர கப்பல்கள் *(Feeder Vessels)* மூலம் அவர்கள் அனுப்ப முன்வந்தாலும் அதன் கட்டணங்கள் மூலம் ஏற்றுமதி, இறக்குமதி செலவுகள் கூடாதா?

இதே டிரான்ஸிப்மெண்ட் வியாபார உத்தியை அடிப்படையாகக் கொண்டு சில வருடங்களுக்கு முன்னால் மிகப் பெரிய அளவில் உருவாக்கப்பட்டு, விளம்பரப்படுத்தப்பட்ட வல்லார்பாடம் இண்டர்நேஷனல் கண்டெய்னர் டெர்மினலின் தற்போதைய நிலை என்ன?

உண்மை நிலவரமென்னவென்றால், கேபோட்டேஜ் சட்ட தளர்ப்பு உள்பட பல்வேறு சலுகைகளைப் பெற்றுவிட்ட

நிலையிலும், வல்லார்பாடம் இண்டெர்நேசனல் கண்டெய்னர் டிரான்ஸிப்மெண்ட் டெர்மினல், தன்னுடைய தகுதியில் முப்பத்தைந்து சதவீதம்கூட நிறைவுசெய்ய முடியாமல் தள்ளாடுகிறது. வல்லார்பாடம் சதுப்பு நிலப்பகுதியாதலால் அமைவிடக் கோளாறு இருக்கிறது, அதற்காகவே அவர்கள் தொடர் பராமரிப்புச் செலவுகள் செய்யவேண்டியது கட்டாயம்.

எங்களுடைய போட்டி இந்தியத் துறைமுகங்களுக்கிடையே அல்ல, சர்வதேசத் துறைமுகங்களோடுதான் என்று ஒரு கூற்று இருக்கிறதே . . .

இவ்வாறு பிதற்றுபவர்கள், இந்திய தீபகற்பத்தையே தங்களது சரக்கு உருவாக்குத் தளமாக இருபது ஆண்டுகளுக்கும் மேலாக வரித்துக் கொண்ட கொழும்பு, சிங்கப்பூர், துபாய், போர்ட் கேலாங், சலாலா துறைமுகங்களைக் குறைந்தபட்சம் சென்று பார்த்தாவது வரவேண்டும். அங்கு கண்களுக்குப் புலப்படும், புலப்படாத என்னென்ன உள்க் கட்டமைப்பு வசதிகள் இருக்கின்றன என்பவற்றை ஆராய்ந்து அறிய வேண்டும். மேலே குறிப்பிட்ட துறைமுகங்களில் ஒருசில, இவர்கள் ஓங்கி உச்சரிக்கும் பன்னாட்டு வழித் தடங்களில் இல்லாமலிருந்தாலும்கூட அடிப்படையான தொடர்க் கட்டமைப்புகளால், தொழில்நுட்பத்தால், பண பலத்தால் தங்களுடைய இருப்பைத் தக்கவைத்துக்கொண்டு தாங்கள் செய்யும் சேவையை எக்கணமும் மேம்படுத்துவதில் அக்கறையோடும் இருக்கின்றன.

இனயம் துறைமுக அமைவிடத்தைப் போலவேதான் எந்தவொரு சரக்கோ, சரக்கு உருவாக்குத் தளமோ இல்லாமலிருந்தது அன்றைய சிங்கப்பூர். இன்றைக்கு ஐம்பது ஆண்டுகளில் அகில உலகமே வியக்கும்வண்ணம் அது மாபெரும் வளர்ச்சியைக் காணவில்லையா?

சிங்கப்பூரில் தன் தகுதியின்மையைப் புரிந்துகொண்டு, அந்தத் தகுதியைப் பெற அர்ப்பணிப்போடு பணியாற்ற வேண்டியதின் தேவைபுரிந்த, தகுதியான, வலுவான, தொலைநோக்குப் பார்வையுள்ள அரசும் அதன் நேர்மையான தலைமையும் இருந்தது; அமைவிடத் தகுதி *(strategic location)* இருந்தது.

அடித்தள மக்கள் நலனைக் குறிக்கோளாகக் கொண்ட சிங்கப்பூர் அரசு, நாட்டின் முன்னேற்றமே தங்கள் முன்னேற்றம் என்று வரிந்துகட்டிக்கொண்டு நின்ற தொழிலாளர் கூட்டம், வளர்ச்சியே தாரக மந்திரமாய்க் கொண்ட வங்கிகள், சுதந்திரமான வர்த்தகம், அக்கறையோடு கண்காணிக்கும் சுங்கம்,

தொழில் முனைவோருக்கான ஊக்குவிப்பு, பயண– தங்குமிட– பொழுதுபோக்கு அம்சங்கள், பழையன கழிதலும் புதியன புகுதலும் என்று தேச முன்னேற்றத்தையே முப்பொழுதும் சிந்திக்கும் அறிஞர் கூட்டம்... சிங்கப்பூர் தன் அமைவிடம் சார்ந்து தென்கிழக்கு ஆசியாவையே தனது சரக்கு உருவாக்குத் தளமாய் வசீகரித்துக்கொண்டது.

இப்படி ஒரு சூழல் இங்கு இருக்கிறதா?

இல்லை. இனயம் துறைமுக ஏற்பாட்டாளர்களாய், தங்களது போட்டியாளர்களாய்ச் சொல்லப்படும் கொழும்பு, துபாய், சிங்கப்பூர், சலாலா போன்றவை கடல்வழி வாணிபத்தின் துறைமுகம்சார் பொருளாதாரங்கள்... மேலும் அவர்கள் தங்களுக்கான சரக்கு உருவாக்குத் தளமாய் இருக்கும் இந்திய தீபகற்பத்தின் ருசி கண்ட பூனைகள். அவர்கள் என்ன, இவர்களைப்போல் எங்கு என்ன நடந்தாலும் பரவாயில்லை நாம் அதைக் கைகட்டி வேடிக்கை பார்ப்போம் என்று இருப்பவர்களா?

போர் நிறுத்தத்துக்குப்பின் இலங்கையில் பல்வேறு பொருளாதாரத் திட்டங்கள் தீட்டப்பட்டாலும், சமீபத்தில் சீனாவின் உதவியோடு கொழும்புவில் சர்வதேசத் தரத்தில், எதிர்காலத் தேவை கருதிக் கட்டி முடிக்கப்பட்ட கண்டெய்னர் டெர்மினல் இந்தியத் துறைமுக வர்த்தகத்துக்கே விடப்பட்ட மாபெரும் சவாலாகும்.

இவற்றையெல்லாம் தாண்டித் துறைமுகத்தைப் பயன்படுத்தக் காத்திருக்கும் கப்பல் உரிமையாளர் கூட்டம் ஒன்றிருக்கிறது; இவர்கள்தான் தாய்க் கப்பல்கள் *(Mother Vessel);* எங்கு, எப்போது வரவேண்டும், எத்தனை முறை வரவேண்டும் என்று தீர்மானிக்கிறவர்கள். அது மட்டுமில்லாமல் தன் சரக்கோ, சரக்குப் பெட்டகமோ எந்தத் துறைமுகத்தில் கையாளப்பட வேண்டுமென்று தீர்மானிக்கிறவர்கள் இன்றைய மேலை நாட்டு இறக்குமதியாளர்களும் கூட. இந்திய ஏற்றுமதியாளர்களின் மேல் ஏற்பட்ட தொடர் நம்பிக்கையின்மையின் காரணமாக, மேலை நாட்டு இறக்குமதியாளர்கள், சரக்குகளை அவை தயாரிக்கப்படும் இடத்திலேயே வந்து கொள்முதல் செய்யும் நிலை ஏற்பட்டிருப்பதால் எந்தச் சரக்கு, எந்தச் சரக்குப் பெட்டகத்தில், எந்தக் கப்பலில், எந்தப் பயணத்தில், எந்தத் துறைமுகத்திலிருந்து பயணிக்க வேண்டுமென்று அவர்களே முடிவு செய்கிறார்கள். அவர்களுடைய நன்மதிப்பைப் பெறுவதற்கு இனயம் துறைமுகத்திற்கு ஏதாவது வாய்ப்பிருக் கிறதா என்றால் நிச்சயமாக இல்லை.

துறைமுகக் கட்டணங்களைக் குறைத்துக் கொழும்பு, துபாய், சிங்கப்பூர் போன்ற துறைமுகங்களோடு போட்டிபோடப் போவதாய்ச் சொல்கிறார்களே . . .

இவர்கள் குறிப்பிடும் அந்தத் துறைமுகங்களின் நிர்வாகங் களெல்லாம் தலைமை முதல் கடைநிலை ஊழியர்கள்வரை, தாங்கள் சேவை செய்கிறோம் என்பதைத் தமது சித்தாந்தமாக ஏற்றுக் கொண்டவை. மேலும் தங்கள் பிரதான முதலீட்டை முழுமையாக வெளியே எடுத்து அதற்கான பலனையும் முழுஅளவில் துய்த்து முடித்தவர்கள் என்ற நிலையில், நாம் செய்யும் கட்டணக் குறைப்பு அவர்களது வர்த்தக ஆளுமையில் சிறு சலனத்தைக்கூட ஏற்படுத்தாது; அது மட்டுமல்ல, வருந்திப் பெற்ற முதலீட்டின் கடன்சுமையை நமது தலைகளில் பெரும்பாரமாய்ச் சுமத்தி மீளமுடியாத பெருங் குழிக்குள் பொருளாதாரத்தை தள்ளிவிடவும் செய்யும்.

கிடைக்கப் பெறாத மகத்தான வாய்ப்பு தமிழகத்திற்குக் கிடைத்திருப்பதாக மார்தட்டிக்கொள்வது பற்றி . . .

அரசியல்வாதிகளுக்கு ஒன்று புரியவில்லை. தங்களது சுய வளர்ச்சியின் நிதித் தேவைகளையே சமாளிக்க முடியாத தமிழகத்துப் பெருந் துறைமுகங்கள்தான் சிறப்பு குறிக்கோள் வாகனம் *(Special Purpose Vehicle)* என்ற பெயரில் நிதி அளிப்பில் பங்கேற்க உள்ளார்கள். பாவம் சிதம்பரனாரும், காமராசரும், அண்ணாவும்... யாருக்குத் தெரியும், அரசியல் அதிதொலைநோக்கு நுண்மதியாளர்களாலும், போலித் துறைமுகம்சார் தொழில் முனைவோராலும் நாளையே சென்னைத் துறைமுகம், பக்கத்திலேயே உறங்கும் அண்ணாவின் பெயரால் அழைக்கப்படலாம். அதை நம்மவர்கள், திராவிட அரசியலின் பெரும் சாதனையாகவும் கொண்டாடலாம். உங்களுடைய நிதியிலிருந்தே, இனயம் துறைமுகத்தை உருவாக்குங்கள் என்ற மத்திய அரசின் செயல்பாட்டில், ஏதோ உள்நோக்கம் இருக்கும் போல் தெரிகிறது. தமிழக அரசு யோசிக்க வேண்டிய நிலைப்பாடு இது.

ஏற்கெனவே பெரிதும் பேசப்பட்ட சென்னை, தூத்துக்குடி வெளிஅமைவுத் துறைமுக *(Outer Harbour Project]* **முன்னெடுப்புகளும், எண்ணூர் துறைமுக விரிவாக்கமும் கிடப்பில் போடப்படுமா . . .**

கண்டிப்பாக. நிதியளிப்பு மட்டுமல்ல, கையாளும் சரக்குப் பெட்டகங்களையும் எங்கள் சாதனைக்காகக் காவு கொடுங்கள் என்று சொல்கிறார்கள். சொந்தச் செலவிலேயே சூனியம் வைத்துக் கொள்ளும் நிலைதான். வேடிக்கை என்னவென்றால்,

இவ்வளவு சிக்கல்களுக்கும் மத்தியில் உருவாகவிருக்கும் இனயம் டெர்மினலைப் பார்த்துக் கைகொட்டிச் சிரிக்க, நாங்கள் உங்கள் பக்கத்திலேயே கேரளாவின் விழிஞம் இண்டெர்நேசனல் கண்டெய்னர் டிரான்ஸிப்மெண்ட் டெர்மினலையும் சகல சக்தியோடு ஏற்படுத்தித் தருகிறோம் என்கிறது மத்திய அரசு.

முதலில் குளச்சல் என்றவர்கள் இப்போது இனயம் என்கிறார்களே . . .

மகா ஊழலுக்கான வாய்ப்பு என்று தெரிந்துவிட்டது, பின் எப்படி அதை இழக்க முடியும்? சக்திவாய்ந்த உள்ளூர் அரசியல்வாதி, தான் பிரபலமாக உள்ள தனது தொகுதியிலேயே திட்டம் அமைய வேண்டும் என விரும்புகிறார். தானும் தன் உறவும் நட்புகளும் சுகபோகமாக வாழவேண்டும், அவ்வளவுதான். மலை உடைக்கும் ஒப்பந்தம், கல்லெடுக்கும் ஒப்பந்தம், கம்பி கட்டும் ஒப்பந்தம், லாரித் தொழில் ஒப்பந்தம், கட்டடம் மற்றும் கப்பல்தளம் கட்டும் ஒப்பந்தம், கடலில் கல் போட்டுத் தமிழகத்துப் பாரம்பரிய மீன்பிடித்தல் தொழிலுக்கே சமாதி கட்டும் ஒப்பந்தம் என்று குறைந்தபட்சம் நூறு ஒப்பந்தக்காரர்களாவது கோடீஸ்வரர்களாகப் போவது உண்மையிலும் உண்மை. ஆனால் போகிற போக்கில் வாயைக் கட்டி, வயிற்றைக் கட்டி, வரிகட்டி உலகின் மிக வேகமாக வளரும் இந்தியப் பொருளாதாரத்தை எதிர்பார்ப்புகளோடு தூக்கிப்பிடிக்கும் ஒவ்வொரு சராசரி இந்தியனின் சேமிப்பால் உருவான முதலீட்டையும் ஆழ்கடலில் தள்ளி அதன் பின்விளைவாகப் பெரும்பாடுபட்டு எட்டிப்பிடித்திருக்கும் இன்றைய பொருளாதார வளர்ச்சி விகிதத்தையும் கணிசமாகக் குறைத்து, இந்தியா வளரும் பொருளாதாரம் என்ற உலகளாவிய அங்கீகாரத்தையும் தொலைக்க ஆவனசெய்துவிடுவார்கள்.

இந்த அடாவடித்தனங்களை நமது பொருளாதாரம் தாங்குமா?

தாங்கும். ஆனால் வளரும் பொருளாதாரமாக இருப்போமே அல்லாது வளர்ந்த பொருளாதாரமாக ஒருபோதும் மாறவே முடியாது. அதைத்தான் சுதந்திரத்துக்குப் பின்னான ஆட்சியாளர்கள் விரும்புகிறார்கள். காரணம், பேரியல் பொருளாதார வளர்ச்சி இலக்குகளைக் காட்டி, மக்களைத் தொடர்ச்சியாக வரிவிதிப்பு வலைக்குள் வைத்திருக்க முடியும். திட்டங்கள் பயன்படுமா, பயன்படாதா என்ற அக்கறை அவர்களுக்குத் தேவையற்றது. குறிக்கோள், ஒன்றே ஒன்றுதான், எந்தத் திட்டத்தின் மூலம் எவ்வளவு ஊழல் செய்யலாம் என்பதுதான். எதைத் தெரிந்துகொள்கிறார்களோ

இல்லையோ தொடர்ச்சியாகக் கொள்ளையிடப்பட்டாலும் மீண்டெழும் இந்தியாவை, அதன் அடித்தளப் பங்களிப்புச் சமூகங்களைப் பற்றித் தெரிந்து வைத்திருக்கிறார்கள். ஆக, எத்தனையோ முறை கொள்ளையிடப் பட்டாலும் வடமேற்குக் கரையில் குஜராத்தில் சோமநாதர் ஆலயம் கனகம்பீரமாக நின்று தன்னை நாடிவரும் பக்தர்களுக்கு அருள் பாலிக்கவில்லையா, அதுபோல இந்திய பொருளாதாரம் நிற்கும். காரணம், எந்தச் சூழலிலும் அதை அற்புதமாய்க் காத்து நிற்கும் எல்லைச் சாமிகளாய் அடித்தட்டு விவசாய, மீனவ, கைவினைத் தொழிலாள வர்க்கம் இருக்கும்வரை... வரலாற்றுக் காலத்திலிருந்து காலனியகாலம்வரை வெளியி லிருந்து வந்தவர்களால் சூறையாடப் பட்டோம், இன்று நம்மவரே நம்மைச் சூறையாடுகிறார்கள் அவ்வளவுதான்!

அனுபவப் பதிவு

10

கைவிடப்படுகிறதா இராமேஸ்வரம் தீவு...

இன்றைய நிலையில் புவி வெப்பமடைதல், கடல்நீர் மட்டம் உயர்தல் போன்றவை அபாயகர மான பிரச்சினைகளாக மாறி, அடுத்து வரும் தலைமுறைகளின் வாழ்தல் குறித்த கேள்விக் குறியாகி, ஆராய்ச்சியாளர்கள் மத்தியில் முக்கியமான விவாதப் பொருளாகியிருக்கிறது. இராமேஸ்வரம் பகுதியிலும் கடல் நீர்மட்டம் முன்னெப்போதும் இல்லாத அளவிற்கு உயர்ந்திருக் கிறது. வடகடல் கரைப்பகுதியில் பலநூறு ஏக்கர் நிலங்களைக் காணவில்லை. காரணம், கடல் மட்டம் உயர்ந்து நிலத்தை விழுங்கியிருக்கிறது. தீவின் வடபகுதியெங்கும் நிலத்தடி நீர் உப்பாகி, பக்தர்களுக்கான தீர்த்தங்களும் வற்றிப் போய்விட்டன. அடுத்த இருபது ஆண்டுகளில் நீராதாரம் முற்றிலுமாக அழிந்து, தீவு வாழ்வதற்கே தகுதியற்றதாய் மாறிவிடுமோ என்ற ஐயம் மக்கள் மனத்தில் ஏற்பட்டிருக்கிறது.

மத்தியில் ஆட்சிப் பொறுப்பேற்றவர்கள் காசி இராமேஸ்வரம் எனப் புண்ணியத் தலங்களைச் சீரமைக்கிறார்களே, இராமேஸ்வரம் தீவு இனியாவது பிழைத்துவிடுமென்று பார்த்தால், அந்தோ பரிதாபம் அத்தனையும் அரசியல் விளம்பரத்துக்கான போலியான நடவடிக்கை போல் தெரிகிறது. தீவின் முக்கியத்துவமே, அங்கு இயற்கையாய் அமைந்திருந்த தீர்த்தங்களால் வந்தது.

பசுமைத் தீர்த்தங்களைப் புனரமைக்கிறோம் என்று வந்தவர்கள் கூட, சுற்றிக் கோட்டைச்சுவர் அமைத்துத் தீர்த்தங்களுக்குப் பெயர் வைப்பதில் மொழித் திணிப்பை நடத்தினார்களே அல்லாது இதயசுத்தியோடு நீராதாரங்களைக் காக்கவில்லை.

நாற்புறமும் கடலால் சூழ்ந்த இந்தத் தீவின் குடிநீர் ஆதாரமே, பருவமழை சார்ந்தது. இன்றும் தீவில் வாழும் பூர்வீகக்குடிகள், குடிநீருக்காகக் கிணறு வெட்டும்போது பாறைகளைக் குடைவதில்லை. பாறையைக் குடைந்தால் கடல்நீர் வந்துவிடுமென்று அவர்களுக்குத் தெரியும். மணற் குன்றுகள் தேக்கி வைத்திருக்கும் தண்ணீரே, குடிநீருக்கான ஆதாரம். வடபகுதி மண்வளம் முற்றிலுமாகக் கபளீகரம் செய்யப்பட்டுவிட்ட நிலையில், தீவின் தென்பகுதியில் இருக்கும் கடற்கரையின் மணற்குன்றுகளே மீதமிருக்கும் நம்பிக்கை. அடிமடியில் கைவைத்தது போல் அந்த ஆதாரத்தையும் நிர்மூலமாக்க மல்லுக் கட்டியபடி இருக்கிறார்கள் உள்ளூர் அரசியல்வாதிகள்.

நீர் மேலாண்மைக்கு மன்னராட்சிக் காலத்தைக்கூட ஆய்வு செய்ய வேண்டியதில்லை, அதற்குப் பின்னான வெள்ளைக் காரர்களின் நீர் மேலாண்மையே மலைக்கும்படியாய் இருக்கிறது. அக்கறையான ஆட்சியாளர்கள், பாரம்பரியமாய் வாழும் மக்களின் வாழ்வைக் கூர்ந்து நோக்கி, களத்தில் அவர்களின் பட்டறிவைக்கேட்டறிந்து செயல்பட்டிருக்கிறார்கள்; செயல்படுத்தப்பட்ட திட்டங்கள் மக்களுக்கானதாக இருந்திருக்கிறது.

கடந்த 2019இல் வடகிழக்குப் பருவமழைக் காலத்தில், இராமேஸ்வரம் தீவு வெள்ளக்காடாய் மாறியிருந்தது. கொட்டித் தீர்த்த மழையில், வெள்ளம் வடியாமல் பாம்பன், தங்கச்சிமடம், சின்னப்பாலம், தெக்குவாடி, தோப்புக்காடு பகுதிகளில் மழைநீர் வீடுகளுக்குள் புகுந்தது. காரணம், வெள்ளைக்காரன் காலத்தில் தீவின் தென்கடல் பகுதியை நோக்கி பாம்பனிலிருந்து கிழக்குப் பகுதியான ஓலைக்குடாவரை அமைக்கப்பட்டிருந்த முப்பதுக்கும் மேற்பட்ட கலுங்குகள் என்ற வடிகால் அமைப்புகள்; அவை அனைத்தும் பல பத்தாண்டுகளாய்த் தூர்ந்துபோய்க் கிடந்திருக்கின்றன. வடகடல் பகுதியில் கலுங்குகள் என்ற வடிகால் அமைப்பிற்கான தேவையில்லை. காரணம் அரியாங்குண்டுவுக்கும் பிள்ளைக்குளத்துக்கும் இடையிலான பஞ்சகல்யாணி ஆற்றுப்போக்கு; அதையும் இன்று காணமுடியவில்லை. எங்கும் இறால் பண்ணைகளின் ஆக்கிரமிப்பு.

நீலப் பொருளாதாரம்

கடல் அரிப்பில் கடற்கரைப் பட்டா நிலங்களே கடலுக்குள் மூழ்கிய நிலையில், இறால் பண்ணைகள் அமைந்திருக்கும் இடங்களோ, அத்தனையும் அரசின் புறம்போக்கு நிலத்தில்! கேட்க நாதியில்லாத காரணத்தால், கடலுக்குள்ளும் தோண்டி அமைத்திருக்கிறார்கள். அவை ஒவ்வொரு நாளும் வெளியேற்றும் கழிவுநீரால் அந்தப் பகுதி நிலத்தடி நீர் மாசுபட்டதோடு, கரைக்கடல் மீன்பிடிப்பும் பாசி வளர்ப்பு விவசாயமும் அழிந்தே விட்டன.

தென்பகுதியில் அமைந்திருக்கும் தீவுக் கூட்டம் பாரம்பரியமான கரைக்கடல் மீனவரின் வாழ்வாதாரமாக விளங்கியது. இன்றைய நிலையில் அவை பயன்பாடற்றுப் போனதோடு மட்டுமல்லாமல், பிராந்தியக் கொள்ளையர்களின் மேய்ச்சல் பகுதியாகவும், வனத்துறை நிர்வாகம்சார் பிராந்திய அலுவலர்களின் உறவுக் கூட்டத்தின் உல்லாசபுரியாகவும் மாறியிருக்கிறது. வனத் துறையின் கட்டுப்பாட்டுக்குள் இல்லாத காலத்தில், கரைக்கடல் பகுதியிலிருக்கும் இத்தீவு, இப்பகுதி மீனவரின் சொர்க்க பூமியாக இருந்தது. செழுமையான இத் தீவுகளில் குடும்பத்தோடு தங்கித் தொழில் செய்தார்கள். இன்றோ, கரைக்கடல் மீனவர்களும் அண்மைக் கடல் மீனவர்களும் புயல், மழைக் காலங்களில் கூட இயற்கை அரணாய் அமைந்திருக்கும் தீவுகள் அருகே நெருங்க முடிவதில்லை. இயற்கையை மீறிய கட்டுமானங்களால், வழக்கமாய் வந்து முட்டையிடும் ஆமைக்கூட்டம் கூட இப்போது வருவதில்லை. கவனிப்பாரில்லாமல், நீராதாரங்கள் வறண்டு பாலை நிலம் போல் காட்சியளிக்கின்றன தீவுகள். நடைமுறைக்கு ஒவ்வாத வறட்டுச் சட்டங்களால் ஏற்பட்ட விளைவு இது.

இராமேஸ்வரம் தீவுக்குள்ளும் தொடர்ச்சியான தனியாரின் நேரடி நிலத்தடி நீர்க் கொள்ளை ஒருபுறமென்றால், மறுபுறம் சத்தமில்லாமல் ஐஸ்கட்டிகளைத் தீவுப்பகுதியிலிருந்து தங்களின் மற்ற பகுதிப் பதப்படுத்தல் தேவைக்காகக் கொண்டுபோகும் மீன் ஏற்றுமதி நிறுவனங்கள். சுற்றிக் கடல் சூழ்ந்த இந்தத் தீவுப்பகுதியின் நிலத்தடி நீரை நுகர்வுச் சிந்தனையோடு உறிஞ்சுகிறோமே என்ற எண்ணம் அன்றாடம் மெய்யம்புளிப் பகுதியில் ராட்சதக் குழாய்கள் அமைத்து நிலத்தடி நீரை உறிஞ்சும் அரசின் ரயில்வே துறைக்கே தெரியவில்லை என்பது பதற்றப் படவைக்கும் உண்மையாய் இருக்கிறது.

பாரம்பரியமான இத்தீவு பாதுகாக்கப்பட வேண்டுமென்றால் அரசு துரிதகதியில் இயங்கித் தீவின் பாதுகாப்பையும் அதன் இயற்கையான வாழ்வாதாரத்தையும் காக்க வேண்டும்.

வடகடல், தென்கடல் என இருகடல் தொழில் நடக்கும் தீவில், குறைந்தபட்சம் வடகடல் பகுதியிலாவது இழுவைமடி மீன் பிடித்தல் முற்றிலுமாகத் தடை செய்யப்பட்டுக் கரைக்கடல் வளம் பெருகச் செய்ய வேண்டும்.

குடிநீர்க் கொள்ளையும், அந்தக் குடிநீருக்கே ஆதாரமான மணற் கொள்ளையும் முழுமையாக ஆய்வு செய்யப்பட்டு உடனடியாகத் தடுக்கப்பட வேண்டும். புதிய ஐஸ் உற்பத்தி ஆலைகளுக்குத் தடை விதித்துத், தீவுப் பகுதியின் நீர்வளம் தீவுக்கானதாக மட்டுமே இருக்க வழிவகை செய்யவேண்டும்.

புற்றீசல் போல் பெருகும் இறால் பண்ணைகளும், தனியார் தங்கும் விடுதிக் கட்டுமானங்களும் முறைப்படுத்தப்பட்டுப் புதிய முயற்சிகள் தடுக்கப்பட வேண்டும்.

சவாலாக, வனத்துறையின் கட்டுப்பாட்டிலிருக்கும் தென் பகுதித் தீவுக் கூட்டத்தின் ஒரு சில தீவுகளைத் தேர்ந்தெடுத்து, அதைப் பாரம்பரிய கரைக்கடல் மீனவர்களின் கூட்டுறவுச் சங்கங்களுக்குக் குத்தகைக்கு விட்டுக் கடல் அட்டை, கழி நண்டு உள்ளிட்ட அரிய வகை உயிரினங்களை வளர்த்தல், மீன், சிப்பி, சங்கு, பாசி வளர்த்தல் போன்ற வாழ்வாதாரம் பேணலாம்.

பாரம்பரியக் குடிகளின் அனுபவ அறிவைப் பெறாமல் தீவுக்குள் செயல்படுத்தப்பட்ட கரைக் கட்டுமானத் திட்டங்களால், கடலரிப்பு அதிகமாகி மக்களின் வாழ்விடங்கள் கடலுள் அமிழ்ந்து கட்டுமானங்களும் பயனற்றதாகி இருக்கின்றன. மீனவர்களுக்கான கரைக் கட்டுமானங்கள், மீன் இறங்கு தளங்கள், தடுப்புச் சுவர்கள் போன்ற எந்தத் திட்டமானாலும் அவை கடலின், காற்றின் தன்மை அறிந்த பிராந்திய மீனவர்களின் அனுபவ அறிவின் துணையோடு மட்டுமே தீவுக்குள் செயல்படுத்தப் படவேண்டும் எனச் சட்டம் இயற்றப்பட வேண்டும்.

17 நவம்பர் 2020, *இந்து தமிழ் திசை* நாளிதழில் வெளியான கட்டுரையின் முழுவடிவம்

11

கப்பலோட்டத்தில் தகவல் பரிமாற்றத்தின் முக்கியத்துவம்

தனிமனித முன்னேற்றத்திற்கும் வியாபார மேம்பாட்டிற்கும் தகவல் பரிமாற்றம் அடிப்படையான தேவை என்பது நாம் அறிந்ததே. ஒரு காலத்தில் தெரிந்த தகவல்களைத் தங்களுக்குள்ளேயே ரகசியமாய் வைத்துக்கொண்டு வியாபாரம் செய்தார்கள். அது ஒரு காலகட்டம்; இன்றைய காலம் அப்படியானது அல்ல. தகவல் தொழில் நுட்பம் வளர்ச்சியடையாத காலத்திலும், இயன்ற அளவு தகவல்களை அக்கறையோடு பரிமாறிக் கொண்ட நிறுவனங்களே பெருவளர்ச்சி அடைந்திருக்கின்றன; தகவல்களை ரகசியமாய்ப் பாதுகாத்தவர்களும் தகவல் பற்றியோ, அதன் முக்கியத்துவம் குறித்தோ அக்கறையின்றி இருந்தவர்களும் கால ஓட்டத்தில் இல்லாமலாகி யிருக்கிறார்கள். உருவான காலந்தொட்டே தகவல் பரிமாற்றம், கடல்வழி வாணிபத்தில் இன்றியமையாத அம்சமாகவே இருந்திருக்கிறது.

ஏதோ ஒரு நாட்டில் இருந்தபடி, பூமியில் ஏதோ ஒரு மூலையில் நடைசெய்யும் கப்பலின் உரிமையாளர்களுக்குத் தங்கள் மாலுமிகளும், கடலில் மிதந்து பயணிக்கும் தன்னுடைய மூலதனமும், தான் வருவாய் ஈட்டக் காரணமான சரக்குகளும் பாதுகாப்பாய் இருக்கிறார்களா என்ற எண்ணம் இருக்கத்தான் செய்யும். அன்றாடம் அவருக்குப் பலவகையான தகவல்கள் தொடர்ச்சியாய்த் தேவைப்படுகிறது.

அப்படியான ஒரு தகவலைப்பற்றி இங்கு சொன்னால் வாசகர்களுக்குத், தகவல்களின் முக்கியத்துவம் புரியும். "ஒரு திடப்பொருள் திரவப் பொருளில் மிதக்கிறதென்றால், அத்திடப் பொருளின் சாரடர்த்தி, அது மிதக்கும் திரவப் பொருளின் சாரடர்த்தியைவிடக் குறைவாக இருக்கும். திடப்பொருளின் சாரடர்த்தி அதிகமாக இருந்தால், அது அத்திரவத்தில் மூழ்கும். சமமாக இருந்தால் அத் திடப்பொருள், திரவத்தில் மூழ்கி மிதக்கும்." அந்தக் காலத்தில் பள்ளியில் படித்தபோது அறிவியல் வாத்தியார், ஆர்க்கிமிடிஸ் கோட்பாட்டை விளக்கும்போது இதைச் சொன்னதாக ஞாபகம். தேர்வுக்காகப் படித்ததை அப்படியே விட்டுவிடும் இக்காலத்தைவிட அக்காலப் படிப்பு உயர்வானதே! ஆழ்மனத்தில் பதிந்து போன இந்தக் கோட்பாடு, நிகழ் வேலைத்தளத்தில் வந்து நினைவிலாடுகிறது.

கப்பல் ஏஜென்சிப் பிரிவிலிருந்து, கப்பல் உரிமையாளர் களுக்கும் சார்ட்டரர்களுக்கும் அனுப்பும் செய்தியில் தவறாமல் இடம் பெறுவது, அந்தப் பகுதி கடல்நீரின் உப்புத் தன்மை பற்றிய செய்தி. செய்தியில் அலைகளின் தன்மை, காற்றின் வேகம், ஓதம் பொங்குமுகம், பருவகாலக் குறிப்புகள் போன்ற தகவல்கள் இருந்தாலும் கடல் நீரின் உப்புக் கரிப்புத் தன்மை குறித்துத் தவறாமல் செய்தி செல்கிறதே, அதற்கான காரணம் என்ன என்று வெகுகாலம் புரியாமல் இருந்தேன்.

உலகெங்கிலும் உள்ள கடல்நீரின் உப்புத் தன்மை ஒரே மாதிரியாகத்தானே இருக்க வேண்டும் என்பது என்னளவிலான புரிதல். சாக்கடல், பாக் நீரிணை போன்ற அடைபட்ட கடல்களில் வேண்டுமானால் கரிப்புத் தன்மை அதிகமாக இருக்கலாம். ஆனால் ஒன்றோடு ஒன்று தொடர்புள்ள பரந்து விரிந்த கடலில், இந்த உப்புத் தன்மை மாறுவதற்கு வாய்ப்பில்லையே என நினைத்திருந்தேன். எனது கருத்து தவறு என்பதைச் சமீபத்திய அந்தமான் பயணம் உணர்த்தியது. அந்தமானில் தீவுகளுக்கு இடையில் நான் பயணம் செய்தபோது, காற்றினாலும் அலைகளின் அகோரத்தாலும் படகுக்குள் தண்ணீரை வாரி ஊற்றியது. உடையெல்லாம் நனைந்து போனது. ஆனால் நாக்கில் பட்ட கடல்நீரின் சுவை அவ்வளவு கரிப்பாக இல்லை. காரணம் கேட்டால், "நல்ல மழை பெய்து மலைக் காடுகளிலிருந்து ஓடி வரும் நன்னீர், தீவுப் பகுதியில் கடலோடு கலப்பதால் இந்தப் பகுதியின் கரிப்புத் தன்மை குறைவாக இருக்கிறது" என்றார் படகின் ஓட்டுநர். ஆழ்கடல் பகுதிகளில் கரிப்புத் தன்மை பெரும்பாலும் குறைவாகவே இருக்குமாம்.

இந்தியா போன்ற வெப்ப மண்டலநாடுகளின் கரைகளில் கரிப்புத் தன்மை அதிகமாகவும், அதுவே குளிர்ப் பிரதேசங்களின்

நீலப் பொருளாதாரம்

கரைகளில் கரிப்புத் தன்மை குறைவாகவும் இருக்கிறதாம். நேரடி சூரியஒளியினாலும் அதன் வெப்பத்தினாலும் மேற்பரப்பு ஆவியாகி அடைபட்ட கிடப்பு நீரில், கரிப்புத் தன்மை கூடிவிடுகிறது. கரிப்பு கூடினால் கடல்நீரின் அடர்த்தி கூடிவிடுகிறது. அதனால் கப்பலின் மிதக்கும் சக்தியும் கூடி, அது மேற்கொண்டு சரக்குகளை ஏற்றும் வாய்ப்பாகவும் மாறிவிடுகிறது. இயற்கையாக நடக்கும் நிகழ்வைக்கூட, மனிதன் எப்படி தனக்குச் சாதமாகப் பயன்படுத்துகிறான் பாருங்கள்.

*1993*இன் தொடக்கம் என்று நினைக்கிறேன், எம் வி மேரி குயின் என்ற பிரேக் பல்க் கப்பல் தருசலாம், மட்டுவாரா துறைமுகங்களிலிருந்து *25000* டன் முந்திரிக் கொட்டை மூடைகளை, தூத்துக்குடித் துறைமுகத்திற்கு இறக்குமதிச் சரக்காகக் கொண்டு வந்திருந்தது. இறக்குமதி முடிந்த பின் ஜியாமின், சாங்காய் சீனத் துறைமுகங்களுக்காக கிரானைட் கற்களை ஏற்றுமதிச் சரக்காகக் கொண்டுசெல்ல வேண்டும். கப்பலில் ஏற்றுமதி லோடிங் முடியும் நேரம், தூத்துக்குடியின் கிரானைட் ஏற்றுமதியாளர்களுள் ஒருவர், எங்கள் அலுவலகத்தினுள் பதற்றத்தோடு நுழைகிறார்.

“சார், ஜியாமின் துறைமுகத்துக்கு போற எங்களோட சரக்கு *9000* டன் ஏறியாச்சி, இன்னும் *1000* டன் ஏறனும். ஆனா கேப்டன் லோடிங்க நிப்பாட்டிட்டார்.”

“கப்பல் லோட் லைன் வந்திருக்கும் நிப்பாட்டியிருப்பார்.”

“அவருக்கு அவரோட பிரச்சன, எனக்கு என்னோட பிரச்சன சார்.”

“உங்களுக்கு என்ன பிரச்சன?”

“மொத்தம் பத்தாயிரம் டன்னும் ஒரே இறக்குமதியாளர், ஒரே ஷிப்பிங் பில், ஒரே பி.எல். சார். ஏற்றுமதிக்கான கஸ்டம்ஸ் ப்ராசஸ் எல்லாம் முடிஞ்சி போச்சி. இப்ப இந்தச் சரக்க திரும்ப எடுக்க முடியாது. மொத்த ஏற்றுமதிச் சரக்குக்கும் வங்கியில பேக்கிங் கிரிடிட் வாங்கியிருக்கோம். இந்த *1000* டன் மட்டும் ஷார்ட் ஷிப்மெண்ட் ஆனா பி.எல். நெகோஷியேட் பண்ணமுடியாது.”

“நான் என்ன பண்ணனுமின்னு சொல்லுறீங்க?”

“கப்பல் கேப்டன்கிட்ட பேசி எப்புடியாவது எடுக்கச் சொல்லுங்க.”

“கப்பலுக்கு சீ ஓர்த்தி பிரச்சன வரும, எப்புடி கேப்டன் ஒத்துக்கிருவார்?”

“கப்பல துறைமுகத்துல பாத்திட்டுத்தாம் வாரேன். லோட் லைன் இன்னும் ரீச்சாகவே இல்ல. 1000 டன்கள் கண்டிப்பா ஏத்தலாம்.”

“கப்பல நேவிகேட் பண்ணிக் கொண்டு போறது அவங்க. அவங்ககிட்ட போயி டெக்னிக்கலா பேச முடியாது.”

“சார், நேரத்த வீணடிக்காம என்னோட வாங்க கேப்டனோட பேசிப் பாக்கலாம்.”

“நீங்களே பேச வேண்டியதுதானே!”

“நான் போயிப் பேசினேன், கப்பல் ஏஜெண்ட கூட்டிட்டு வான்னு சொல்லிட்டார் கேப்டன். சீக்கிரம் வரச் சொன்னார்.”

“எதுக்கு?”

“ஹை டைடு வரப்போகுது, அது உச்சத்துல இருக்கும்போது கப்பல வெளிய எடுத்திறனுமின்னு சொல்லுறார் கேப்டன்.”

“ஆமா, சிதம்பரனார் பெர்த்துல 8.26 மீட்டர்தான் டிரஃப்ட். ஹை டைடுல கூடுதலா 0.8மீட்டர் டெப்த் கிடைக்கும். கேப்டன் பஞ்சாபி, பெரிய வியாபாரியா இருப்பார்னு நினைக்கிறேன். எதுக்கும் தயாரா இருங்க.”

“தயாரா இருக்கேன் சார். இந்தச் சரக்கு மட்டும் ஷார்ட் ஷிப்மெண்ட் ஆச்சின்னா சீனாக்காரன் கிட்ட பேச முடியாது. ஏற்றுமதி வியாபாரத்த இழுத்து மூடிற வேண்டியதுதான்.”

அவருடைய காரிலேயே பயணம் செய்து,துறைமுகத்துக்குள் வந்து கப்பலை அடைந்தோம். எங்களுக்காகவே காத்திருந்தது போல அறையிலிருந்த இருக்கைகளில் எங்களை அமரச் சொல்லிய கேப்டன் தர்மானி, டெக் பகுதியில் நின்றபடி லோடிங்கை கண்காணித்துக்கொண்டிருந்த சீஃப் ஆபீசரோடு பேசுகிறார், “பேலன்ஸ் 1000 டன்ஸ் வெயிட் ஃபார் மை இன்ஸ்ட்ரைக்சன்.” எங்கள் பக்கம் திரும்பியவர், “நோ டைம் வேஸ்ட், 10,000 டாலர்ஸ், கையில காசு வாயில தோச.”

சூழலைப் பயன்படுத்தி எப்படியெல்லாம் சம்பாதிக்க ஆசைப்படுகிறார்கள் என்ற மனதிலோடிய எண்ணத்தோடு, அமைதியாக கேப்டன் தர்மானியையே பார்த்தபடி இருந்தேன். என் முகத்து ரேகைகளை அவர் புரிந்திருக்க வேண்டும்.

“என்ன ரொம்ப யோசிக்கிறீங்க?”

“தமிழ் தெரியுமா?”

“என்னோட கேடெட் பயிற்சி பூம்புகார் ஷிப்பிங் கம்பெனிலதான்.”

“இல்ல ஸ்டோவேஜ் பிளான், டெட் வெயிட் கெப்பாசிட்டிபடிதான் செய்திருந்தோம்.”

“இங்க கடல் தண்ணீரோட கரிப்பு மிக அதிகமா இருக்கதுனால கப்பலோட மிதப்பு அதிகமா இருக்கும். இங்க டெட் வெயிட் கேரியிங் கெப்பாசிட்டிக்கு சரக்கு ஏத்தி டிராபிகல் ஏரியா தாண்டுனா, கப்பல் அமுங்கும். கப்பல்ல ஃப்ரிபோர்டே இருக்காது.”

“அதுக்கும் எங்களுக்கும் என்ன சம்பந்தம்.”

“உங்களுக்குச் சம்பந்தம் இல்ல, ஆனா கப்பல் சர்வதேசக் கடல்ல போகும்போது, டேஞ்சரஸ்லி லோடட்ன்னு இண்டர்நேஷனல் மேரிடைம் சர்வேயர்கள் கப்பல கைது பண்ணுறதுக்கு வாய்ப்பு இருக்கு. கப்பலோட நாங்களும் மாட்டி, உங்களோட சரக்கும் சீரழியும் பரவால்லியா.”

“ …”

“உங்களுக்கு எப்புடி இவ்வளவு குறைவான ஃப்ரைட் ரேட் கெடைச்சதின்னு நினைக்கிறீங்க, சரக்கு கிடைச்சாலும் கிடைக்காவிட்டாலும் எங்களோட அடுத்த இலக்கு சீனா. கப்பல் ஏற்கனவே மிதப்பு குறைஞ்சி எதிர்பார்த்த வேகமும் இல்ல, அதுனாலதான் கப்பலுக்கு சைனா கார்கோ அக்செப்ட் பண்ணுனோம், சாங்காய் போர்ட்டுல அன்லோடிங் முடிஞ்ச உடனே, கப்பல டிரை டாக் பண்ணனும். நிறைய ஹல் பிளேட் மாத்தணும்.”

“நீங்க இறக்குமதிச் சரக்கா கொண்டுவந்த முந்திரிக் கொட்டை மூடைகளும் 25000 டன்கள்தானே.”

“முந்திரிக் கொட்ட மூடைகள் டேஞ்சரஸ் கார்கோ இல்ல, ஆனா கிரானைட் டேஞ்சரஸ் கார்கோ. சும்ம நேரத்த வீணடிக்காதிங்க. இந்த ஹை டைடு போச்சின்னா இருக்கிற வாய்ப்பும் இல்லாமப் போய்விடும்.”

கேட்ட தொகை கைமாறியது; கேப்டன் சீஃப் ஆபீசரை அழைத்து 1000 டன் கிரானைட் கற்களையும் எடுக்கச் சொன்னார். மகிழ்ச்சியான கைகுலுக்கலோடு விடைபெற்றுக் கொண்டோம். கப்பலின் கேங்வேயில் வரும் வழியில் ஏற்றுமதியாளர் கேட்டார்.

“சரி இப்ப இங்க எம் எம் டி சர்வேயர் வந்தால் எப்படி சமாளிப்பீர்கள்?”

“அதப்பற்றி நம்ம கவலை படவேண்டியதில்லை. எல்லோருமே கூட்டுக் கள்ளன்வ. கேப்டன் பேசும்போது ஹை டைடு பற்றி சொன்னத கேட்டீங்கள்ல. இப்ப ஹை டைடு ஆரம்பிக்கிது, இயற்கையாவே ஒரு மீட்டர் அண்டர் கீல் கிளியரன்ஸ் இங்க கிடைக்கும். அதைப் பயன்படுத்தி லோடிங் முடிச்சி மேக்ஸிமம் ஹை டைடுக்கு முன்னால பெர்த்திலிருந்து வெளியே போயிருவாங்க. ஆழ்கடல்ல, டிராபிகல் ஏரியா தாண்டிய பிறகு குடி தண்ணீர், பல்லாஸ்ட் டேங் தண்ணீரக் குறைச்சி டிராஃப்ட் சரி பண்ணிருவாங்க.”

“ …”

“ஆனா, கடல் தண்ணீரோட கரிப்புத் தன்மையில இவ்வளவு விசயம் இருக்குன்னு இன்றுதான் நேரடியா தெரிஞ்சிகிட்டேன்.”

“வாழ்க்கையே பலவிதமான அனுபவங்கள்தான.”

கப்பல் உரிமையாளருக்கு அனுப்பும் செய்தியில் ஏற்றுமதி, இறக்குமதியாளரின் பெயர்கள், சரக்கின் தன்மை, அளவு, கனம், அதன் பொதிமானம், எங்கிருந்து எங்கு செல்கிறது, எந்தத் துறைமுகத்திலிருந்து எந்தத் துறைமுகத்துக்குச் செல்கிறது போன்ற செய்திகள் இருக்கும். அதுபோலவே ஏற்றுமதி, இறக்குமதித் துறைமுக நாடுகளின் சமூக அரசியல், தட்பவெப்ப நிலை, மழைப்பொழிவு, பொருளாதார நிலை போன்றவை இருந்தாலும் அருகமை கடலின் உப்புத் தன்மையும் *(Salinity)*, ஓதம் பொங்குமுகம் *(High tide low tide)* போன்றவையும் முக்கியம் எனக் கருதியே, அந்தத் தகவலும் தவறாமல் இடம் பெறுகிறது.

அனுபவப் பதிவு

12

சமூகக் கடத்தலுக்குள்ளாக்கப்படும் கடையர் மக்கள்!

கடந்த 2019 பிப்ரவரி 13இல், உரிய அனுமதியில்லாமல் காடுகளில் வசிக்கும் பழங்குடிகள் வெளியேற்றப்படவேண்டும் என நாடே அதிர்ச்சியடையும் வகையில் உச்சநீதிமன்றம் ஒரு தீர்ப்பளித்திருந்தது. நாடெங்கிலும் இருந்து கிளம்பிய பலதரப்பு எதிர்ப்பின் காரணமாக, அந்தத் தீர்ப்புக்கு உச்சநீதிமன்றமே இடைக்காலத் தடை விதித்து வழக்கை ஜூலை 10ஆம் தேதிக்குத் தள்ளிவைத்திருக்கிறது. முதலாளித்துவம்சார்ந்த நுகர்வுக் கலாச்சாரமும் கேளிக்கை அரசியலும் வாழ்வை முன்னின்று வழிநடத்தும் இன்றைய காலகட்டத்தில், இந்த வழக்கு எந்தத் திசையை நோக்கிச் செல்லும் என யாரும் எளிதில் கணித்துவிட முடியாது. அறம்சார் வாழ்வின் மீது எழும் புறக்கணிக்கப்பட முடியாத சந்தேகமும் பயமும் எதிர்காலத் தலைமுறையினர் வாழ்வைக் கேள்விக்குறியாக்கி இருக்கிறது.

பேரியல் பொருளாதார இலக்குகளைக் காரணங்காட்டி இயற்கை வளங்களைக் குறிவைத்துச் சூறையாடும் அதே நுகர்வுப் பொருளாதார வாழ்வின் அடுத்த இலக்கு, கடலோரப் பழங்குடிகள். அரசியல் பலமோ அல்லது பிரதிநிதித்துவமோ இல்லாத எதிர்க்க வலுவற்ற கடலோர மக்களென்றால் சட்டங்கள் நாணல்போலவளைந்துவிடுகின்றனவே! எதிர்வரும்

காலங்களிலும் இன்னும் என்னவெல்லாம் நடக்குமோ எனச் சமூக அக்கறையாளர்கள் பதறியபடி இருக்கிறார்கள்.

இந்தச் சூழலில், சில நாட்களுக்கு முன்னால் கடற்கரைப் பழங்குடிகளுள் ஒன்றான கடையர் சமூக மக்கள் முன்னெடுத்த கலந்துரையாடல் ஒன்றில் பங்குகொள்ளச் சென்றிருந்தேன். நிகழ்வில் கலந்துகொண்ட இளையோர் முதல் பெரியவர்கள் வரை ஒருவகையான அதிர்ச்சியிலிருந்து மீளாதவர்களாகவே இருந்தார்கள். காரணம் வேறொன்றுமில்லை, சமீபகாலத்தில் தமிழகத்துக் கடற்கரையோரங்களில் வாழும் கடையர் சமூக மக்களை, அவர்களுடைய ஒப்புதலின்றிச் சமவெளியைச் சார்ந்த தேவேந்திர குல வேளாளர் பிரிவில் இணைப்பதற்கான முயற்சியில் அரசியல் உள்நோக்கம்கொண்ட சில தலைவர்கள் முயல்கிறார்களாம். அவர்களது சிபாரிசின் பேரில் அரசும் இந்த இணைப்பைப் பரிசீலனை செய்துவருவதாயும் செய்திகள் வெளிவந்திருக்கின்றன. தங்களது உள்ளுணர்வுகளைப் பாதித்து, தனித்த தமது கலாச்சார வாழ்வை வேரோடு பிடுங்கியெறியும் இந்த இணைப்பைத் தங்களைக் கலந்தாலோசிக்காமல், தன்னிச்சையாக துறைசார் அதிகாரவர்க்கம் எப்படி முடிவு செய்ய முடியும் என்பதே உரையாடலில் கலந்துகொண்ட பிரதிநிதிகளின் ஒட்டுமொத்தக் குமுறலாய் இருந்தது. வெளிப் படையாக நடந்த இந்தக் கலந்துரையாடலில், பங்கெடுத்தவர் களில் ஒருவர்கூட சமூகநீதியற்ற இந்த இணைப்பு முயற்சிக்குச் சம்மதம் தெரிவிக்கவில்லை.

பழமையான தனித்துவப் பண்பாடுகளோடு, பிறசமூகங் களோடும் அரசு நிர்வாகத்தோடும் தொடர்புவைத்துக் கொள்வதில் தயக்கமும் உள்ளவர்கள்தான் தமிழகக் கடலோரப் பழங்குடிகள். இவர்களது இந்தக் குணநலன்களையே வாய்ப்பாகப் பயன்படுத்தி, சுயநலத்தோடு தாங்கள் நினைத்த இடத்துக்கு நாதியற்ற ஒரு கடலோர அப்பாவிச் சமூகத்தை, அரசியல் அங்கீகாரம் பெறத்துடிக்கும் மற்றொரு சமூகம் கடத்தி, தன்னோடு இணைத்துப் பெரும் எண்ணிக்கைச் சமூகமாய்த் தன்னைக் காட்ட முயல்வது எந்த வகையிலும் ஏற்புடையது அல்ல. இது உரிய அரசியல் பிரதிநிதித்துவமில்லாமல் அல்லல்படும் கடலோரச் சமூகங்களின் இன்றைய வாழ்வைப் புறவாசல் வழியே நுழைந்து பலவீனப்படுத்தும் நவீனயுத்தி.

கடையர் சமூகம் என்பது பெரிய பட்டினவர், சிறிய பட்டினவர், செம்படவர், ஓடக்காரர், வருணகுல முதலி, பர்வத ராஜன், நாட்டார், பள்ளி, கடையர், கரையர், முத்திரையர், பரவர், முக்குவர், வலையர், வலைஞர், பரதர், அம்பலக்காரர், நுழையர் போன்ற கடலோரச் சமூகங்களை உள்ளடக்கிய பரதவர்

என்று சங்ககாலத்திலிருந்தே பதிவுபெற்ற தமிழ்த் தொல்குடியின் அசைக்க முடியாத அங்கம். தமிழின் தொன்மையான இலக்கியங்களிலும் கல்வெட்டுகளிலும் பட்டயங்களிலும் கடையர், கடைசியர், கடசர், கடைஞர் எனப் பெயரிட்டு அழைக்கப்பட்ட இந்த மக்களுக்குப் பட்டங்கட்டியர் என்ற குலப்பெயரும் உண்டு.

இவர்கள் மருத நிலப்பகுதியிலிருந்து நெய்தலுக்கு இடம் பெயர்ந்திருக்கலாம் என்ற கருத்து ஆய்வுக்குரியது. மருத நிலத்திலும் ஆறுகளின் கடைமடைப் பகுதிகளில் மீன்பிடித்தே வாழ்ந்திருந்த இவர்கள், பழங்குடியான தமது நாடோடிப் பண்பால் கடற்புரம் நோக்கி நகர்ந்திருக்க வேண்டும். ஆனால் இன்று தமிழகத்திலும் இலங்கையின் மன்னார் மாவட்டத்திலும் கரைக்கடல், அண்மைக்கடல் பகுதியில் பாரம்பரியமாய்த் தொழில் செய்யும் இவர்களது நெய்தல் வாழ்வு, பல்லாயிரம் ஆண்டுகள் பழமையானது. வாழிடமும், தொழில்முறையும் பழக்கவழக்கமும் பண்பாடும் மாறாத இத்தொல்குடியை, அரசியலில் அங்கீகாரம் பெறத்துடிக்கும், கடலோர வாழ்வுக்குச் சம்பந்தமேயில்லாத மற்றொரு சமூகம் உள்நோக்கத்தோடு தங்களுடன் இணைத்துத் தங்களுக்கான இடத்தைத் தக்கவைக்க முயல்வது, எந்தவகையிலும் ஏற்புடையது அல்ல. ஆதிக்கச் சக்தியாகத் துடிக்கும் ஒரு பெரும் சமூக மனப்பான்மையின் கூறுபாடாகவும் இதைக் கொள்ளலாம்.

தமிழ்நாட்டின் திருநெல்வேலி, தூத்துக்குடி, இராமநாதபுரம், புதுக்கோட்டை, தஞ்சாவூர் போன்ற மாவட்டங்களின் கடலோரப் பகுதிகளில் வாழ்ந்து, கடலைத் தங்கள் தாயாய், கடற்கரையைத் தங்கள் தாய்மடியாய் மதித்துத் தொழில்செய்யும் இம் மக்கள், கடலோரப் பழங்குடிகள் என்பது மறுக்க முடியாத வரலாற்றுச் சான்று. கரையோர மீன்பிடித்தலோடு முத்துக் குளித்தல், சங்கு குளித்தல், கடற்பாசி சேகரித்தல், சுண்ணாம்பு நீற்றல், கடலோர விவசாயம் போன்ற தொழில்களில் சுற்றுச்சூழல் அக்கறையோடு பல்லாயிரம் ஆண்டுகளாய்க் கடையர் சமூக மக்கள் வாழ்கிறார்கள். தனித்த கலாச்சார அடையாளங்களோடு வாழும் இந்த மக்களைத் தங்களது பாரம்பரியப் பெயரை, கலாச்சாரத்தை இழக்கச் செய்து, தங்களது கடலோர வாழ்தலில் சம்பந்தமேயில்லாத மற்றொரு பெரும் எண்ணிக்கையிலான சமூகத்தோடு வலுக்கட்டாயமாக இணைப்பது, சுதந்திரமாய் வாழ்தல் என்ற மனிதப் பண்பிற்கே எதிரானச் செயலாகப்படுகிறது.

உலக முழுவதும் கத்தோலிக்கக் கிறிஸ்துவ மத நம்பிக்கைகள் கேள்விக்குறியாகி, மக்கள் மாற்றுப் பாதைகளை நோக்கிப்

பயணித்துப் பல நூறு ஆண்டுகள் கடந்துவிட்டன. இந்தியாவிலும் முன் எப்போதும் இல்லாத அளவில் அதன் தாக்கம் இன்று அதிகரித்து வருகிறது. கத்தோலிக்கம் காலத்துக்கேற்பத் தன்னைச் சுய பரிசோதனைக்கு உட்படுத்தி, சமூகம்சார் குறைகளைக் களைந்து முன்னகர்வதுதான் இன்றைய முக்கியத் தேவை.

இந்தியத் தீபகற்பத்தில் கத்தோலிக்கம் தலைநிமிர்ந்து நிற்கிறது என்றால் அதற்கு அடிப்படையான காரணம், தென் தமிழகத்துக் கடற்கரைப் பரதவர்கள். வரலாற்றுக் காலந்தொட்டு இன்றுவரை கத்தோலிக்க விசுவாசத்தைத் தீபகற்பத்தில் நிலைநிறுத்துவதில் முக்கிய பங்காற்றிய மூன்று முக்கிய சமூகங்களை இங்குக் குறிப்பிட்டுச் சொல்லலாம். அவர்கள் பரதவ குலப் பரவர்கள், பரதவகுல முக்குவர்கள் மற்றும் பரதவகுல கடையர்கள். தீபகற்பத்தில் கத்தோலிக்க நம்பிக்கை நிலைபெறுவதற்காக வரலாற்றுக் காலம் முதல் பெரும் தியாகங்களைச் செய்த சமூகங்கள் இவை. பரவர்களும் முக்குவர்களும் ஓரளவு பொருளாதார ஸ்திரத்தன்மையும் அதன் மூலம் மதம்சார் அரசியலில் முக்கியத்துவமும் பெற்றுள்ள நிலையில், நம்பிக்கை விசுவாச நிர்வாகத்தில் பெரிதும் கவனிக்கப் படாதவர்கள் கடையர்களே. கத்தோலிக்கத்தால் பெரிய அளவில் கவனிக்கப்படாத இந்தக் கடையர் சமூக மக்களையே குறிவைத்திருக்கிறது தீபகற்பத்தின் பெரும்பான்மை மத அரசியல்.

தலைமுறை தலைமுறையாய் வாழ்தலின் மூலம் கடற்கரை எல்லைகளைப் பாதுகாத்து, இயற்கையான கடல்வளங்களையும் அக்கறையோடு பேணும் இப்பழங்குடி மக்களை வல்லாதிக்கத்தோடு அணுகுவது நாட்டின் இறையாண்மையைப் பாதிக்கும் செயல். மேலும் சமூகம், பண்பாடு, தொழில்முறை, திருமண உறவுகள் போன்ற அம்சங்கள் எதிலும் ஒட்டோ, உறவோ இல்லாத இருவேறு சமூகங்களை, ஒருசாராரின் விருப்பத்திற்கு மாறாக மற்றவரோடு இணைப்பது பாரம்பரியமான கடலோர வாழ்வில் அமைதிச் சீர்குலைவை ஏற்படுத்திவிடும். "ஏதோ ஒரு சமவெளிச் சமூகத்தின் அரசியல் லாபங்களுக்காக நாங்கள் ஏன் பலியாக்கப்படவேண்டும்? ஏற்கெனவே கல்வி, பொருளாதாரம், தொழில், வேலைவாய்ப்பு போன்றவற்றில் மிகவும் பின்தங்கிய நிலையில் வாழ்ந்துவரும் தங்களது விருப்பத்திற்கு மாறாக, எண்ணிக்கையில் பெரும்பான்மையாயுள்ள ஒரு சமூகத்தோடு வலிந்து இணைக்கப்பட்டால், இதுவரையிலும் கனவாகவே இருக்கும் ஆட்சி, அதிகாரப் பகிர்வில் தாங்கள் பங்கு பெறமுடியாமல் போய், தொன்மையும் தனித்தன்மையும் வாய்ந்த கடையர்

என்ற சமூக அந்தஸ்த்தையும் கடலோரத்தில் தாங்கள் இழந்து விடுவோம் என்று அழுத்திச் சொல்கிறார்கள் களத்தில் நான் சந்தித்த பெரியோர் முதல் இளையோர்வரை.

காலனிய ஆட்சிமுறையின் நிர்வாக அமைப்பையே உள்வாங்கிய நமது ஆட்சியாளர்களும் பெரும் சமூகங்களும் பழங்குடிகளைப் பலவீனப்படுத்தும் அதே மனநிலையில் இன்னும் தொடர்கிறார்களோ என எண்ணத் தோன்றுகிறது. பிரிட்டிஷ் ஆட்சியாளர்கள் பூர்வீகப் பழங்குடி மக்களின் வாழ்வுக்கு எதிரான மனநிலையில் உள்ளவர்கள். காடுகளில் பூர்வீகமான பழங்குடிகளை வெளியேற்றி வளங்களைச் சூறையாடினார்கள். பழங்குடிகள் வாழவே கூடாது என்பதுதான் அவர்கள் கொள்கை. அதே நுகர்வு மனநிலையை, நிர்வாக உத்தியை உள்வாங்கியுள்ள இன்றைய நிர்வாக அமைப்பும், ஆதிக்கச் சமூகங்களும் நுகர்வு மனப்பான்மையோடு செயல்பட்டு நாட்டைப் பலவீனப்படுத்துவதை ஒருக்காலும் அனுமதிக்கக் கூடாது. இறையாண்மை எனப்படுவதே நாட்டின் அனைத்துத் தரப்பு மக்களையும் சுதந்திரமாக வாழவிடுவதுதான். பழங்குடிகளும் நாட்டின் குடியுரிமைபெற்ற பூர்வீகக் குடிகள், அவர்களை அடுத்த சமூகங்களைத் தொந்தரவு செய்யாத வாழ்வை வாழவைப்பதே தேர்ந்தெடுக்கப்பட்ட அரசின் தலையாய கடமை.

அதைத் தவிர்த்துப் பாதிக்கப்படும் மக்களின் கருத்து அறியப்படாமலேயே நிர்வாகரீதியாய் அரசியல் அங்கீகாரம் பெறத் துடிக்கும் மற்றொரு பெரும்பான்மைச் சமூகத் தலைவர்களின் சுயநலம் சார்ந்த சூழ்ச்சியால் நடக்கும் இந்தச் சமூகக் கடத்தல், உடனடியாகக் களஆய்வு செய்யப்பட்டுத் தடுத்து நிறுத்தப்பட வேண்டும். கடையர் சமூக மக்கள், நெய்தலின் கடலோரப் பழங்குடி இனத்தின் தவிர்க்க முடியாத அங்கம் என்பது உறுதிசெய்யப்பட்டுச் சமூக நீதி நிலை நாட்டப்படவேண்டும். அதுவே, அரசியல்ரீதியாய்ப் பெரும்பான்மையைக் காட்டிச் சிறுபான்மைச் சமூகங்களைச் சீண்டும் ஆதிக்க சமூகங்களுக்குப் பாடமாக அமையும்.

18 மாரச் 2019, *இந்து தமிழ் திசை* நாளிதழில்
வெளியான கட்டுரையின் முழுவடிவம்.

13

கப்பல் முகவர்...

கடல்வழி வாணிபத்தின் தொடக்கக் காலத்திலிருந்தே கப்பல் முகவர் தொழிலும் ஆரம்பமாகி அதனுடன் பயணித்திருக்க வேண்டும். சரக்குகளைச் சுமந்து பல்வேறு துறைமுகங்களுக்குச் சென்றுவரும் பாய்மரக் கப்பல்கள் அந்தந்த நாட்டுச் சட்டங்களுக்கு உட்பட்டு இயங்க வேண்டும் என்ற நிலையில் கப்பலின் உரிமையாளர், கப்பல் பயணப்படும் எல்லா நாடுகளிலும் துறைமுகங்களிலும் தன் இருப்பை உறுதிசெய்ய முடியாது. அதன் காரணமாகவே பிரதிநிதிகளை ஏற்படுத்தும் நடைமுறை கடல்வழி வாணிபத்தில் பன்னெடுங்காலமாக இருக்கிறது. வழக்கமான வணிகத்தில் நடைமுறையிலிருக்கும் இடைத் தரகர்கள் போலல்லாது, கப்பல் முகவர்கள் எனப்படும் இப்பிரதிநிதிகள், கப்பல் உரிமை யாளரின் நலனைப் பாதுகாப்பதோடு கப்பலின் துறைமுக வருகை, சரக்கு ஏற்றுவது இறக்குவது, புறப்பாடு எனக் கப்பல் துரிதமாக இயங்குவதற்கான அனைத்து வேலைகளையும் அதன் உரிமையாளருக்கு இணையாகச் செய்து கொடுக்கிறார்கள்.

மேட்டிமையான தொழில் எனக் கருதப்பட்ட கப்பல் முகவர் தொழிலானது, சுதந்திரத்துக்கு முன்னான காலத்திலிருந்தே இந்தியாவில் மிகப் பிரபலமாகி இருந்தது. கப்பல் முகவர்களாய் இருப்பதில் சுதேசித் தொழிலதிபர்களுக்குப் பெருத்த ஆர்வம் இருந்தது. காரணம், வழக்கமான வணிகச் சவால்களே இல்லை, ஆனால்

வருமானம் நிச்சயம் என்று இந்தத் தொழிலில் ஒருவிதமான மயக்கத்தை நம்மவர்களுக்கு ஏற்படுத்தியிருந்தது கிழக்கிந்திய கம்பெனி நிர்வாகம். இந்திய முதலாளி வர்க்கத்துக்குக் கப்பல் உரிமையாளர்களாக உருவாக வேண்டும் என்ற சிந்தனையே வரவிடாமலும் செய்து, அவர்களைக் கடல்வழி வாணிபத்தின் கப்பல் உரிமையாளர்கள் என்ற தொழிலிலிருந்தும் முற்றிலுமாகத் துடைத்தெறிய முயன்றது.

வரலாற்றுக் காலங்களில் தொலைதூர நாடுகளுக்குப் பாய்மரக் கப்பல் நடத்தி, கடல்வழி வாணிபத்தின் உச்சத்திலிருந்த நம்மை அந்தத் தகுதியையே மறக்கடிக்கச் செய்த பெரும் பொருளாதாரச் சூழ்ச்சி இது. வெள்ளையரின் அந்த வணிக உத்தி, இன்று பலதரப்பட்ட கப்பல்கள், சரக்குப் பெட்டகங்கள் எனச் சர்வதேச சரக்குப் பெயர்ச்சிமையில் சிறிய நாடுகள்கூட முன்னணியில் வந்துவிட்ட நிலையிலும் நம்மிடம் தேவையான முனைப்பு இல்லாமல் செய்துவிட்டது; விளைவு நமது பொருளாதாரத்தின் தொடர் வீழ்ச்சி. அரசின் அதிகார வர்க்கமும் சட்ட திட்டங்களை வடிவமைக்கும்போது விதேசிக் கப்பல் நிறுவனங்களும் விதேசி சரக்குப் பெயர்ச்சிமை நிறுவனங்களும் வளம் பெறும் வகையிலேயே தொடர்ந்து செயல்படுகின்றனவே அல்லாது, நம்மவரைக் கப்பல் உரிமை யாளராகவோ, பெயர்ச்சிமை நிறுவன உரிமையாளராகவோ உருவாக்கும் முயற்சிகளை மேற்கொள்ளவே இல்லை. இது ஒருவகையான மனநோய்; அதிகார மையங்களில் காலகாலமாகப் புரையோடிப் போயிருக்கும் அடிமை மனநோய்.

ஏதோ ஒரு நாட்டிலிருக்கும் கப்பல் உரிமையாளர், தனது கப்பல்கள் நடைசெய்யும் துறைமுகப் பகுதியில் தனது பிரதிநிதியாக வசதிவாய்ப்புமிக்க ஒருவரைத் தேர்ந்தெடுத்துத் தன்னைப் போலவே, அவரைத் தனது கப்பலின் தேவையைப் பூர்த்தி செய்ய ஏற்படுத்திக் கொடுக்கும் வாய்ப்பே கப்பல் முகவர் தொழில். இந்தியத் தீபகற்பத்தில் கடல்வழி வணிகத்தில் தொழில் முனைவோராகப் புறப்பட்ட பெரும் தனவந்தர்களும், வசதியாய் வாழ்ந்த அரச குடும்பத்தாரும் வீழ்ந்த கதை இதுதான். கப்பல் ஏஜென்சியில் சேவைக்கான கட்டணத்தைப் பெற்றவர்கள், அதன் அடுத்த கட்டமான கப்பல், சரக்குப் பெட்டக உரிமையாளர் மற்றும் சரக்குப் பெயர்ச்சிமை நிறுவனம் எனத் தேவைக்கேற்ப நகரவே இல்லை; அரசும் அக்கறை காட்ட வில்லை. இன்று பெயரளவில் இருக்கும் ஒருசில கப்பல் உரிமை யாளர்களும், அரசின் பழமையான சட்டங்களால் நாளும் பிரச்சினைகளைச் சந்தித்தபடியே இருக்கிறார்கள்.

சுதந்திரத்துக்குப் பின்னான துறைமுக நிர்வாகங்களும், எங்கோ இருக்கும் அயல்நாட்டுக் கப்பல் உரிமையாளரை நம்புவதை விடவும் உள்நாட்டுக் கப்பல் முகவரையே நம்பினார்கள். துறைமுக நிர்வாகங்கள் கொடுத்த அதீத மரியாதை, சமூக அரங்குகளில் கிடைத்த தொழிலதிப அந்தஸ்து, முகவர் கட்டணம் என அந்நியச் செலாவணியாய்க் கொட்டும் பணம், நம்மவர்களை மேற்கொண்டு எதைப்பற்றியும் சிந்திக்க விடவில்லை.

தொழில்சார்ந்து தொடர்ந்து பயணப்பட்டபடியே இருந்தாலும், செல்லும் இடங்களில் வயதாகிக் குரு ஸ்தானத்திலிருக்கும் நண்பர்களைச் சந்தித்து அளவளாவுவது எனது வழக்கம். அந்த வகையில் கடந்த முறை மும்பையில், கப்பல் ஏஜென்சித் துறையின் முன்னோடியான ருஷி கூப்பரைச் சந்திக்கும் வாய்ப்பு கிடைத்தது. அந்தக் காலத்து ஸ்டீமர் கப்பல்களிலிருந்து, இன்றைய சரக்குப் பெட்டகக் கப்பல்கள்வரை கையாளுமை செய்த பெரும் அனுபவசாலியான மனிதர் அவர். ஓய்வு பெற்றுப் பல ஆண்டுகள் கழிந்திருந்த நிலையிலும், அவருடைய வசதிக்கேற்ப அலுவலகம் வந்து போகும் சூழலை ஏற்படுத்திக் கொடுத்திருந்தது, அவர் சார்ந்திருந்த கப்பல் ஏஜென்சித் துறையில், இன்றும் முன்னணியில் இருக்கும் அந்தத் தனியார் நிறுவனம். கூப்பரிடம் கப்பல் ஏஜென்சித் தொழிலின் பாலபாடத்தைக் கற்றுக்கொண்டதில் எனக்குப் பெரும் மனநிறைவு.

சமீபத்தில் சந்தித்த வேளையில் மிகச் சோர்வாகவே இருந்தார் கூப்பர். காரணம் வினவியபோது, "நாட்டில் தேவைக்கேற்ப கப்பல் உரிமையாளர்கள் பெருகவில்லை. நமது தொழிலதிபர்கள் கப்பல் ஏஜெண்டுகளாகவே முடங்கிப் போனார்கள். அரசும் நாட்டில் கப்பல் உரிமையாளர்கள் பெருகுவதில் அக்கறை காட்டவில்லை. பெரும் அந்நியச் செலாவணி கப்பல் பயணக் கட்டணமாகத் தொடர்ச்சியாய் வீணாகியபடி இருக்கிறது" என வருந்திச் சொன்னார். தொடர்ந்த உரையாடலில், அதிகார வர்க்கத்தில் பெரும் பதவி வகித்தவர்களும் வகிப்பவர்களும் ஆட்சியிலிருப்போருக்கு உரிய ஆலோசனை வழங்கவில்லை; சுயநலம் பேணுவதிலேயே குறியாய் இருந்திருக்கிறார்கள். விதேசிக் கப்பல் உரிமையாளர்களிடமிருந்து மறைமுகமாய்த் தங்களுக்குக் கிடைக்கும் கமிஷன் தொகைக்காக, தொடர்ச்சியாய் வெளிநாட்டுக் கப்பல் உரிமையாளர்களுக்கே அனைத்து வியாபார வாய்ப்பையும் அளித்து, நாட்டின் பொருளாதாரத்தை மறைமுகமாய்ச்

நீலப் பொருளாதாரம்

சூறையாடுகிறார்கள் எனக் கோபம் கொப்பளிக்கச் சொன்னார். இதுதான் இந்தியக் கப்பல்துறையின் இன்றைய யதார்த்தம்.

அப்படி இந்தக் கப்பல் ஏஜென்சித் தொழிலில் என்னதான் இருக்கிறது என்று அறிய ஆசையாய் இருக்கிறதல்லவா! கப்பல் உரிமையாளருக்கும் கப்பல் நடைசெய்யும் துறைமுக, சுங்கத்துறை நிர்வாகத்துக்கும், சரக்கு ஏற்றும் அல்லது இறக்கும் ஒப்பந்தக்காரருக்கும் இடையே பணிசெய்யும் நாட்டின் சட்டங்களுக்கு உட்பட்டுச் சரக்கு ஏற்றி இறக்கும் கூலியாட்கள், கையாளப்பப்படுவதற்கான கப்பல்தளம் உள்ளிட்ட தேவைகளை நிறைவேற்றுபவரே கப்பல் முகவர். தேவைக்கு ஏற்ப கப்பலுக்கான தரச் சான்றிதழ்களை உரிமையாளரிடமிருந்து பெற்று, துறைமுக மற்றும் சுங்க நிர்வாகத்திடம் சமர்ப்பித்து, கப்பலின் இயக்கத்துக்கான அனுமதி பெற்றுக்கொடுப்பதும் கப்பல் முகவரின் பணி. காலப்போக்கில் ஏற்றுமதிச் சரக்குகளை ஒருங்கிணைப்பது, இறக்குமதிச் சரக்குகளை உரியவரிடம் சேர்ப்பது, கப்பலைப் பழுதுபார்ப்பதில் உதவுவது, மாலுமிகளைப் பணிக்கமர்த்துவது, தரக்கட்டுப்பாட்டு நிறுவனங்களிடமிருந்து தரச் சான்றிதழ்கள் பெற்றுத்தருவது போன்ற பல சிக்கலான வேலைகளைக் கப்பல் முகவர் செய்யவேண்டி வந்தது. தகவல் தொழில்நுட்பத்தின் உச்சத்தைத் தொட்டிருக்கும் இன்றைய நிலையிலும் கப்பல் முகவரின் சேவையானது கடல்வழி வாணிபத்தின் ஒருங்கிணைந்த, தவிர்க்க முடியாத அம்சமாகவே தொடர்கிறது.

பிடிஏ எனச் சுருக்கமாய் அழைக்கப்படும் ப்ரொஃபார்மா டிஸ்பெர்ஸ்மெண்ட் அக்கவுண்ட்தான் கப்பல் முகவருக்கான அடிப்படை வணிகக் கணக்கு. கப்பல் ஏஜென்சித் தொழிலில் அனுபவம் உள்ளவர்களால்தான் இந்தக் கணக்கு அட்டவணையை எளிதாக உருவாக்க முடியும். ஒரு கப்பல் துறைமுகத்துக்குள் வந்து குறிப்பிட்ட சரக்கை ஏற்றி, இறக்கித் திரும்புவதற்கான தோராயமான செலவு அட்டவணையைத் தயார் செய்து, இதரச் செலவுகளையும் முன்கூட்டியே அனுமானித்துக் கப்பல் அந்தத் துறைமுகத்துக்கு வருவதற்கு முன்னாலேயே, கப்பல் உரிமையாளருக்கு அனுப்பிப் பணத்தை வசூலித்துவிடுவார்கள். கப்பலுக்கான செலவுகளை இரண்டு மடங்காகக் காட்டி அதிக தொகை வசூலித்துப் பணம் சம்பாதித்தவர்கள் ஒருபுறமிருக்க, மிச்சமான பணத்தை உரிய காலத்தில் திருப்பியனுப்பிய முகவர்கள், கப்பல் உரிமையாளர்களின் நம்பிக்கைக்குப் பாத்திரவான்களாக மாறிக் கப்பல் உரிமையாளர்கள் நடை செய்யும் அனைத்துத் துறைமுகங்களிலும் முகவர்களாகத் தொடர்ந்தார்கள். அது

பரஸ்பர நம்பிக்கை மூலதனமாக இருந்த காலம். பின்னாளில் செலவழித்த பணம்கூட கைக்குக் கிடைக்காமல் தொழிலை விட்டே ஓடும் நிலைக்கு வந்த முகவர்களும் உண்டு.

ப்ரொஃபார்மா டிஸ்பெர்ஸ்மெண்ட் அக்கவுண்ட் என்ற செலவு அட்டவணையில் பிரதானமாக இடம்பெறுவது, கப்பல் களுக்கான கலங்கரை விளக்குத் தீர்வை *(Indian Light House Fee)*, ஆறுகாட்டிச் சேவை *(Pilotage)*, கப்பல்தள வாடகை *(Bert Hire)*, துறைமுகக் கட்டணம் *(Port Dues)* சரக்குகளைக் கையாளும் தொழிலாளர்களுக்கான கூலி *(Stevedoring Charges)* மற்றும் துறைமுகத்தில் சுமைதூக்கி *(Crane)*, கிட்டங்கி உள்ளிட்ட பல்வேறு வசதிகளைப் பயன்படுத்திக்கொள்வதற்கான சேவைக் கட்டணங்கள் இருக்கும். நடைமுறையில் கப்பல் வருவதற்கு முன்னாலேயே இந்தப் பணம் கப்பல் முகவரின் வங்கிக் கணக்குக்கு வந்துவிடும். நம்பிக்கை அடிப்படையில் சில முகவர்கள் கப்பலை வேலை முடித்து அனுப்பியபின் வாங்குவதும் உண்டு. இவற்றைத் தாண்டி ஏற்றுமதிக்காக ஏற்றுமதியாளரிடமிருந்து வரும் சரக்குகளை, அதற்கான கப்பல் துறைமுகம் வருவதற்கு முன்பே தயார்செய்துவைப்பதும், இறக்குமதிச் சரக்காய் இருந்தால் இறக்குமதியாளரோடு தொடர்புகொண்டு சரக்கைத் துறைமுகத்தில் இறக்கிக் குறிப்பிட்ட காலக்கெடுவுக்குள் அவர்களிடம் சேர்ப்பிப்பதும் கப்பல் முகவராய் இருப்பவரின் கடமையாக இருக்கிறது.

இன்றைய நிலையில் கப்பல் முகவர்களுக்கான மிகப் பெரிய சவாலே, தொழிலைத் தக்கவைத்துகொள்வதுதான். ஒரு காலத்தில் தனி மனித நம்பிக்கை, குடும்பத்தின் நம்பிக்கையாக மாறி முகவர் தொழிலும் குடும்பத் தொழிலாக மாறியது. எந்தத் தொழிலாய் இருந்தாலும் அதில் போட்டி வருவது இயல்புதானே! அப்படியான போட்டி கப்பல் முகவர் தொழிலிலும் வந்தது. ஆரோக்கியமான போட்டியால் கப்பல் போக்குவரத்து சீரடைந்தது ஒருபுறமிருந்தாலும், மறுபுறம் அளவுக்கதிகமான போட்டியே, முகவர் தொழிலை இக்கட்டான நிலைக்கும் இட்டுச் சென்றது. இன்றைய சூழலில், ஒவ்வொரு கப்பல் உரிமையாளரும் தனது முகவரிடம் மதிப்பு கூட்டிய சேவையை எதிர்பார்க்கிறார். தன் கப்பல்கள் நடை செய்யும் துறைமுகப் பிராந்தியத்தின் தட்பவெப்ப சூழல், மனிதவளம், தொழில்வளம், சமூக, பொருளாதார, அரசியல் சூழல் போன்றவையும் தெரிந்திருக்க வேண்டும். அத்தேவையை மனத்தில்கொண்டு தகவல்களை முந்தித் தந்து, உறவைத் தக்கவைத்துக்கொண்ட முகவர்கள் கப்பல் உரிமையாளரின் வளர்ச்சியோடு தாங்களும் வளர்ந்தார்கள்.

கப்பல் முகவர் தொழிலென்பது பாரதத்தில் காலனியவாதி களோடு தொடர்புடையது, சுதேசிக் கப்பல் உரிமையாளர் என்ற தற்சார்பு நிலையைத் தகர்த்த உள்நோக்கம் கொண்ட தொழில். தவிர்க்க முடியாத இத் தொழில்ச் சூழலை நிகழ்காலத் தொழில் முனைவோருக்குப் புரியவைத்து அவர்களைத் தகுதி அடிப்படையில் கப்பல் உரிமையாளர்களாக மாற்றுவது, இன்றைய சுதேசி அரசின் கடமை. வெறுமனவே கப்பல்களை வெளிநாட்டிலிருந்து இறக்குமதி செய்து அவற்றின் உரிமை யாளர்களாய் சுதேசிகள் மாறுவதைக் காட்டிலும், சுதேசிக் கப்பல் கட்டுமானப் பணிமனைகளை ஊக்குவிப்பதோடு கப்பல் கட்டுமானத் தொழிலுக்குத் தேவையான மற்ற உதிரிப்பாக உற்பத்தியையும் கண்காணித்துச் செயல்பாட்டுக்குக் கொண்டு வருவதிலும் அரசு அக்கறை எடுத்துக்கொள்ள வேண்டும். இத்தகைய செயல்பாடுகளின் மூலமே, கடல்வழி வாணிபத்தின் அச்சாரமான சுதேசிக் கப்பல் உரிமை, அதன் முன்னேற்றம் என்ற பேரியல் பொருளாதார இலக்கை அடைய முடியும்.

அனுபவப் பதிவு

14

மீன்பிடி மானியம்: சத்தமின்றி ஒரு சாதனை...

உலகெங்கும் உச்சத்திலிருக்கும் நுகர்வுக் கலாச்சாரத்தின் காரணமாகப் புவி வெப்பமடைவதும், உணவுத் தொழில் என்றபெயரில் இயற்கை வளங்கள் சூறையாடப்படுவதும் நாம் அறிந்ததே. இந்தச் சூழல் தொடர்ந்தால் இன்னும் ஐம்பது ஆண்டுகளில் கடலில் மீன்களே இல்லாத நிலை உருவாகலாம் என சுற்றுச்சூழல் ஆய்வறிஞர்கள் அச்சம் தெரிவித்திருக்கிறார்கள். உணவுச் சந்தையில் பெரும்பங்கு வகிக்கும் இயற்கையான கடல்வளத்தைப் பாதுகாப்பதில் இந்தத் தலைமுறை அக்கறையோடு இருக்க வேண்டும் என்பதற்கு மாற்றுக் கருத்துகள் இல்லை.

உலகின் 760 கோடி மக்களுக்கான உணவுச் சந்தையில், பெரு வணிக நிறுவனங்களின் நுழைவு தவிர்க்க முடியாத அங்கமாக மாறிப்போன நிலையில், ஆழ்கடலில் வரைமுறையற்ற அவர்களது செயல்பாடுகளால் கடல்வளம் பாழ்பட்டுக் கிடக்கிறது. கடலில் வணிக மீன்பிடிக் கப்பல்கள் கொண்டு நடத்தும் பெரும் வேட்டத்தைத் தவிர்க்க வேண்டும் என்பதைக் கருத்தில் கொண்டு, உலக வர்த்தக சபை பல்வேறு பரிந்துரைகளை அவ்வப்போது முன்வைக்கிறது. அவற்றில் முக்கியமானது மீன்பிடித் தொழிலுக்கான மானிய விலக்கம்.

1982இல் சர்வதேச நாடுகளுடன் செய்து கொண்ட கடல் எல்லை ஒப்பந்தத்திற்குப் பிறகு

இந்தியாவிற்கு 2.02 பில்லியன் சதுர கிலோமீட்டர் பிரத்தியேக பொருளாதார மண்டலக் கடல் பகுதி கிடைத்தது. இந்திய கடல் மண்டலப் பகுதியில் எந்தக் காலத்தில் எந்த வகையான மீன்களைப் பிடிக்க வேண்டும், எந்த வகையான சாதனங்களைப் பயன்படுத்த வேண்டும் என்பவற்றை ஐ.நா.வின் உணவு மற்றும் வேளாண்மை அமைப்புதான் (FAO) தீர்மானிக்கிறது. இந்த அமைப்பு வலியுறுத்திய, பொறுப்பார்ந்த மீன்பிடித்தலுக்கான சர்வதேச நடத்தை விதிகளை இந்தியாவும் ஏற்றுக்கொண்டது.

இந்தியத் தீபகற்பத்தில் பாரம்பரிய மீனவர்கள், தொழில்முறை மீனவர்கள், வணிக மீனவர்கள் என மூன்று வகையான மீனவர்கள் இருந்தாலும், பாரம்பரிய மீனவர்களே கடலோரமெங்கும் வாழ்கிறார்கள். தொழில்முறையாகவும் வணிக ரீதியாகவும் மீனவர்களின் எண்ணிக்கை மிகச் சொற்பமே. பாரம்பரிய மீனவர்கள் கடலைத் தங்களது தாயாய், கடற்கரையைத் தங்கள் தாய்மடியாய்ப் பேணிப் பாதுகாப்பவர்கள். அக்கறையான தங்களது தொடர் செயல்பாடு களால் கடல்வளம் பேணுபவர்கள். அப்படியான பழங்குடி மீனவர்களின் செயல்பாடுகளைக் களநிலவரம் தெரியாத உலக வர்த்தக சபையின் முன்னெடுப்புகள் பாதித்துவிடக்கூடாது.

முன்னேறிய நாடுகளின் அதீத மீன்பிடித்தலும், இந்தியா போன்ற வளரும் நாடுகளின் மீன்பிடித்தலும் ஒன்றெனக் கருதி விடமுடியாது. உலக வர்த்தக சபையின் மானிய விலக்கம் போன்ற முன்னெடுப்புகள் சுற்றுச் சூழலுக்கு ஒவ்வாத அதீத மீன்பிடித்தலில் ஈடுபட்டிருக்கும் வணிக மீன்பிடிக் கப்பல் நிறுவனங்களை ஊக்குவிக்கும் முன்னேறிய நாடுகளைக் குறிவைத்தாலும், உறுப்பினர் என்ற காரணத்துக்காகவே பாரம்பரிய மீனவர் வாழும் இந்தியா போன்ற வளரும் நாடுகள் பாதிப்படைந்து விடக்கூடாது. இந்திய தீபகற்பத்தில் சில வணிக மீனவரின் செயல்பாடுகள் வரம்புமீறிச் சென்றாலும், உலக அளவிலான கணக்கிடலில் அவர்களின் செயல்பாடுகள் பெரிய தாக்கத்தை ஏற்படுத்தவில்லை. இழுவைமடிப் பயன்பாடு பாக்ஜலசந்தி உள்ளிட்ட ஒருசில இடங்களில் கடல்வளம் பாழ்படக் காரணமாய் இருந்தாலும் சீனா, ஜப்பான், தைவான், கொரியா, ஐரோப்பா போன்ற அதீத வணிக மீன்பிடித்தல் நமது கடலோரங்களில் இல்லை. பெரிய, சக்தி வாய்ந்த படகுகளை வைத்திருந்தாலும் நமது மீனவர்கள் கடல்கடந்து, கண்டங்கள் தாண்டி மீன்பிடிக்கச் செல்வதில்லை. எல்லைதாண்டி அண்டை நாடுகளில் பிடிபடும் நமது தூத்தூர் பகுதி மீனவர்கள்கூட இயற்கை வளம் பாதிக்காத தூண்டில் மற்றும் செவுள் வலை தொழில் மூலமே மீன் பிடிக்கிறார்கள்.

கடந்த பல பத்தாண்டுகளாக மத்திய அரசில் முக்கியத்துவம் பெறாத மீன்வளத்துறை கடலோர மக்களிடமிருந்து வந்த தொடர் அறிவுறுத்தல்களால், மத்தியில் ஆட்சி மாற்றம் ஏற்பட்ட பிறகு முக்கியத்துவம் பெற்றிருக்கிறது. தற்போதைய அரசு, களநிலவரங்களுக்குச் செவிசாய்க்கிறது என்பது சமீபத்தில் ஜெனிவாவில் நடந்து முடிந்த உலக வர்த்தக சபையில், இந்திய அரசு சார்பில் பங்கெடுத்துப் பாரம்பரிய மீனவர்களின் உரிமையை நிலைநாட்டிய, வர்த்தக அமைச்சர் மற்றும் அதிகாரிகளின் செயல்பாடுகள் மூலம் நிரூபணமாகி இருக்கிறது.

மானிய விலக்கமானது ஆழ்கடலில் அதீத மீன்பிடித்தலைக் கட்டுப்படுத்துவதற்காக உலக வர்த்தக சபையால் அறிவுறுத்தப் பட்ட நடவடிக்கை. இந்த நடவடிக்கை இந்தியத் தீபகற்பத்தில் வாழும் பாரம்பரிய மீனவர்களுக்கோ, அவர்களின் தொழில் முறைக்கோ பொருந்தாது என்பதை வாதிட்டுச் சாதித்திருக் கிறார்கள். வணிக வேட்கையோடு கடலைச் சூறையாடும் மற்ற நாட்டு வணிக மீனவர்களைப் போல் எங்கள் பாரம்பரிய மீனவர்களைக் கருதக்கூடாது என ஆதாரத்தோடு நிரூபித்திருக்கிறார்கள். இதன் காரணமாகவே அண்மையில் முன்வைக்கப்பட்ட மீன்வள மசோதா கரைக்கடலும் அண்மைக் கடலும் இணைந்த 12 கடல் மைல்களுக்கு உட்பட்ட பகுதியில் தொழில் செய்யுங்கள், படகுகளைப் பதிவு செய்யுங்கள் என வலியுறுத்துகிறது. அதற்காக மீன்பிடிக் கப்பல்களையும் பாரம்பரிய மீனவரின் படகுகளையும் ஒரே நிலையில் வைத்து அணுக முடியாது.

மீன்பிடித்தலில் இருக்கும் 112 உலக நாடுகளின் மீனவ மக்கள் தொகைகளை ஒப்பிடும்போது இந்தியாவில் வாழும் பாரம்பரிய மீனவர்களின் எண்ணிக்கை அதிகம். அந்த வகையில் மத்திய அரசில் மீன்வளத் துறைக்காகத் தனியான கேபினட் அந்தஸ்தோடு அமைச்சகம் அமைந்து, அக்கறையான செயல்பாடுகளும் தொடர்ந்தால், நம் நாட்டின் கடலோரப் பொருளாதாரம் உச்சத்தைத் தொடும் என்பதில் சந்தேகம் இல்லை.

14 ஜூலை 2022, *இந்து தமிழ் திசை* நாளிதழில்
வெளியான கட்டுரையின் முழு வடிவம்

15

சார்ட்டரிங் முகவர்

சரக்குப் போக்குவரத்துத் தொழில்முறையில், நடைமுறையில் பெரும்பாலானவர்களால் பயன்படுத்தப்படும் வார்த்தைகளை மொழி பெயர்ப்புக்காகவே மாற்றினால், புரிந்து கொள்வதற்குச் சிரமம் என்பதாலேயே சார்ட்டரிங் என்ற வார்த்தையை அப்படியே பயன்படுத்த வேண்டியிருக்கிறது. சரக்குகளை ஏற்றியனுப்புவதற்காக லாரிகளை வாடகைக்குப் பிடிப்பது போல், கப்பல்களைப் பிடித்துச் சரக்குகளை ஏற்றியனுப்புவதற்குப் பெயர்தான் சார்ட்டரிங். கப்பலை வாடகைக்கு எடுப்பவரையும் கப்பல் உரிமையாளரையும் இணைக்கும் முக்கிய புள்ளிதான் சார்ட்டரிங் முகவர். வணிகக் கப்பல் போக்குவரத்துக்கும் அதுசார்ந்த பல தொழில் வாய்ப்புகளுக்கும் இந்த சார்ட்டரிங்தான் மூலமே.

2009 மே மாதம் என்று நினைக்கிறேன், சென்னை அலுவலகத்தில் மதியம் நெருங்கும் வேளை வழக்கமான பணிகளுக்கிடையில் இருக்கிறேன், அலுவலக வரவேற்பாளினியிடமிருந்து அழைப்பு வருகிறது.

"சார், உங்களப் பார்க்க யாரோ இரண்டுபேர் வந்திருக்காங்க."

"யாரோன்னு சொன்னா எப்புடிம்மா, யாருன்னு கேளு... ப்ராஞ்ச் இன்சார்ஜ் இருக்கார அவர்ட்ட அனுப்பு."

"அவர்தான் உங்களப் பார்க்கச் சொன்னாராம்."

“அப்ப எப்புடி யாரோன்னு சொல்லுற, பிரச்சனைக்குரிய ஆட்கள்ன்னா நம்மகிட்ட தள்ளிறவேண்டியது. சரி வரச் சொல்.”

சிறிது நேரத்தில் நல்ல வாட்டசாட்டமாக கோட் சூட் அணிந்த இருவர் எனது அறைக்குள் கதவைத் தட்டாமலே நுழைந்து, என் அனுமதிக்குக்கூட காத்திராமல் அதிகாரமாய் அமர்கிறார்கள். அவர்களது உடல்மொழியும் பேசும் நுனிநாக்கு ஆங்கிலமும் எங்கள் தகுதிக்கு நாங்கள் இங்கு வந்ததே, நீங்கள் செய்த புண்ணியம் என்பதுபோல் இருந்தது. ஆதிக்க மனோபாவம், சாதியில் உயர்வானவர்களாகத் தங்களைக் காட்டிக் கொள்வோரிடம் மட்டுமில்லை, சந்தையில் சிறிது அங்கீகாரம் பெற்ற நிறுவனங்களின் பணியாளர்களிடமும் இருக்கிறது. எங்களுக்கு எல்லாம் தெரியும் என்ற ஒருவகையான மனநோய். எனக்கோ, பணிசெய்யும் நிறுவனத்திற்கான வியாபாரத்தைப் பெறவேண்டும் என்ற அக்கறை ஒருபுறமிருந்தாலும், நிலத்தில் கால் பாவாமல் பறப்பது போல் நடக்க எத்தனிக்கும் இவர்களையும் யதார்த்த உலகிற்கு அழைத்து வரவேண்டிய கட்டாயம்.

வந்திருந்த இருவரில் இளம் வயதுக்காரன் பேச்சை ஆரம்பித்தான்,

“எங்களுக்கு நேரத்த வீணடிக்க முடியாது.”

“உங்களுக்கு என்ன வேண்டுமென்று சொன்னால்தானே நேரம் வீணடிக்கப்படுகிறதா இல்லையா என்று தெரியும்.”

“இரண்டு பெரிய இயந்திரப் பாகங்கள் உடனடியா மலேசியா கோலாலம்பூர் போகணும், அதற்கு ஒரு சார்ட்டரிங் கொட்டேசன் வேணும்.”

“முதல்ல நீங்க யாருன்னு சொல்லுங்க.”

“என்ன சார், பார்த்தா தெரியல்ல நாங்க மெர்ஸ்க் லாஜிஸ்டிக்ஸ்.”

பெரிய சரக்குப் பெட்டகக் கப்பல் உரிமையாளரின் நிறுவனங்கள், தங்களுடைய முதலீட்டால் வரும் வருமானத்தை பில்.ஆஃப் லேடிங் என்ற ஒரு அச்சடித்த காகிதத்தை வைத்தபடி அதையே தங்கள் சந்தைக்கான தாரக மந்திரமாகவும் கொண்டு இயங்கும் ஃப்ரைட் ஃபார்வேர்டர்ஸ் நிறுவனங்கள் கொள்ளையடிக்கின்றன என்று உணர்ந்து செயல்படத் தொடங்கிய கால கட்டம். 1990களின் மத்தியில் புற்றீசல் போல் கிளம்பிய ஃபிரைட் ஃபார்வேர்டர்ஸ் பெரிய தொழில் முனைவுக் கூட்டமல்ல. சரக்குப் பரிமாற்றப் பயணக் கட்டணத்தைக் குறைந்த விலையில் பெற்று அதிக விலைக்கு விற்றவர்கள்.

தொலைத் தொடர்புச் சாதனங்கள் அதிகம் வளர்ச்சி கண்டிராத காலத்தில், தனக்குத் தெரிந்த தகவலை வியாபார உத்தியாகப் பயன்படுத்தியவர்கள். கால ஓட்டத்தில் பயணக் கட்டணத்தை வாங்கி விற்றுக்கொண்டிருந்தால் மட்டும் போதாது என்று உணர்ந்து, தொலைநோக்கோடு சிந்தித்துப் பன்னாட்டுச் சரக்குப் போக்குவரத்துச் சங்கிலிச் சேவைக்குள்ளும் தேவை கருதி நுழைந்து, பெயர்ச்சிமை நிறுவனங்களாகத் தங்களை உருமாற்றிக் கொண்டவர்கள்.

“நீங்களே சரக்குப் பெட்டக பிரதான கப்பல் நிறுவனம்தானே!”

“அது எங்கள் தாய் நிறுவனம், நாங்கள் புதிதாக ஆரம்பிக்கப் பட்ட பெயர்ச்சிமை நிறுவனம்.”

“உங்களைப் போல பெயர்ச்சிமை நிறுவனங்களிடம் கேட்கவேண்டியதுதானே!”

“இன்னும் பத்து நிமிடத்துல கொட்டேசன் வேண்டும். முடியுமா, முடியாதா?”

“முடியாது, நீங்க கிளம்பலாம்.”

நல்ல வேளையாக இருவரில் நடுத்தர வயதுக்காரர், சுதாகரித்துக்கொண்டார்.

“எங்களுக்கு இத்தன கொட்டேசன் தயார் பண்ணி அனுப்பனுமின்னு நிர்வாகக் கெடு இருக்கு, அதனால தம்பி கொஞ்சம் அவசரப்பட்டுட்டாரு.”

“உங்களுக்கு நிர்வாகக் கெடு இருக்குன்னா, அத எதுக்கு மத்தவங்க மேல வச்சி அடிக்கிறீங்க? உங்க அதிகார அதட்டல்கள உங்களோட அலுவலகத்துலயோ அல்லது உங்கள நம்பிப் பிழைக்கிற மற்ற ஜீவராசிகள்ட்டயோ வச்சிக்கோங்க. இங்க வேண்டாம்.”

“சார்.”

“அடிப்படையான விஷயங்கள் புரியாம கழுத்துல டைய கட்டிட்டு வந்திற்றா பயந்திருவமா?”

“சார், மன்னிச்சிக்கோங்க.”

“உங்களோட வேலைச்சூழல் காரணமா உங்க மூளை கண்டெய்னர் ஃபிரைட் கொட்டேசன் கான்செப்டுலே சிந்திக்கச் சொல்லும். சார்ட்டரிங்கும் ஃபிரைட் ஃபார்வேர்டிங்கும் வேற வேற. கண்டெய்னர் சரக்குப் போக்குவரத்து என்பது லைனர் சர்வீஸ். ஆனா நீங்க கேக்குறது டிராம்ப் சர்வீஸ்.”

"..."

"இருபது அடி அல்லது நாற்பது அடி சரக்குப் பெட்டகங்கள்ல போற சரக்கு வேற. நீங்க சொல்லுற சரக்கு வேற. இந்தச் சரக்குக்கும் சரக்குப் பெட்டகங்கள்போல கொட்டேசன் கேட்டா எப்புடி?"

"..."

"உங்களோட இரண்டு இயந்திரப் பாகங்களுக்காக ஒரு கப்பல வாடகைக்குப் பிடிச்சறலாமா!"

மௌனமாய் அமர்ந்து என்னையே பார்த்தவாறு இருந்தார்கள். கடல்வழி வாணிபத்தை அரைகுறையாகத் தெரிந்துகொண்டு ஆதிக்க மனப்பான்மையோடு செயல்படும் அவர்களது எண்ணம் தவறு எனச் சொல்ல நான் இப்படி நடந்துகொள்ள வேண்டியிருந்தது. முழுக் கப்பலுக்கான சரக்கைக் கொடுப்பவர்களுக்காகக் கப்பல் வாடகைக்கு எடுப்பது வேறு, கப்பலின் கொள்ளளவில் குறிப்பிட்ட சதவீதம் கொடுப்பது வேறு. முழுமையாகச் சரக்குக் கொடுப்பவர்களுக்காகக் கப்பல் உரிமையாளரிடம் பேசி நடையை உறுதிசெய்ய முடியும். பாதியோ முக்கால் பாகமோ கொடுப்பவர்கள், மற்றொரு சரக்கு வியாபாரியோடு கப்பலின் கொள்ளிடத்தைப் பகிர்ந்து கொள்ளவேண்டும். அந்த இரண்டு சரக்குகளுமே ஒரே துறைமுகத்துக்குச் செல்வதாய் இருந்தால் வேறு சிக்கல்கள் இல்லை; மாறாக ஒரே பாதையில் அமைந்த வேறு வேறு துறைமுகங்களாய் இருந்தால் அதற்கான தேவைகளையும் உறுதி செய்ய வேண்டும். ஏற்றுமதி செய்யப்படும் சரக்கு மிகக் குறைவாக இருந்தால், அதுபோன்ற தேவைக்காகக் காத்திருக்கும் மற்ற சரக்கு உரிமையாளர்களையும் தொடர்புகொண்டு இணைக்க வேண்டும். தொலைத் தொடர்புச் சாதனங்கள் அதிகம் வளர்ச்சியடையாத, காலங்களில் இந்த இணைப்பு மிகவும் சிக்கல் நிறைந்ததாகவே இருந்தது. அதற்கான கால அவகாசம் வேண்டும் என்று விளக்கிச் சொன்னபின், இருவருமே தெளிவுபெற்றார்கள்.

சார்ட்டரிங், அந்தக் காலத்தில் பெரும்பாலும் கப்பல் முகவர்கள் மூலமாகவும், சுங்க முகவர்கள் மூலமாகவும் நடந்தபடியிருந்தது. கப்பல் உரிமையாளர்களைத் தெரிந்த கப்பல் முகவர், சரக்கு உரிமையாளரைத் தெரிந்த சுங்க முகவர் என்ற அடிப்படையில், நடைமுறைச் சிக்கல்களோடு வியாபாரம் நடந்தது. ஒரு துறைமுகத்தில் பணியாற்றும் ஒரே கப்பல் முகவர், பல கப்பல் உரிமையாளர்களுக்குப் பணி செய்த நிலையில், யாருக்கு எந்தச் சரக்கைக் கொடுப்பது,

சரக்குகளுக்கான போட்டியில் யாருக்கு முன்னுரிமை அளித்துச் சரக்கைக் கொடுப்பது என்பது சிக்கலானதாகவே தொடர்ந்தது. ஒரே கப்பல் முகவர் நிறுவனமாக இருந்தாலும் சார்ட்டரிங் வியாபாரத்துக்காக அலுவலகத்தில் தனி அமைப்பு ஏற்படுத்த வேண்டிய கட்டாயம் இருந்தது.

சுங்க முகவர்கள் நிலையும் இதுபோலவே தொடர்ந்தாலும், அவர்கள் சரக்கைக் கண்காணித்த அளவுக்குக் கப்பல் உரிமை யாளர்களைக் கண்காணித்துத் தொடர முடியவில்லை. கப்பல் முகவர் துறைமுகத்திலிருக்கும் கப்பல்களின் அன்றாடப் பணித்தேவைகளில் மும்முரமாய் இருக்கும் வேளையில் சுங்க முகவர் சரக்குகளுக்கான ஏற்றுமதி, இறக்குமதி தொடர்பான வேலைகளில் இருக்க வேண்டியிருந்தது. சுங்கம் கடந்த சரக்குகள் துறைமுகங்களில் கப்பலுக்காகக் காத்துக் கிடப்பதும், சரக்குக் காகக் காலியான கப்பல்கள் காத்துக் கிடப்பதும் வாடிக்கை யாகிப் பெரும் செலவீனத்தைக் கப்பல் உரிமையாளர்களுக்கும், ஏற்றுமதி மற்றும் இறக்குமதிச் சரக்கு உரிமையாளர்களுக்கும் ஏற்படுத்தியபடி இருந்தது. இதுவே தனித்துவமான சார்ட்டரிங் முகவர்கள் தோன்றுவதற்கான அடிப்படைக் காரணம்.

நடுநசியில் இந்தியாவில் நாம் உறங்கிக்கொண்டிருக்கும் வேளையில், ஜப்பான் கப்பல் சந்தை திறந்து பணிகள் ஆரம்பித்துவிடும். தொடர்ச்சியாக ஆஸ்திரேலியா, சீனா, சிங்கப்பூர், இந்தியா, இலங்கை, பாகிஸ்தான், துபாய், ஆப்பிரிக்கா, மத்திய தரைக்கடல் நாடுகள், ஐரோப்பா, அமெரிக்கா என இருபத்து நான்கு மணி நேரமும் இயங்கும் இந்தச் சந்தையைக் கண்காணித்துத் தொழில்செய்ய அர்ப்பணிப்பான முகவர்கள் தேவை. இவர்கள்தான் சர்வதேச அளவில் பயணிக்கும் சரக்குகளையும், அதைச் சுமந்து செல்லும் தகுதியான கப்பல்களையும் இணைக்கும் முக்கிய புள்ளி ஆவார்கள். பெரிய முதலீடு என்று எதுவும் தேவைப்படாத இந்தத் தொழிலுக்கு, இமைப்பொழுதும் சோராதிருத்தல் என்ற அடிப்படைத் தகுதி ஒன்றே போதுமானது.

உலக இயக்கத்துக்கு ஈடுகொடுத்தபடியே, சர்வதேசத் துறைமுகங்களில் சரக்கை இறக்கிக் காலியாகும் கப்பல்களையும், அவர்களுக்குச் சரக்கு கொடுக்கத் தயாராய் இருப்பவர்களையும் கண்காணித்தபடியே இருக்கும் இவர்களில், கப்பல் உரிமை யாளர்களைச் சார்ந்து பயணிக்கும் சார்ட்டரர்கள் ஒருவகை என்றால், சரக்கு உரிமையாளர்களைச் சார்ந்து பயணிக்கும் சார்ட்டரர்கள் மற்றொரு வகை. ஒருசில திறமையான சார்ட்டரர்கள், ஒரு கப்பலுக்கான அல்லது அந்த நிறுவனத்தின் அனைத்துக் கப்பல்களின் பலவருட வியாபாரத்தை உறுதிசெய்து

கண்காணிப்பார்கள். மற்றவர்களோ, ஒரு ஏற்றுமதி அல்லது இறக்குமதி நிறுவனத்தின் தொடர்ச்சியான பலவருட சரக்குப் போக்குவரத்தையும் நிர்வகிப்பார்கள். இந்தப் பணிக்காக இவர்களுக்குக் கிடைப்பதெல்லாம் விலாசத்தரகு என்ற கட்டணம் மட்டுமே. அக்கறையோடு, தொடர்ச்சியாக சார்ட்டரிங் தொழில் செய்தவர்கள் பின்னாளில் கப்பல் உரிமையாளர்களாகவும் மாறியிருக்கிறார்கள்.

சார்ட்டரிங் தொழிலின் முக்கிய அம்சமே, குறிப்பிட்ட சரக்குப் பயணக் கட்டணத்தை நிர்ணயிப்பதுதான். அதற்கான ஒப்பந்தம், சார்ட்டர் பார்ட்டி என்று அழைக்கப்படுகிறது. பெரும்பாலும் ஏற்றுமதி மற்றும் இறக்குமதியின் ஏற்றியிறக்கும் கூலி தவிர்த்த பயணக் கட்டணமே (Free in Free out) கப்பல் உரிமையாளருக்கு ஏற்புடையதாக சரக்குப் பயண ஒப்பந்தத்தில் நடைமுறையிலிருக்கிறது. சாதகமான துறைமுகங்களில், கப்பல் உரிமையாளர் ஏற்றுக் கூலியையோ (Liner in Free out), இறக்குக் கூலியையோ (Free in Lner out) அல்லது இரண்டையும் சேர்த்தோ (Liner in Liner out) ஏற்றுக்கொள்கிறார். காரணம், துறைமுகத்தில் கப்பலின் துரித செயல்பாட்டை உறுதிப்படுத்துவதற்காக. அதற்கேற்ப சரக்குப் பயணக் கட்டணம் மாறுபடும். ஏற்று, இறக்குக் கூலி தவிர்த்த அடிப்படைச் சரக்குப் பயணக் கட்டணம் குறைவாகவும், ஏற்று இறக்கு கூலி இணைந்த சரக்குப் பயணக் கட்டணம் அதிகமாகவும் இருக்கும்.

சார்ட்டரிங் முகவரின் முக்கிய பணியே, கப்பல் உரிமையாளரையும் அக்கப்பலை வாடகைக்கு எடுக்கும் சரக்கு உரிமையாளரையும் வியாபாரத்தை உறுதிசெய்து, சார்ட்டர் பார்ட்டி (Charter Party) ஒப்பந்தத்தில் கையெழுத்திட வைப்பதுதான். இதற்கான கட்டணம்தான் விலாசத் தரகு (Address Commission). கப்பல் சுமந்து செல்லும் சரக்கின் தன்மை, அளவு, பயண தூரம், ஒப்பந்தத்தின் தன்மை அடிப்படையில் தரகு மாறுபடும். சரக்குப் பயணக் கட்டணத்தில் அதிகபட்சம் 3.5 % வரை விலாசத் தரகு பெறப்படுகிறது. விலாசத் தரகு தவிர்த்த வேறு எந்தக் கட்டணமும் சார்ட்டரிங் முகவருக்கு இல்லை. இன்றைய போட்டியான சூழலில், ஒரே ஒப்பந்தத்தில், ஒன்றுக்கும் மேற்பட்ட பல சார்ட்டரிங் முகவர்களைப் பார்க்க முடிகிறது. அப்படியான சூழலில் விலாசத் தரகை அவர்கள் தங்களுக்குள் பங்குபோட்டுக்கொள்கிறார்கள்.

அனுபவப் பதிவு

16

கடலோர எல்லைச் சாமிகளைச் சமவெளி எப்போது ஏற்கும்?

அடிப்படையான வாழ்தலின் மூலம் தேசத்தின் முதற்காவல் அரணாக விளங்குபவர்கள், கடலோர மக்கள் என்பதற்கு மாற்றுக் கருத்துக்கள் இருக்க முடியாது. இந்தியா போன்ற தீபகற்ப நாட்டில், கடலோர மீனவரின் வாழ்வுரிமை பாதுகாக்கப்பட்டு, தொழில் முயற்சிகள் ஊக்குவிக்கப்பட்டு உறுதி செய்யப்பட வேண்டியது ஆட்சியாளர்களின் தலையாய கடமை. தற்போது நிலவிவரும் புவிசார் அரசியலில், கடலோர வாழ்தலுக்கான பாதுகாப்பு மேம்போக்கான நிர்வாகம் சார்ந்ததாக இல்லாமல், தீர்க்கமான சிந்தனையோடு முன்னெடுக்கப்பட வேண்டும் என்பதே கடலோர மக்களின் எதிர்பார்ப்பாய் இருக்கிறது.

கடலோர வாழ்வு என்றால் என்னவென்றே புரியாத முந்தைய ஆட்சியாளர்களால் தொடர்ந்து இந்த மக்கள் புறக்கணிக்கப்பட்டிருந்தாலும், கடலோரத்தின் எல்லைச்சாமிகளாய் நித்தமும் நின்று தேசத்தைப் பாதுகாக்கிறார்கள் மீனவர்கள். கடந்த காலங்களில் நடந்து முடிந்த போர்களிலும், தீவிரவாதத் தாக்குதல்களிலும் முதற்பலி யானவர்கள் கடலோர எல்லைகளில் வாழ்ந்த மீனவர்களே என்பது நாம் அறியாததல்ல. பொது விவாதங்களுக்கோ, புரிதலுக்கோ எட்டாத மீனவர்களின் இப்படியான உயிர்த் தியாகங்கள், முப்படைகளின் தியாகங்களுக்கு இணையானவை என்று நாம் எப்போது உணரப் போகிறோம்?

ஆர். என். ஜோ டி குருஸ்

இயற்கையின் சவால்களை நாளும் எதிர்கொள்ளும், இந்த மக்களுடைய வாழ்வைச் சமவெளிசார் சமூகமும் புரிந்துகொள்ள மறுக்கிறது. நாடாளுமன்ற, சட்டமன்றத் தொகுதிகளிலிருந்து, ஊர் பஞ்சாயத்துகள்வரை உள்நோக்கத்தோடு, நிர்வாக எல்லைகள் பிரித்தாளப்பட்டுக் கடலோரச் சமூகங்களி லிருந்து ஆட்சியதிகாரத்திற்கான பிரதிநிதிகள் தேர்ந்தெடுக்கப் படாமல் முடிந்தவரை பார்த்துக் கொள்கிறது சமவெளி அரசியல். தப்பித் தவறி ஒருசில இடங்களில் தேர்ந்தெடுக்கப்பட்ட கடலோர பஞ்சாயத்துத் தலைவர்கள்கூட, செயல்பட முடியாமல் திணறுகிறார்கள். அரசின் எந்த நலத்திட்டமும், இந்தச் சிறு தலைவர்கள் மூலம்கூட செயலாக்கத்திற்கு வந்துவிடக்கூடாது என வரிந்துகட்டிக்கொண்டு நிற்கிறார்கள் சமவெளியின் அரசியல்வாதிகள். விளைவு, கடற்கரையில் செயல்படுத்தப்படும் எந்தத் திட்டமும், கடலோடிகளுக்கானதாக இல்லை. எந்த அரசியல் கட்சியும் இதற்கு விதிவிலக்கல்ல.

சமீபத்திய இராமேஸ்வரம், வடகாடு மீனவப் பெண் கொலையும் நெஞ்சைப் பதற வைக்கிறது. குற்றங்களுக்குப் பின்னான காலங்களில், சமவெளிச் சமூகங்களுக்குக் கிடைக்கும் ஊடக வெளிச்சமோ, அதனால் விளையும் பொதுஜனப் புரிதலோ, நிர்ப்பந்திக்கப்படும் அரச அமைப்புகளால் வாக்கு வங்கி அரசியலுக்காகவாவது அறிவிக்கப்படும் நிவாரணங் களோ கடலோர மக்களுக்கு என்றுமே இல்லை என்பதுதானே உறுத்தும் உண்மை.

புறக்கணித்தலின் அரசியலால், மீனவரின் தியாக வாழ்வு புரிந்து கொள்ளப்படவில்லை என்பது ஒருபுறமென்றால், முன்னேற்றம் என்ற பெயரில் செயல்படுத்தப்படும் திட்டங்களா லும், மீனவர் வாழ்வாதாரம் பறிபோவது அன்றாட நிகழ்வாகி விட்டது. அரிய கனிமங்களைக் கடற்கரை மணலிலிருந்து பிரித்தெடுத்து, ஏற்றுமதி செய்து பொருளாதாரச் செழுமைக்கு வழிசெய்கிறோம் என்று வந்தவர்களால், தென்பகுதியின் கடலோரம் முற்றிலுமாகவே முடக்கப்பட்டுவிட்டது. குரலற்ற சமூகமாய் ஒடுங்கிவிட்ட நிலையிலும், இயற்கையின் இடர்ப்பாடுகள், சமவெளி அரசியல், அண்டை நாட்டு அச்சுறுத்தல் போன்ற பல்முனைத் தாக்குதல்கள் இருந்த போதிலும் அவற்றைப் புறந்தள்ளி ஏற்றுமதிப் பொருளாதாரப் பங்களிப்பில் முனைப்போடு மீனவர்கள் செயலாற்றுவது ஆட்சியாளர்களை வியக்கச் செய்திருக்கிறது.

கப்பலோட்டமும் மீன்பிடித்தலும் ஒன்றுக்கொன்று விட்டுக்கொடுத்தும், தட்டிக்கொடுத்தும் ஒருசேர வளர வேண்டிய துறைகள். கடல்வழி வாணிபத்தின் தன்மை

புரியாத கடந்தகால ஆட்சியாளர்களால், இரு துறைகளும் ஒன்றுக்கொன்று எதிரானதுபோல் சித்திரிக்கப்பட்டுவிட்டன. வளர்ச்சிக்கான துறைமுக அமைவுத் திட்டங்கள் செயலாக்கத்துக்கு வரும்போது, அத்திட்டச் செலவீனத்தில் பாதிப்பிற்குள்ளாகப் போகும் கடலோர வாழ்விற்கான புனரமைப்புச் செலவீனங்கள் அக்கறையாடு சேர்க்கப்பட்டு நடைமுறைக்கு வந்திருக்கவேண்டும். துறைமுக அமைவால் மீனவர் வாழ்வாதாரம் பாதிப்பிற்குள்ளாகி; அவர்கள் வாழிடம் விட்டுப் புலம்பெயரும் சூழல் வந்தால், அது நாட்டிற்கான இயற்கையான பாதுகாப்பில் ஏற்படும் ஓட்டை என்ற புரிதல் ஆட்சியாளர்களுக்கு இருப்பதாய்த் தெரியவில்லை.

சமீபத்திய களஆய்வு ஒன்றில், அரசியல் பிரதிநிதித்துவம் இல்லாததே தங்களுக்கான உரிமைகள் மறுக்கப்படுவதற்கான காரணம் என மீனவர்கள் குமுறியிருக்கிறார்கள். அவர்களின் குமுறலிலும் நியாயம் இருப்பதாகவே தெரிகிறது. அரசியலில் பிரபலமாய் இருக்கும் சமவெளி அரசியல்வாதிகளின் திட்டமிட்ட சதியால், தொகுதிப் பிரிப்பால் கடலோர மக்கள் ஒரு சட்டமன்ற உறுப்பினராகவோ, நாடாளுமன்ற உறுப்பின ராகவோ தேர்ந்தெடுக்கப்படுவதற்கான வாய்ப்பு இல்லை என உறுதிபடச் சொல்கிறார்கள் மீனவர்கள். தேசத்தின் பூர்வீகப் பழங்குடியான மீனவர்கள், இன்னும் அந்தத் தகுதியை அரசிடமிருந்து பெறவில்லை. கடலோரத் தொழில் மற்றும் வேலைவாய்ப்புகளிலும், அரசு மற்றும் தனியார் நிர்வாகப் பணிகளிலும், சமவெளி மக்களின் ஆதிக்கமே எப்போது மிருக்கிறது என்பதுதானே உண்மை.

தேசத்தின் ஏனைய குடிகளுக்கு இருக்கும் அங்கீகாரமும் தொழில் வேலைவாய்ப்பும் எம் தலைமுறைக்கும் கிடைக்க வேண்டுமானால் பழங்குடிகளாக நாங்கள் அங்கீகரிக்கப்பட்டு, எமது குரல் சட்டமன்றத்திலும் நாடாளுமன்றத்திலும் ஒலிக்க வேண்டும். நேர்மையான, நேரடியான அந்தக் குரலே எங்களுக்கான நியாயத்தை வழங்கி, நிகழ்காலத்தை வளப் படுத்தி, எதிர்காலத்தை உறுதிசெய்யும் என உறுதிபடச் சொல்கிறார்கள் மீனவர்கள்.

எல்லைச்சாமிகளான கடலோர மக்களின் குரல் கவனிக்கப் பட்டு, ஆவன செய்யப்பட வேண்டியது தற்காலத்தின் தவிர்க்க முடியாத தேவை.

30 மே 2022, *இந்து தமிழ் திசை* நாளிதழில்
வெளியான கட்டுரையின் முழு வடிவம்

17

சுங்க முகவர் – பரிணாம மாற்றம்

இரண்டாயிரம் ஆண்டின் இறுதிக்கட்டம் என்று நினைக்கிறேன், வழக்கம்போலவே சென்னையில் காலையில் அலுவலகப் பணியி லிருந்த எனக்கு, தூத்துக்குடியிலிருந்து ஒரு தொலைபேசி அழைப்பு வருகிறது. எடுத்துக் கேட்டால், தூத்துக்குடியின் பிரபல சுங்க முகவரான வானவராயர்.

“தம்பி, ஒரு முக்கியமான விசயமா உங்களோட பேசணும்.”

“சொல்லுங்க அண்ணன்” என்றேன் நான்.

“நம்ம சுங்க முகவர் உரிமத்த விலைக்கி கேக்குறாங்கப்பா!”

“உங்ககிட்டயே கேக்கக்கூடிய அளவுக்கு தூத்துக்குடியில ஆள் இருக்கானா! அந்தத் தாட்டியவான் புலி யாருண்ணே?”

“மேனேஜர் மூலமா கேட்டுருக்காங்க. வெளிநாட்டு நிறுவனமாம், நமக்கும் தொழில் முன்னமாறி நடக்கல்ல. அதுனாலதான் உங்ககிட்ட ஒரு வார்த்த கேட்டுட்டு முடிவு எடுக்கலாமுன்னு...”

“அவங்கள உங்களுக்குத் தெரியுமா?”

“கடந்த ஐந்து வருடமா அவங்க மூலமா வார வியாபாரந்தான். கோயம்புத்தூர், திருப்பூர் ஏற்றுமதி, இறக்குமதியாளர்கள் எல்லாரும் அவங்க மூலமாத்தான் கிளியரன்ஸ் பண்ணனுமின்னு சொல்லுறாங்க. நமக்கும் பணத்துக்கு பிரச்சன இல்லாம, பாதுகாப்பா வியாபாரம் நடக்குது.”

“அப்ப நீங்க செய்த தொழிலுலே அடுத்த கட்டத்துக்கு நகர்த்தாம, தவிர்க்க முடியாத ஒரு அபாயச் சுழலுக்குள மாட்டுறீங்க.”

“வேற என்ன பண்ண?”

“நோகாம நொங்கு தின்ன ஆசப்படுறீங்க.”

“அம்மணமான ஊர்ல, கோவணம் கட்டியிருக்கவம் பையித்தியக்காரன்னு சொல்லுவாங்கள தம்பி.”

“முடிவ எடுத்திட்டு எனக்கு எதுக்கு போன் பண்ணுறீங்க? கோவணத்த அவுத்துக் குடுத்திற வேண்டியதுதான. உங்களுக்குத் தெரியாததில்ல, பாதுகாப்பு வளையத்துக்குள்ளே இருக்கணுமானா தொழில் பண்ண முடியாது. அடுத்தடுத்த வளர்ச்சியப் பார்க்க முடியாது. தொழில்ல வரக்கூடிய சவால்கள எதிர்கொள்ற பக்குவம் நமக்கு இல்லன்னு அவங்களுக்கு நல்லாவே தெரியும்.”

“ ...”

“உங்களமாரி ஆலமரங்ககிட்டே மோதிப் பாக்குறாங்கன்னா, நேத்து விழுந்த மழையில இன்னைக்கி மொளைச்ச புல்லோட கதி?”

“முன்னாலமாரி இல்ல தம்பி, அரசாங்கத்துலயும் ஆயிரக் கணக்குல உரிமம் குடுத்திர்றாங்க. இப்ப நூறு ரூபாய்க்கிதான் போட்டியே. இதுல, வராத பில் தொகை லட்சக் கணக்குல.”

“தொழிலும் பெருகி இருக்க!”

“ஆயிரத்துக்குத் தொழில் பண்ணுன இடத்துல, ஐநூறுக்கும் நூறுக்கும் பண்ணுறதுக்கு ஆட்கள் தயாரா இருக்காங்க.”

“அப்ப உங்க அஸோசியேசன் என்ன பண்ணுது?”

“சுயநலத்துல பேச்சி ஒண்ணு, செயல் இன்னொண்ணா இருக்க தம்பி.”

முன் பணம் கொடுத்து ஏற்றுமதி, இறக்குமதி முகவர் வேலை பார்க்கச் சொன்ன காலங்கள் இன்று மலையேறிவிட்டன. கடந்த காலங்களில், முகம் பார்த்துப் பரஸ்பர நம்பிக்கையில் தொழில் நடந்தது. அதுவே 1990களுக்குப் பிறகு, நம்பிக்கை குறைந்து வெளிநாட்டு நுகர்வோர், தங்களது கொள்முதல் பிரதிநிதிகள் மூலம் ஏற்றுமதியைக் கண்காணிக்கும் சூழல் உருவாகியது. உலகமயமாதல் கொள்கையில், சுங்க முகவர் உரிமங்களும் வாரி வழங்கப்பட, தொழில் போட்டி தவிர்க்க முடியாததாகிவிட்டது.

காலப்போக்கில் வெளிநாட்டு இறக்குமதியாளர்களின் கொள்முதல் பிரதிநிதிகளும் சோரம் போனார்கள், அந்தச் சூழல் ஃபிரைட் ஃபார்வேர்டர் எனப்படும் புதிய தொழில் முனைவோரை உருவாக்கி அவர்கள், ஏற்கெனவே இங்கிருந்த அரசின் உரிமம் பெற்ற சுங்க முகவர்களை விழுங்கி ஏப்பம் விடும் சூழல் இன்று வந்து சேர்ந்திருக்கிறது.

தொழிலில் உலகளாவிய போட்டி சரிதான். ஆனால் அந்தப் போட்டியே விதேசிகளுக்கும் சுதேசிகளுக்குமான போட்டியாக மாறிவிட்டது. சுதேசிகளைப் பாதுகாக்கும் சட்ட திட்டங்கள் நமது அரசிடம் இல்லை. தொழில்சார்ந்த சட்டங்களிலும் அதன் செயலாக்கத்திலும் சுதேசிகளிடம் உள்நோக்கத்தோடு கடுமை காட்டிய அதிகார வர்க்கம், விதேசிகளுக்குத் தொடர்ந்து சாமரம் வீசுகிறது. பெரிய திட்டங்களுக்காக அரசு உலக வங்கியிடம் கடன் வாங்கினால், திட்டத்தின் செயலாக்கத்தில் தொழில் நுட்பம், சரக்குப் போக்குவரத்து என்றில்லாமல் உள்நாட்டுச் சுங்க முகவர் பணிக்கும் விதேசிகளையே கொண்டுவந்து விடுகிறார்கள் சர்வதேச பெயர்ச்சிமை நிறுவனத்தார். இந்தியாவின் துறைமுக நகரெங்கும் விதேசிப் பெயர்ச்சிமை நிறுவனங்கள். அடிமட்ட, சிரமமான, கட்டணம்குறைந்த வேலைகளுக்கு மட்டும் சுதேசி நிறுவனங்கள். அங்கும் சுதேசிகளிடம் போட்டியிருப்பதால் மிகக் குறைந்த விலைக்கே தொழிலை எடுத்துச்செய்ய வேண்டிய சூழல்.

சுங்க முகவர் தொழில், சிக்கலான காலகட்டத்தைக் கடக்கும் அதே வேளையில்தான் ஃபிரைட் ஃபார்வேர்டர் எனப்படும் தொழில் முனைவோர் 1990களின் மத்தியில் உலகெங்கும் அறிமுகமானார்கள். கீழைத் தேசங்களை எப்போதும் தங்களது கட்டுப்பாட்டிலேயே வைக்கத் துடிக்கும் மேலைநாட்டவரின் புதிய தொழில் உத்திதான் அது. சரக்குப் பயணக் கட்டணத்தை வாங்கி விற்பதுதான் அவர்களது பிரதான வேலை. சரக்கைச் சுமந்து செல்லும் கப்பல் அல்லது சரக்குப் பெட்டக உரிமையாளர்கள் நேரடியாக ஏற்றுமதி, இறக்குமதியாளரிடம் தொடர்பு கொள்ளாமல் இடைத் தரகர்களாக வந்த இவர்கள் மூலமே சரக்குகளைப் பெற வைத்தார்கள். அதுவரையில் கப்பல் மற்றும் சரக்குப் பெட்டக உரிமையாளர்களுக்குப் பலதரப்பட்ட சரக்குகளை சேகரித்துக் கொடுத்துவந்த பிராந்திய சுங்க முகவர்களின் தலைகளில் விழுந்த பேரிடி இது. விவரம் அறிந்தோர் கமிசன் பெற்றுப் பிழைத்துக்கொள்ள, மற்றவர்கள் அந்த வருமானமும் இல்லாமல் ஏமாந்து போனார்கள். ஒருவகையில் இது அந்தந்த நாட்டின் சுங்க முகவர்களிடமிருந்து தொழிலை அடித்துப் பிடுங்கிய கதை.

அமெரிக்க, ஐரோப்பிய நாடுகளுக்கு மூன்றாம் உலக நாடுகள் உற்பத்தியாளர்களாய் மாறிய பின், வியாபாரத்தின் பாதுகாப்பு கருதி மேலைநாட்டு நுகர்வோரால் தாங்கள் உறுதி செய்த சரக்குப் பரிமாற்றத்தைக் கண்காணிக்க அமர்த்தப்பட்ட காவல்காரர்களே இந்த ஃப்ரைட் ஃபார்வேர்டர்கள். நம்பிக்கை இழப்பினாலும் தரமற்ற பொருட்களின் ஏற்றுமதியாலும், காலம் தவறிய சரக்குப் பரிமாற்றத்தாலும், மூன்றாம் உலக நாடுகளின் துறைமுகங்களில் சரக்குக் கையாளுமையில் ஏற்பட்ட கால விரயத்தாலும் சிரமத்திலிருந்த மேலைநாட்டு நுகர்வோர், இந்த ஃபிரைட் ஃபார்வேர்டர்களை உச்சிமுகந்து மெச்சினார்கள்.

பெயர்ச்சிமையில் பயணப்படும் சரக்கின் உரிமை கோரிப் பெறப்படும் பில்.ஆஃப் லேடிங் என்ற ரசீதை வைத்துக் கொண்டு, அதையும் தேவை கருதிக் காலத்துக்கேற்ப மாற்றியமைத்து, சர்வதேசச் சரக்குப் பெயர்ச்சிமையில் முடிசூடா மன்னர்களாகவே இன்று வலம்வருகிறார்கள் இந்த ஃபிரைட் ஃபார்வேர்டர்கள். மாபெரும் கப்பல், விமானம் மற்றும் சரக்குப் பெட்டக நிறுவனங்களையும் தங்களது சுண்டுவிரல் அசைவில் நிறுத்தி, சர்வதேச சரக்குப் பெயர்ச்சிமையையே ஆளுமை செய்கிறார்கள். கப்பல் உரிமையாளர்களிடமோ அல்லது சரக்குப் பெட்டக உரிமையாளர்களிடமோ இருந்து நேரடியாகப் பெறப்படும் பயணக் கட்டணங்கள் அதிக விலையிலும், ஃபிரைட் ஃபார்வேர்டர்கள் மூலம் பெறப்பட்ட பயணக் கட்டணங்கள் குறைவான விலையிலும் இருப்பதுவே அதற்கான சான்று. தூர நடை செய்யும் தாய்க் கப்பல்களுக்குப் பிரதான துறைமுகங்களிலிருந்து அதிக சரக்குப் பெட்டகங்களைத் தருகிறோம் என நிர்ப்பந்தித்து இந்தியத் துறைமுகங்களான சேவைத் துறைமுகங்களிலிருந்து வரும் சரக்குப் பெட்டகங்களுக்கான பயணக்கட்டணங்களைத் தங்கள் இஷ்டம் போல் குறைத்துவிடுகிறார்கள். பிரதான சரக்குப் பெட்டக உரிமையாளர்களுக்கு வேறு வழியில்லை.

சரக்குப் பயணத்தில் லாரிகளிலிருந்து பெறப்படும் பயண ரசீது, லாரி ரசீது. அதுவே ரயிலில் ரயில்வே ரசீது, விமானத்தில் ஏர்வே பில். கப்பலில் தரப்படுவதுதான் பி.எல்.. கப்பலின் தொடர்ச்சியாக வந்த சரக்குப் பெட்டகப் பயணத்திலும் அதுவே நடைமுறை. சர்வதேசச் சரக்குப் பெயர்ச்சிமையில் அதிகபட்ச தூரத்தைக் கப்பல்களும், கப்பல்கள் மூலமாகச் சரக்குப் பெட்டகங்களும் கடந்துசெல்கின்றன. ஒரு பொருள் உற்பத்தித் தளத்திலிருந்து ஏற்றுமதியாளர் மூலமாக இறக்குமதியாளரைச் சென்றடைந்து அது நுகர்வுத் தளத்துக்குச் செல்ல வேண்டுமானால் லாரி, ரயில், விமானம், கப்பல் எனப்

பல்வேறு வகையான வாகனங்களில் பயணித்தாக வேண்டும். ஒருவருக்கொருவர் தொடர்பில்லாமல் துண்டுதுண்டாய்ப் பயணித்த சரக்கை, ஒரே ரசீதின் கீழ் பயணிக்க வைத்த பெருமை ஃபிரைட் ஃபார்வேர்டர்களையே சாரும். அதற்காக அவர்கள் ஏற்படுத்திய சாதனம்தான் மல்டி மாடல் டிரான்ஸ்போர்ட் பில். ஆஃப் லேடிங். உற்பத்தித் தளத்திலிருந்து நுகர்வுத் தளத்துக்கு வந்துசேரும்வரை ஒரு நிறுவனமே அதன் ரசீதின் மூலம் பொறுப்பேற்றுக்கொள்கிறது.

சர்வதேசச் சரக்குப் பெயர்ச்சிமையில் டோர் டு டோர் கருத்தாக்கம் உருக்கொண்டு அது இன்றைய அளவில் முழுவீச்சில் செயலாக்கத்துக்கு வந்ததில் மல்டி மாடல் டிரான்ஸ்போர்ட் பில்.ஆஃப் லேடிங்கின் பங்கு மிக அதிகம்.

அனுபவப் பதிவு

18

சுருக்குமடிப் பிரச்சினை: களநிலவரமும் தீர்வும்

தமிழகக் கடலோரங்களில் பாரம்பரிய மீனவரின் சுருக்குமடி மீன்பிடித்தல் முறை அந்தந்தப் பிராந்தியங்களில் சட்டம், ஒழுங்குப் பிரச்சினைக்குக் காரணமாகியிருப்பது நாம் அறிந்ததே. தென்பகுதியில் வருடத்தில் அக்டோபர், நவம்பர், டிசம்பர் மற்றும் ஜனவரி மாதங்களில் நாரிழைப் படகுகள் மூலம் நடக்கும் இந்தத் தொழில், வடக்கு மாவட்டங்களில் அனுமதி கிடைத்தால், மீன்பிடித் தடைக்காலம் தவிர்த்த மற்ற காலங்களில் நாரிழைப்படகுகளும் விசைப்படகுகளும் இணைந்து நடப்பதற்கான வாய்ப்பிருக்கிறது. ஆட்சியதிகாரத்தின் புரிதலற்ற காரணத்தாலும், பிராந்தியத்தின் தனிநபர் விருப்பு, வெறுப்புகளாலும் இத்தொழில் பிரச்சனைக்குள்ளாகிக் கரைக்கடல், அண்மைக்கடல் நீரோட்டத்தில் தற்காலிகமாய்ப் பயணிக்கும் மீன்வளம் ஒருவருக்கும் பயன்படாமல், வீணாய்க் கடலில் மடிந்துவிடுகிறது.

பட்டறிவின் துணைகொண்டு, பாரம்பரிய மீனவர்கள் மேற்கொண்ட அடுத்தகட்ட தொழில் நுட்ப நகர்வே சுருக்குமடி. கைக்கு அடக்கமான மணிவலை வீசிய மீனவர்கள், பங்காளிகளாய்ப் பலரையும் இணைத்துக்கொண்டு, நீரோட்டத்தில் பயணிக்கும் மீன்கூட்டத்தை விரட்டி மடிவளைத்துப் பிடிப்பதுதான் சுருக்குமடித் தொழில். வணிக விசைப்படகு மீனவரின் இழுவைமடிபோல், சுருக்குமடி கடலடிப் பாறைகளைப் பாழ்படுத்துவதில்லை. சுற்றுச்சூழலுக்கோ

மீன்களின் இனவிருத்திக்கோ எந்தவிதத்திலும் ஊறு விளைவிக்காத இத் தொழிலில், நீரோட்டத்தில் மேலெழும்பிப் பயணிக்கும் மீன்கூட்டத்தையே குறிவைக்கிறது. உதயத்துக்குப் பின் கரைக்கடல் நீரோட்டத்தைக் கணித்த பிறகே, இவர்களது மீன்வேட்டம் தொடங்குகிறது. விரட்டப்படும் மீன்கள் பிடிபடாமல் வேட்டம் பலமுறை தோல்வியடைவதும் உண்டு.

உணவுக்காவும், நீரின் வெப்பநிலை மாற்றத்தின் காரண மாகவும் தென் ஆப்பிரிக்கா கடலடிப்பாறைப் பகுதியிலிருந்து ஆரம்பிக்கும் மீன்கூட்டத்தின் பயணம் மாலத்தீவு, லட்சத்தீவு வழியாகத் தொடர்ந்து, கர்நாடகாவின் பட்கல் பகுதியின் பாறைக்கூட்டத்தால் தடுக்கப்பட்டு, தெற்காகக் கரைக்கடலில் பயணிக்கிறது. கன்னியாகுமரி கரைக்கடலில், வடகிழக்காகத் திரும்பும் மீன்கூட்டம், மணப்பாட்டு கரைப்பாறை நீட்சியால் மறிக்கப்பட்டுத் திரும்பவும் தெற்கில் உள்ள இலங்கை ஆழ்கடலை நோக்கிச் செல்கிறது. இந்தப் பயணக் காலத்தில், எதிரெதிராக இயங்கும் கரைக்கடல் நீரோட்டங்களால், மீன்கூட்டத்தின் தொடர்ப் பயணம் அங்கங்கு கட்டுப்படுத்தப்பட்டு, அப்பகுதிக் கடற்கரையூர்களின் வரப்பிரசாதமாக மாறிவிடுகிறது. உணவான பொடிமீன்களாயும், அவற்றை உண்ணும் அடிமீன்களாயும் தொடர்ச்சியாய்ப் பயணிக்கும் இப்பெருங்கூட்டம், குறிப்பிட்ட காலத்துக்குள் தன் ஆயுளை முடித்துக்கொள்ளும் தன்மை புரிந்தே, பாரம்பரிய மீனவர்கள் கரைக்கடலிலும் அண்மைக் கடலிலும் அவற்றை விரட்டிப் பிடிக்கிறார்கள்.

வழக்கமான செவுள்வலைகளைப் போலல்லாமல், பெரும் மீன்கூட்டத்தைக் குறிவைக்கும் சுருக்குமடி, அதிக முதலீட்டைக் கோருகிறது. தனிநபரால் இத் தொழிலுக்குத் தேவையான பெரும் முதலீட்டைச் செய்யமுடியாததாலேயே, பாரம்பரிய மீனவரில் பல குடும்பங்கள் இணைந்து, இந்தத் தொழிலைச் செய்கின்றன. ஆனால் சாதாரண செவுள்வலைத் தொழில் செய்பவருக்கும், சுருக்குமடி வைத்துப் பெருவேட்டம் செய்பவருக்கும் பிடிக்கும் மீன்களின் அளவிலும் தரத்திலும் வித்தியாசம் இருப்பதால், இத்தொழில் கடலோர ஊர்களில் தனிநபர் விருப்பு, வெறுப்புகளுக்குக் காரணமாகிவிடுகிறது. இதுவே சுருக்குமடிப் பிரச்சனையின் அடிநாதம்.

பெருவாரியான மீன்கள் கரைக்குக் கொண்டுவரப்பட்டு, நேரடி, மறைமுக வேலைவாய்ப்புகளுக்குக் காரணமாகும் இச்சுருக்குமடித் தொழில், உள்ளூர் மற்றும் பிராந்திய அரசியலில் சிக்கிச் சீரழிவதும் உண்டு. அடிப்படையில் ஆதாரவிலை என்று ஏதுமில்லாத இந்த மீன்களின் விலையைப் பெரும்பாலும் உள்ளூர் வியாபாரிகளே தீர்மானிக்கிறார்கள். கடலில் பிடிபடும்

நீலப் பொருளாதாரம்

மீன்களுக்கு அடிப்படையான ஆதாரவிலையை அரசு நிர்ணயிக்க வேண்டுமென்ற கோரிக்கை கடற்கரையூர்களில் இருந்தாலும், மீன்விலையை உள்ளூர்ச் சந்தையே நிர்ணயிக்கிறது. சுருக்குமடி போகும் நாட்களில் சாதாரணச் செவுள்வலைபோகும் மீனவர்கள் கொண்டுவரும் மீன்களுக்கான விலை, சுருக்குமடி மீன்களை எதிர்பார்த்தே வியாபாரிகளால் நிர்ணயிக்கப்படுகிறது. சுருக்குமடியால் கரைகொண்டுவரப்படும் பெருவாரியான மீன்களால், விலை இறங்கிவிடுவது ஒருபுறமென்றால், தரம் காரணமாக சுருக்குமடி மீன்களையே விரும்பியெடுக்கும் உள்ளூர் வியாபாரிகளின் போட்டியே, பிரச்சினை தீவிரமடைவதற்கான முக்கிய காரணம்.

இந்தியாவின் மேற்குக் கடற்கரையில் மிகவும் பிரபலமாய் இருக்கும் இந்தத்தொழிலை, இங்கு ஏன் தடைசெய்யவேண்டும் என்பது சுருக்குமடி மீனவரின் எளிமையான கேள்வி. மேற்குக் கடற்கரையில் குஜராத் தொடங்கிக் கேரளாவரை, செழுமை யான அரபிக் கடலின் புண்ணியத்தால், மீன்பாட்டுக்குக் குறைவில்லை. பரந்த கண்டத்திட்டுக் கடல்பரப்பில் தொழில் போட்டியில்லை. சுருக்குமடி மீனவருக்கும் செவுள்வலை மீனவருக்கும் சண்டை சச்சரவுகள் இல்லை. ஆனால் தமிழகத்தில் பிரச்சினைகள் பூதாகரமாகி, பிராந்தியத்தை கலவரநிலைக்குத் தள்ளிவிடுகின்றன.

புவியியல் அமைப்பில், தமிழகத்தின் குறைவான கண்டத்திட்டுக் கடல்பரப்பில் தொழில்போட்டி அதிகம். ஒரே கடல்பரப்பில் தொழில்செய்து, ஒரே கடற்கரைக்குத் தாங்கள் பிடித்த மீன்களை இருதரப்பும் கொண்டுவரும் வேளையில், கண்முன்னே தெரியும் சுருக்குமடியின் அதீத மீன்வரத்தும், அதன் தரமும் செவுள்வலை மீனவரைக் கோபமுறச் செய்து விடுகின்றன. ஒப்பீட்டில் சுருக்குமடி மீனவர்கள் சிறுபான்மை யாகி, செவுள்வலை மீனவர்கள் பெரும்பான்மையாகி, இழப்பும் அவர்கள் பக்கமே இருப்பதால் அரசுக்கு அவர்களோடு நிற்பதைத் தவிர வேறு வழியில்லை.

தமிழகத்தின் குறைவான கண்டத்திட்டுப் பகுதியில், அதிகமான இழுவைவலை மீன்பிடிப்பே கடல் மலடானதற்கான அடிப்படைக் காரணம். மத்திய, மாநில அரசுகளின் ஆழ்கடல் மீன்பிடிப்பு ஊக்குவிப்பு உள்ளிட்ட திட்டங்களுக்குப் பின்னும் இழுவைமடி மீன்பிடிப்பை, இங்கு நிறுத்த முடியவில்லை. குறிப்பிட்ட காலத்துக்குள் தானாகவே அழிந்துவிடும் மீன் வளத்தைச் சுருக்குமடி மீனவர்கள் பிடிப்பதைத் தடுப்பதில் நியாயமில்லை என்னும் வேளையில், அவர்களுடன் வாழும் செவுள்வலை மீனவரின் பொருளாதார இழப்பையும் கருத்தில்

கொண்டாக வேண்டும். இதன் காரணமாகவே மாநில அரசின் மீன்துறை, இடத்துக்குத் தகுந்தாற்போல் நடவடிக்கைகளை முன்னெடுக்கிறது.

களநிலவரத்தை அக்கறையோடு ஆய்வுசெய்தால், சுருக்குமடி பிரச்சினைக்கான தீர்வு அரசின் மீன்துறையிடமோ, அதிகார மையங்களிடமோ இல்லை. மாறாகத் தீர்வு, பாரம்பரிய மீனவரின் ஒற்றுமையிலேயே இருக்கிறது. பிரச்சினைகளை உள்ளூரிலேயே தீர்க்க முடியும், அக்கறையான இளைய தலைமுறையினர் அந்த ஒற்றுமையை உறுதிசெய்யவேண்டும். சுருக்குமடி போகும் நாட்களில், செவுள்வலை மீனவர்களின் மீன்களுக்கு ஏலத்தில் முன்னுரிமை கொடுத்து விற்றுத் தீர்ந்தபின், சுருக்குமடி மீன்கள் ஏலத்துக்கு வரலாம். இந்த ஏற்பாட்டிற்குச் சுருக்குமடி மீனவர்களும், வியாபாரிகளும் உடன்பட வேண்டும்.

அடுத்ததாகச் சுருக்குமடியின் வலைக்கண்ணியின் அளவிலும் பிரச்சினை இருப்பதாகச் செவுள்வலை மீனவர்கள் ஆதங்கப்படுகிறார்கள். அளவில் குறைந்த நெத்தலி போன்ற பொடிமீன்கள் சுருக்குமடி கண்ணிகளிலிருந்து வெளியேற முடியாததால், பெருங்கூட்டமாய் வரும் இணைமீன்களுக்கும், துணைமீன்களுக்கும் வழித்தடத்தில் உணவில்லாமல் பாதையை மாற்றி ஆழ்கடல் நோக்கிப் பயணித்துவிடுகின்றன, அதனால் தொழில்வளம் பாதிக்கிறது என்கிறார்கள். கடல்வளத்தைப் பாழ்படுத்தும் வணிக மீனவரின் இழுவைமடியின் தூர்மடிக் கண்ணிகள் 12 எம் எம்முக்கும் குறைவாக இருக்கும் நிலையில், சுருக்குமடிக் கண்ணிகளின் அளவு 18 / 20 எம் எம் அளவிலேயே இருக்கிறது. அரசு சுருக்குமடிக் கண்ணிகளின் அளவை, அதன் உற்பத்தி மற்றும் விநியோக நிலையிலேயே தீவிரமாய்க் கண்காணிக்க வேண்டும். இதன்மூலமே கரைக்கடலில் வீணாய் அழியும் மீன்வளம் பயன்பாட்டுக்கு வந்து, சுருக்குமடிப் பிரச்சினையும் தீர்வை நோக்கி நகரும்.

12 அக்டோபர் 2022, *இந்து தமிழ் திசை* நாளிதழில் வெளியான கட்டுரையின் முழு வடிவம்

19

தமிழ்நாடு கடல் பொருளாதாரத்தை மேம்படுத்த ஒரு வாய்ப்பு

கடந்த மே மாதம் ஆட்சி மாறியதிலிருந்து, பல நம்பிக்கை தரும் காரியங்கள் நடந்தபடி இருக்கின்றன. முத்துவேல் கருணாநிதி ஸ்டாலின் எனும் நான், என்ற உறுதிமொழிப் பிரகடனத்திலிருந்து போலிப் பெருமைகள் வேண்டாம், புத்தகங்களைப் பரிசளியுங்கள் என்று முதல்வர் சொன்னதும், பெருந்தொற்றைக் கட்டுக்குள் கொண்டு வருவதிலிருந்து, பேரிடரில் களத்தில் நிற்பது, தகுதியானவர்களைத் தேவையான துறைகளில் பங்கேற்கச் செய்ததுவரை அரசு அதிகாரம் மக்களோடு பயணிப்பது நம்பிக்கையூட்டுகிறது. மக்களின் இந்த நம்பிக்கை, வளமான எதிர் காலத்தைச் சாத்தியமாக்க வேண்டுமென்றால், பணியமர்த்தப்பட்ட துறைசார் வல்லுநர்களின் செயல்பாடுகள், வெளிச்சத்திற்கு வந்து ஆய்வுகளின் பரிந்துரைகள் உடனுக்குடன் செயல்பாட்டுக்கு வரவேண்டும்.

வளமான தமிழகம் என்பது, ஒருகை ஓசையான அரசின் நிர்வாகம் மட்டுமல்ல; மாறாக, அது அனைத்துத் தரப்பு மக்களையும் இணைத்துக்கொண்ட செயல்பாடுகளினாலேயே சாத்தியமாகும். விவசாயம், கைவினைப் பொருள் உற்பத்தி, ஆலை உற்பத்தி, மீன் பிடித்தல், கட்டுமானம், வியாபாரம், சரக்குப் போக்குவரத்து என அனைத்துத் துறைகளிலும் பணியாற்றும்

நாட்டு மக்கள், தத்தமது தொழில்களைத் தொடர்ந்து சரிவர நடத்துவதற்கான ஊக்கமும் ஆதரவும் அரசிடமிருந்து வரவேண்டும்.

எந்தச் செயல்பாடும் தேவைக்கு அதிகமானால் அதுவே பிரச்சினைக்கும் காரணமாகிவிடுகிறது. ஆட்சியாளர்களின் களஆய்வு தேவை; ஆனால் அதுவே வாடிக்கையாகிவிடும்போது, அரசு இயந்திரம் செயல்படாமல், துதிபாடும் கூட்டமாக மாறி மக்களை முகம் சுழிக்கச்செய்துவிடுகிறது. வழக்கமான செலவினங்களும், எதிர்பாரா நிவாரணங்களும் புதிய அரசைத் தடுமாறச் செய்திருக்கின்றன. வழக்கமான வரிவிதிப்புகள், நிலைமையைக் கட்டுக்குள் கொண்டுவராதபோது, மாற்று வழிகள் கண்டறியப்படுவது அத்தியாவசியத் தேவையாகிறது.

நிலம் சிக்கலானது; ஆனால் கடலோ திறந்த பெரும்வெளி. பழவேற்காட்டில் தொடங்கி, தென்மேற்கில் வளைந்து கிடக்கும் கடற்கரையும் கடலோடிகளும் தமிழ்நாட்டின் வரப்பிரசாதம். நாம், இன்றும் நம் நினைவில் வைத்துப் போற்றும் சோழர்களின் பொற்காலம் என்பது, கடலாதிக்கத்தின் மேன்மையை அவர்கள் உணர்ந்து செயல்பட்டதாலேயே. கடலோரப் பொருளாதார மானது மீன் பிடித்தலும் கப்பலோட்டமும் இணைந்தது. இரண்டையும் ஒன்றுக்கொன்று எதிரானதாக்கி விட்டோம். உண்மையில் இரண்டும் ஒன்றையொன்று சார்ந்தது, ஒருசேரப் பயணிப்பது. கடலோடிகள் என்ற சமூகத்தின் சிறுதொழிலே மீன்பிடித்தல், இன்று அவர்களைக் குறுக்கி மீனவர்களாக்கி விட்டோம்.

“ஒரு நாட்டின் ஜனத்தொகை அல்ல, மாறாக அந்த நாட்டின் கடலோடிகளின் எண்ணிக்கையும் தொழில் ஆர்வமுமே நாட்டைச் செழுமையானதாக்கும்” என்று உலகை மாற்றிய புத்தகங்களுள் ஒன்றான வரலாற்றின் மீது கடலாதிக்கத்தின் செல்வாக்கு என்ற புத்தகத்தை எழுதிய ஆல்பிரெட் டி மாஹன் கூறினார். காலனியாதிக்கவாதிகளுக்காகச் சொல்லப்பட்டதாக இருந்தாலும்கூட, நாட்டின் பொருளாதார முன்னேற்றத்தில் கடலாதிக்கத்தின் முக்கியத்துவத்தைக் கட்டியம் கூறி நின்றது இவ்வாக்கியம். கடலாதிக்கத்தின் காரணகர்த்தாக்களான கடலோடிகள், இன்னும் தமிழகக் கடற்கரையில் இருக்கிறார்கள். அவர்கள் மூலம் கைதவறிப் போன அந்த வரலாற்றுப் பொருளாதார வளமையை உறுதியாய் மீட்டெடுக்க முடியும். 1997இல் உருவாக்கப்பட்டுப் பெரிதும் அறியப்படாத துறையாக தமிழக அரசில் நீடிக்கும் தமிழ்நாடு கடல்சார் வாரியம், கடலோரப் பொருளாதார முன்னேற்றத்தில் பெரும் பங்காற்ற முடியும்.

தமிழ்நாடு மின்சார வாரியத்தின் நிலக்கரித் தேவையைக் கருத்தில்கொண்டு, பூம்புகார் கப்பல் கழகம் 1974இல் தமிழக அரசால் உருவாக்கப்பட்டது. அதே ஆண்டு தமிழ் அண்ணா, தமிழ் பெரியார் என இரு பழைய கப்பல்கள் வாங்கப்பட்டு மின்சார வாரியத்துக்கான நிலக்கரி நடைசெய்ய செயல்பாட்டுக்கு வந்தன. 1979, 1981 காலகட்டங்களில் கப்பல்களின் அதீத பராமரிப்புச் செலவினத்தின் காரணமாக அவை கழிக்கப்பட்டன. பின்னாளில், 1985இலிருந்து 1987க்குள் தனித்தனியாக 40,000 டன் கொள்ளளவு கொண்ட மூன்று புதிய கப்பல்கள் தமிழ் அண்ணா (1985), தமிழ் பெரியார் (1986), தமிழ் காமராஜ் (1987) போன்றவை வாங்கப்பட்டுச் செயல்பாட்டுக்கு வந்தன. அவையும் 2018இல் வயது முதிர்வினாலும் அதீத பராமரிப்புச் செலவின காரணங்களாலும் விற்கப்பட்டன. ஆக இன்றைய நிலையில், பூம்புகார் கப்பல் கழகத்துக்குக் கன்னியாகுமரி பயணிகள் படகுகள் தவிர்த்து, வேறு சரக்குக் கப்பல்களே இல்லை. வருமானமில்லாத தமிழக அரசுக்கு, மின்சாரத்துறையின் நிலக்கரி கப்பல் பயணக் கட்டணம் பெரும் செலவினமாகத் தொடர்ந்தபடியே இருக்கிறது.

சாலைகளில் நாளும் பெருகும் நெரிசல், நேர்முக மறைமுகப் பிரச்சினைகளுக்குக் காரணமாகிவிடுவது நாம் அறியாததல்ல. அதற்கான மாற்றுவழி, இயற்கையின் கொடையான கடல்வழிப் பாதையைப் பயன்படுத்துவதுதான். தொலைநோக்குப் பார்வையற்ற திட்டங்களால், பெருந்துறைமுகமான சென்னை உட்பட நாட்டின் சிறு துறைமுகங்கள்கூட குடியேற்றங்களால் சாலைகள் அடைபட்டுக் கிடக்கின்றன. சரக்குப் போக்குவரத்தில் ஏற்படும் தடையும் தாமதமும் பெரும் பொருளாதார இழப்பிற்குக் காரணமாகிவிடுகின்றன. இந்த நிலை மாற வேண்டுமானால், தமிழகத்தின் கடல்வழிப் பாதைகள் பயன்பாட்டுக்கு வர வேண்டும். சிறு துறைமுகங்களிலிருந்து சென்னை போன்ற பெருந்துறைமுகங்களுக்கு, சிறிய கப்பல்கள் நடை செய்யலாம். கரைக்கடல் கப்பலோட்டம் நடந்தால், சாலைகளில் நெருக்கடி குறைந்து, விபத்துகள் தவிர்க்கப்படும், எரிபொருள் சிக்கனமாகும், காற்றின் மாசும் குறையும். தொடரும் சிக்கல்களுக்கு அக்கறை யான தீர்வொன்று, அரசின் வருமானத்துக்கும், பெரும் பொருளாதார முன்னேற்றத்துக்கும், நேர்முக மறைமுக வேலைவாய்ப்புகளுக்கும் காரணமாய் அமையுமென்றால், ஆவன செய்ய வேண்டியது அரசின் கடமையன்றோ!

08 டிசம்பர் 2021, *இந்து தமிழ் திசை நாளிதழில் வெளியான கட்டுரையின் முழுவடிவம்*

ஆர். என். ஜோ டி குருஸ்

20

தமிழகக் கடற்கரைக்கு நல்வரவு

உலக மீனவர் தினமான கடந்த நவம்பர் 21, 2020இல் கடலுயிர் ஆராய்ச்சி சார்ந்து இயங்கும் மத்திய அரசின் சி எம் எஃப் ஆர் ஐ நிறுவனத்தின் மண்டபம் கிளை விஞ்ஞானிகளின் அழைப்பின் பேரில், இராமநாதபுரம் மாவட்டம் தொண்டி கடற்கரையில் பாரம்பரியப் பட்டியலின மீனவருக்காக முன்னெடுக்கப்பட்டிருந்த மாற்று வாழ்வாதாரத் திட்டச் செயல்பாட்டின் கள ஆய்வுக்காகச் சென்றிருந்தேன். கடலோரங்களில் அரசால் அறிமுகப்படுத்தப்படும் திட்டங்களெல்லாம் மீனவர்களின் கருத்து அறியப்படாமல் முன்னெடுக்கப்பட்டுப் பயனற்றுப் போகிறதே என்ற நெருடல் எனக்குள் இருந்தது.

கடந்த பல பத்து வருடங்களாக, சி எம் எஃப் ஆர் ஐ நிறுவனத்தால், குறைந்துவரும் கரைகடல் மற்றும் அண்மைக் கடல்வளம் குறித்துச் சேகரிக்கப்பட்ட புள்ளிவிவரங்கள், விசைப் படகுகளின் இழுவைமடி மீன்பிடிப்பால் அழிந்த பவளப் பாறைகளால் வீழ்ந்துவரும் தேசிய மீன்உற்பத்தி போன்றவை, கரைக்கடல் விவசாயம் குறித்த கட்டாயத் தேவையை வலிந்து உணர்த்தியிருந்தது. அந்த வகையில் 2006இல் அறிமுகப்படுத்தப்பட்டுக் கரைக்கடலில் செயலாக்கத்துக்கு வந்த கூண்டு மீன்வளர்ப்பு, பொருளாதார ரீதியாய் 2011இல் கணிசமான வெற்றி பெற்றது. கடலோரப் பொருளாதாரம்

மேம்பட இத்திட்டம் பாரம்பரிய மீனவரின் ஒத்துழைப்பைப் பெறவேண்டும். பாரம்பரிய மீனவர்களை வேட்டைத் தொழிலிலிருந்து பக்குவமாய்க் கடல் விவசாயம் நோக்கி மடை மாற்றுவது சவாலான பணிதான்.

தொண்டி புதுக்குடி கடற்கரையில் இறங்கியதுமே, அங்கு திட்டப் பயனாளிகள், எங்களை எதிர்பார்த்துக் குடும்பத்தோடு நின்றிருப்பதைப் பார்க்க முடிந்தது. எனக்கு இது புதிய அனுபவம். அனைவரின் முகங்களும் அன்றுமலர்ந்த அல்லிப் பூக்களாய் இருந்தன. அரசின் அக்கறையான திட்டம்சார் சமூக உரையாடலும் முன்னெடுப்பும் கண்காணிப்பும், பயனாளிகளின் நேர்மையான பங்களிப்புமே இந்த உற்சாகத்தைச் சாத்தியமாக்கியிருக்கிறது. திட்டச் செயலாக்கத்தில் உதவிய விஞ்ஞானிகளைச் சகோதர பாசத்தோடு பயனாளிகள் நடத்தியதைப் பார்க்கும்போது, இது புதிய விடியலுக்கான ஒளிக்கீற்றோ என எண்ணத் தோன்றியது.

கரையில் தயாராக இருந்த நாரிழைப் படகில் கடலுக்குள் சென்றோம். இப்பகுதி பாக் நீரிணையின் உள்வளைந்த இடமாதலால், அலைச் சீற்றம் அதிகம் இல்லை. தாலாட்டுவது போலிருந்தது கடல் பயணம். பருவ மழையின் காரணமாகச் சமவெளி நீர் கடலுள் பாய்வதால், எங்கும் பாசி வளர்ந்து பச்சைப் பசேலென்று இருக்கிறது கடல். ஒரு கடல் மைல் தூரத்தில் இரண்டு மிதக்கும் கூண்டுகள் போதுமான இடைவெளியில் அசைந்து கொண்டிருந்தன.

முதல் கூண்டில் கோபியா எனப்படும் கடல் விறால் மீன்களும், இரண்டாவது கூண்டில் லாப்ஸ்டர் எனப்படும் சிங்கிறால்களும் வளர்க்கிறார்கள். 30 கிராம் அளவில் பெறப்படும் கடல் விறால் மீன் குஞ்சுகள், ஆறிலிருந்து எட்டு மாதத்திற்குள் நான்கு கிலோ வரை வளர்ந்துவிடுகின்றன. சந்தை விலை சராசரியாக ஒரு கிலோ 350 ரூபாய். இவை வடக்கே வஞ்சிரம் என அழைக்கப்படும் சீலா மீன்களுக்கு ஒத்த சுவையானவை. 70 கிராம் அளவில் பெறப்படும் சிங்கிறால் குஞ்சுகள் 250 கிராம்வரை வளர்ந்து ஏற்றுமதிக்குத் தயாராகிவிடுகின்றன. கடலில் கூண்டுக்குள் வளர்க்கப் படுவதால் மீன்கள் வளரும் சூழல் பாதுகாப்பானது; ஆனால் அவை இரை தேடி அலைய முடியாத காரணத்தால், உணவளிக்க வேண்டும் அதுவும் நாளில் இரண்டு முறை. பெரும்பாலும் மத்தி மீன்களே உணவாகின்றன. அலையசைவில் கூண்டுக்குள் சேகரமாகும் பாசிகளை நிதமும் அப்புறப்படுத்திக் கண்காணிக்கவும் வேண்டும். பயனாளிகள் குழுவுக்கு ஐவரெனத் தனித்தனிக் குழுவாக இருந்தாலும்,

இரண்டு குழுக்களுமே ஒன்றுக்கொன்று உதவியாய் இணைந்து செயல்படுவது மகிழ்வாய் இருந்தது.

கரையில் பெண்களுக்கான கப்பா பைகஸ் அல்வரேஸி எனப்படும் கடல்பாசி வளர்ப்பு. கரைக்கடலில் கம்புநட்டி, கயிறுகட்டி அந்தக் கயிறுகளில் விதை நாற்றைப் பிணைத்து விடுகிறார்கள். மூழ்கி மிதக்கும் பாசிகள் வளர்ந்து, நாற்பத்தைந்து நாட்களுக்குள் அறுவடைக்கான பருவமடைந்து விடுகின்றன. பச்சையாகக் கிலோ எட்டு ரூபாய்க்கு விற்கப்படும் பாசிகள் காய்ந்தால், விலை நாற்பத்தெட்டு ரூபாய். அலையோட்டத்தில் பாசிகள் அறுந்துபோய்விடாதா எனக் கேட்டால், இல்லை அலையோட்டம் பாசியின் மேல் குப்பைக் கூளங்கள் சேராமல் பாதுகாக்கிறது என்று உற்சாகமாய்ச் சொல்கிறார்கள், அங்கு கழுத்தளவு நீரில் நின்றபடி அறுவடை செய்த பெண்கள். கரையில் குடிசைகளில் பெண்கள் நடத்தும் அலங்கார மீன் வளர்ப்பும் அதே உற்சாகத்தோடு நடக்கிறது. கடல்நீரைக் கண்ணாடித் தொட்டிகளில் தேக்கிவிடப்படும் இரண்டு செ மீ நீளமுள்ள நிமோ எனப்படும் க்ளெவுன் குஞ்சு மீன்கள் நாற்பத்தைந்து நாட்களில் நான்கு செ.மீ வளர்ந்து விற்பனைக்குத் தயாராகிவிடுகின்றன. முப்பது ரூபாய் மதிப்பிலான குஞ்சு மீன் வளர்ந்து நூற்றைம்பது ரூபாய் வரை விற்பனயாகிவிடுகிறது.

வருமானத்திற்காக ஆண்களைச் சார்ந்திருந்த அடித்தள கடலோரச் சமூகப் பெண்கள் சுயதொழில் செய்வதால், இன்று வருமானம் ஈட்டுபவர்களாக மாறியிருக்கிறார்கள். இது கடலோரச் சமூக வாழ்வின் பெரும் மாற்றம். பயனாளிகளின் இச்சுயச் சார்பு, மற்ற பெண்களையும் இத்திட்டத்தை நோக்கி ஈர்த்திருக்கிறது என்பது, திட்டம் விழிப்புணர்வை ஏற்படுத்தி வெற்றியும் பெற்றிருப்பதற்கான சான்று. முழுவதும் இலவசமாகப் பட்டியலின மீனவர்களுக்காக அறிமுகப்படுத்தப்பட்டிருக்கும் இத்திட்டம், நாடெங்கும் செயலாக்கத்துக்கு வரும்போது மானியங்கள் குறையலாம், ஆனாலும் மக்களின் ஒத்துழைப்பால் வெற்றிபெற்று மீன்வளம் பெருக்கும் என்றே தோன்றுகிறது.

மத்திய அரசின் மீன்துறைசார்ந்த பல்வேறு ஆராய்ச்சி நிறுவனங்களில் நடக்கும் ஆய்வுகள், பயன்பாட்டுத் தளத்துக்கு வரவேண்டுமே என்று எண்ணிய அக்கறையான ஒரு புண்ணியவாளன் முன்னெடுத்த உருப்படியான காரியம். பரீட்சார்த்த முறையில் உருவான இத் திட்டத்துக்குப் போதிய நிதியுதவி செய்து கண்காணித்த மத்திய அரசின் அமைச்சக அதிகாரிகளையும் நன்றியோடு பாராட்ட வேண்டும். கடலோரச் சமூகங்களின் பட்டியலின அடித்தள மக்களுக்காக, மத்திய சமூக

நீதி அமைச்சுவின் ஏற்பாட்டில், மத்திய வேளாண் ஆராய்ச்சிக் கழகம் மூலம் இத்திட்டம் முன்னெடுக்கப் பட்டிருக்கிறது. பயனாளிக் கிராமத்தில் குறைந்தபட்சம் நாற்பது சதவீதம் பட்டியலின மக்கள் இருக்க வேண்டும் என்ற வரையறையோடு உருவாக்கப்பட்ட திட்டத்தைச் செயலாக்கத்துக்குக் கொண்டுவருவதில் இருந்த பெரும் சவால்களை அக்கறையோடு எதிர்கொண்டிருக்கிறார்கள் அதிகாரிகள்.

புதிய இந்தியா அடித்தள மக்களான உழவர்களின், குயவர்களின், கொல்லர்களின், மீனவர்களின் குடில்களில் இருந்துதான் பிறக்கும் என்று சுவாமி விவேகானந்தர் சொன்னார். அது நிகழுலகில் நிஜமாகிறதா..? பேராசைதான், ஆனால் தேசப் பொருளாதாரத்தின் முதுகெலும்பான அடித்தள மக்களின் வாழ்வு, வளம் பெற்று நிலைத்தால்தானே, நாடு முன்னேற்றம் நோக்கி அடியெடுத்து வைக்க முடியும்!

18 டிசம்பர் 2020, *இந்து தமிழ் திசை* நாளிதழில் வெளியான கட்டுரையின் முழு வடிவம்

21

தூத்துக்குடித் துறைமுகத்தின் மீது அக்கறை காட்டுமா இந்திய அரசு?

செயற்கைத் துறைமுகமேயானாலும், இந்தியாவின் மற்றெந்தத் துறைமுகங்களைக் காட்டிலும் தொடர் வளர்ச்சியைச் சாத்தியமாக்கிக் கொண்டிருப்பது தென் தமிழகத்தின் தூத்துக்குடி வ உ சி துறைமுகம். கொரோனா உட்பட பல்வேறு பிரச்சினைகளுக்கு மத்தியிலும், சராசரி பத்து சதவீத வருடாந்திர வளர்ச்சி என்பது, இத் துறைமுகத்தின் நிரூபிக்கப்பட்ட சாதனையின் நேர்மறைக் குறியீடு. ஏற்றுமதி, இறக்குமதிக்கான பிழையற்ற, வேகமான ஆவண நிர்வாகத்திலும் 99.9 சதவீதம் வெற்றி பெற்றிருக்கிறது தூத்துக்குடியின் சுங்க, துறைமுகக் கூட்டு நிர்வாகம். கோடெக்ஸ் (CODEX) போன்ற இணையவழி ஆவணப் பரிமாற்றத்திலும், நாட்டிலேயே முன்னணித் துறைமுகமாகத் திகழ்கிறது தூத்துக்குடி.

15 கண்டெய்னர் ஃபிரைட் ஸ்டேசன்கள், ஒரு உள்நாட்டுச் சரக்குப் பெட்டக முனையம், நாங்குனேரி, கங்கைகொண்டான் சிறப்புப் பொருளாதார மண்டலங்கள், தேசிய மாநில நெடுஞ்சாலை வசதி, தொடர் வண்டி விமானச் சேவைகளோடு, தென் தமிழகத்துச் சரக்கு உருவாக்குத் தளத்தின் பிரதான வாயிலாகச் செயல்படுகிறது தூத்துக்குடித் துறைமுகம். இருந்தும் துறைமுகத்தின் கனவுத் திட்டமான,

பன்னாட்டுச் சரக்குப் பெட்டக மாற்று முனையம், இன்னும் கனவாகவே தொடர்வது பிராந்தியத் தொழில்முனைவோரைத் தளர்ச்சியடையச் செய்திருக்கிறது. பத்து ஆண்டுகளுக்கு முன்னாலேயே அறிவிக்கப்பட்டு, நாடாளுமன்ற ஒப்புதலும் பெற்றிருக்கும் வெளிப்புறத் துறைமுகத் திட்டம் விரைவில் அமைந்தாலன்றி, பன்னாட்டு சரக்குப் பெட்டக மாற்று முனையம் தூத்துக்குடியில் அமைவது சாத்தியமில்லை.

கடந்த 25/02/2021 அன்று கோவையில் நடந்த ஒரு விழாவில், பாரதப் பிரதமர் தூத்துக்குடி வ உ சி துறைமுகம், பன்னாட்டுச் சரக்குப் பெட்டக மாற்றுமுனையமாக உருவாக்கப்படும் என்று அறிவித்திருந்த நிலையிலும், வெளிப்புறத் துறைமுகத் திட்டத்துக்கான நிதி ஒதுக்கீடு இன்னும் நடந்தபாடில்லை. இந்த பட்ஜெட் அறிவிப்பிலும், தூத்துக்குடி வெளிப்புறத் துறைமுகத் திட்டத்துக்கான நிதி ஒதுக்கீடோ, அறிவிப்போ இல்லையென்பது பெரும் கவலையளிப்பதாய் இருக்கிறது.

தமிழகத்தின் வடக்கு எல்லையான காட்டுப்பள்ளி மற்றும் எண்ணூரிலும், தென்மேற்கில் கேரளாவின் கடைக்கோடியில் இருக்கும் விழிஞ்ஞத்திலும் அதானி தனியார் குழுமம் சரக்குப் பெட்டகத் துறைமுக அமைவுசார்ந்து பெரும் முன்னெடுப்புகளைச் செய்துவரும் சூழலில், தேவைக்கேற்ப சரக்கு உருவாக்குத்தளம், நெடுஞ்சாலை, ரயில் விமான வழித்தட வசதிகளோடு இருக்கும் பொதுத் துறைமுகமான தூத்துக்குடி, ஏற்றுமதி இறக்குமதி சரக்குப் போக்குவரத்தின் தவிர்க்க முடியாத தேவை என்பதைப் புரிந்து பணிகளைத் துரிதப்படுத்தப்படுவது சரக்குப் போக்குவரத்துக்கும் தென்னிந்தியத் தொழில் வளர்ச்சிக்குமான உடனடித் தேவை.

தென் தமிழகத் தொழில் வளர்ச்சிக்கான சாவி, தூத்துக்குடி வெளிப்புறத் துறைமுக அமைவிலேயே இருப்பதில் இந்திய அரசுக்கும், தமிழக அரசின் இன்றைய ஆட்சியாளர்களுக்கும் மாற்றுக் கருத்துக்கள் இருக்க முடியாது. மாநில அரசு தொழில் வளர்ச்சிசார்ந்து எத்தகைய திட்டங்களைக் கையிலெடுத்தாலும், பொருளாதார வளர்ச்சி சர்வதேசத் தரத்திலான துறைமுக அமைவு சார்ந்தே அமையும்.

இலங்கையின் ஒட்டுமொத்தப் பொருளாதாரமே, சீனாவின் கட்டுப்பாட்டுக்குள் போய்க்கொண்டிருக்கும் இன்றைய சூழலில், பிராந்தியப் பாதுகாப்பும், ஏற்றுமதி இறக்குமதி சார்ந்த இந்தியப் பொருளாதார, மேம்பாடும் பெரும் அச்சுறுத்தலில் இருப்பதை மத்திய ஆட்சியாளர்கள் உணர வேண்டும். நாட்டின் 60 சதவீதம் சரக்குப் பெட்டகங்கள்,

பன்னாட்டுப் பயணத்திற்காக இலங்கையின் கொழும்புத் துறைமுகத்திற்கே அனுப்பப்படுகின்றன. அதனால் ஏற்றுமதி, இறக்குமதி வியாபாரத்தில் தவிர்க்க முடியாத தாமதங்கள் ஏற்பட்டுச் செலவும் கூடுகிறது. இந்த நிலை மாறவேண்டுமானால் தன்னிறைவுபெற்ற தூத்துக்குடித் துறைமுகம், கொழும்புத் துறைமுகத்தின் மாற்றாக, இந்திய அரசால் முன்னிறுத்தப்பட வேண்டும். அதற்கான அத்தியாவசியத் தேவை, தூத்துக்குடியின் வெளிப்புறத் துறைமுக அமைவு.

தமிழக பாரதீய ஜனதாக் கட்சித் தலைவர்களும் மத, சாதி அரசியலைப் புறந்தள்ளித் தொழில் வளர்ச்சியைக் கருத்தில் கொண்டு, தூத்துக்குடி வெளிப்புறத் துறைமுகத் திட்டம் செயலாக்கம் பெற முனைப்போடு செயலாற்ற வேண்டும். தூத்துக்குடியின் வளர்ச்சி இந்தியத் துணைக்கண்டத்தின் வளர்ச்சி. பாரதப் பிரதமரையும் நிதி அமைச்சரையும் சந்தித்து, திட்டத்தின் உடனடித் தேவையை வலியுறுத்தித் திட்டம் விரைவில் அமைய ஏற்பாடு செய்ய வேண்டும்.

15 பிப்ரவரி 2022, *இந்து தமிழ் திசை* நாளிதழில் வெளியான கட்டுரையின் முழு வடிவம்

22

தென்கடல் மீன்பிடித் தொழில்முறையின் அபாயச் சூழல்...

1960களில் விசைப்படகுத் தொழில் ஆரம்பித்த காலம்தொட்டே, பாரம்பரிய நாட்டுப் படகு மீனவருக்கும், விசைப்படகு மீனவருக்கும் தொழில்சார் பிரச்சினைகள் வருவது வாடிக்கை. அரசுத் தரப்பில் பாரம்பரிய மீனவர்களைப் பாதுகாப்பதற்காகச் சட்டங்கள் இயற்றப்பட்டாலும் அவை அதிகாரவர்க்கத்தால் முறையாகக் கண்காணிக்கப் படாததாலும், நுகர்வுக் கலாச்சாரத்தில் ஊறித் திளைக்கும் பெரும்பாலான விசைப் படகு மீனவர்களால் தொடர்ச்சியாக மீறப்படுவதாலும், கடலுக்குள் தொழில்சார்ந்த பிரச்சினைகள் நடப்பது தொடர்கதையாகிவிட்டது. ஒரு பிரச்சினையிலிருந்து அதைவிடத் தீவிரமான அடுத்த பிரச்சினை, அதற்கான உடனடித் தீர்வு என்பதிலே மூழ்கித் தவிக்கும் அதிகார வர்க்கமும், பிராந்தியத்தின் சட்ட ஒழுங்குச் சூழலைக் காரணம் காட்டி, பிரச்சினையின் அன்றைய தீர்விலேயே கவனம் குவித்து நீண்டகால, சுற்றுச் சூழலுக்கு இயைந்த தீர்வுகளை மக்களின் ஒத்துழைப்போடு எட்டுவதற்கு மறந்துவிடுகிறது. தமிழகக் கடற்பரப்பில் மீன்பிடித்தல், சூழல் சார்ந்தும் தொழில்நுட்பம் சார்ந்தும் வெகுவாகவே மாறியிருக்கிறது. அந்த மாற்றத்தைக் கணக்கில்கொண்டு மீனவர்களின் மீன்பிடி எல்லைகளும் மறுவரையறை செய்யப்பட வேண்டும்.

கரையிலிருந்து ஆறு கடல்மைல்கள்வரை பாரம்பரிய மீனவர்களுக்கான கரைக்கடல் பகுதி, ஆறிலிருந்து 12 கடல்மைல்கள் வரை அண்மைக்கடல் பகுதி,12 கடல்மைல்களுக்கு மேலான பகுதியே ஆழ்கடல் பகுதியாக இருந்தாலும், தமிழக அரசின் 1983 கடல் மீன்பிடி ஒழுங்குமுறைச் சட்டப்படி, கரையிலிருந்து மூன்று கடல்மைல்களே பாரம்பரிய மீனவரின் தொழில்த்தளமாக வரையறை செய்யப்பட்டு, அந்தப் பகுதியில் விசைப்படகுகளின் வரத்து தடை செய்யப்பட்டது. உச்ச நீதிமன்ற வழிகாட்டலும் ஒரு காரணம். காலப் போக்கில் தேவையின் அடிப்படையில் எழுந்த தொடர்ச்சியான போராட்டங்களுக்கும், பேச்சுவார்த்தைகளுக்கும் பின், 2002இல் அந்த எல்லை ஐந்து கடல்மைல்கள் ஆனது. இந்த எல்லை போதாது என்பதையே களநிலவரம், வலிந்து வலியுறுத்துகிறது. 1980களிலேயே தொழில்நுட்பம்சார்ந்து கட்டுமர, நாட்டுப் படகுகளும் இயந்திரமயமாகி, அவை மீன்பிடித்தளங்களுக்குச் சென்று திரும்பும் கால அளவும் குறைந்திருக்கிறது. சரக்குப் போக்குவரத்துக்கான கரைக்கட்டமைப்புகள், தூண்டில் வளைவுக் கரைப் பாதுகாப்பு அமைப்புகள், கடலோரச் சுற்றுலா விடுதிகள், ஆலைக்கழிவுகள் போன்றவற்றால் ஏற்படும் மாசுபாட்டால், மீன்தங்கும் கடல்மடைகள் ஆழ்கடல் நோக்கி நகர்ந்திருக்கின்றன. 2004 சுனாமியிலும் பல கடலடி மாற்றங்கள் நிகழ்ந்துள்ளன. கரையிலிருந்து ஆறு கடல்மைல் அளவிற்குள் இருக்கும் கரைக்கடலில் மீன்வளமே இல்லை. பாரம்பரிய மீனவரின் மீன்பிடித் தளங்கள் ஆழ்கடல் நோக்கி நகர்ந்துவிட்டதால், அவர்களுக்கான மீன்பிடி எல்லையும் கரையிலிருந்து ஐந்து கடல்மைல்களையும் தாண்டிய பகுதிகளாக மாறியிருக்கிறது. இதன் காரணமாகப் பாரம்பரிய மீனவரின் இயல்பான மீன்பிடி நகர்வே, ஆறு கடல்மைல்களிலிருந்து 12 கடல்மைல்கள்வரையிலான அண்மைக்கடலை நோக்கியதாகத்தான் இருக்கும். இந்த யதார்த்தம்தான் ஆட்சியாளர்களுக்குப் புரிய வேண்டும். பரம்பரிய மீனவர்களுக்கான மீன்பிடி எல்லையைக் கள ஆய்வு செய்து, 12 கடல்மைல்கள் வரை அதை உடனடியாக நீட்டித்துக் கொடுத்து, அந்தப் பகுதியில் விசைப்படகுகளின் வரத்து தடை செய்யப்பட வேண்டியது தமிழக மீன்துறையின் கடமை.

கடந்த 08/03/2021 மாலை 7மணி அளவில், பெரியதாழையிலிருந்து கடலுக்குள் ஒன்பது கடல்மைல் தூரத்தில், செக்கல் மீன்பிடித் தொழில் செய்துகொண்டிருந்த பாரம்பரிய மீனவரின் நாரிழைப்படகு, கன்னியாகுமரியைச் சேர்ந்த விசைப்படகால் விபத்துக்குள்ளாகியிருக்கிறது. சமயோசிதமாகச் செயல்பட்டதால், உயிரிழப்பு தவிர்க்கப்பட்டாலும்

ரூ.1,00,000 மதிப்பிலான செவுள் வலைகள் முற்றிலுமாகச் சேதமடைந்திருக்கின்றன. மாற்றுத் தொழில் ஆதாரமின்றி நிர்க்கதியில் தவிக்கிறது குடும்பம். விசைப்படகுகளின் போக்குவரத்து தடைசெய்யப்பட்ட நேரத்தில், இருட்டில் விளக்கை அணைத்துவிட்டு வருவதால், அவர்களது வரத்தை எங்களால் காணமுடியவில்லை என பாதிக்கப்பட்ட பாரம்பரிய மீனவர் குற்றம் சாட்டியிருக்கிறார். பதிவுசெய்யப்பட்ட விசைப்படகுகளின் அத்துமீறல் ஒருபுறமென்றால், பதிவு செய்யப்படாத விசைப்படகுகளின் தொந்தரவும் கடுமையாக இருக்கிறது என்று குமுறுகிறார்.

விசைப்படகுகளின் இயக்கமானது, அதிகாலை ஐந்து மணிக்குச் சம்பந்தப்பட்ட மீன்பிடித் துறைமுகத்திலிருந்து கிளம்பி, தொழில் முடித்து அதே நாள் இரவு ஒன்பது மணிக்குள்ளாகவே தங்குதளம் வந்து சேரவேண்டும் என்கிறது சட்டம். அனுமதிக்கப்பட்ட 240 குதிரைத் திறனுக்கு அதிகமாகவே இயந்திரத்திறன் உள்ள விசைப்படகுகளாய் இருந்தாலும், மீன்துறை அதிகாரிகளின் முறையான கண்காணிப்பு இல்லாத காரணத்தால், நேர ஒழுங்கு முறையாகக் கடைப்பிடிக்கப் படுவதில்லை, பெரும்பாலான விசைப்படகுகள் பதிவுசெய்யப் படாமலும் இயக்கப்படுகின்றன. தமிழக மீன்துறை கவனத்தில் கொள்ள வேண்டிய மிக முக்கியமான கள உண்மை. பல்வேறு தொந்தரவுகளுக்கும் இழப்புகளுக்கும் மத்தியிலும் பாரம்பரிய மீனவர்கள் அமைதி காக்கிறார்கள் என்றால், அது தென் கடலில் கொழுந்துவிட்டெறிந்த பிரச்சினையால் பாரம்பரிய மீனவர்கள் வெகுண்டெழுந்து 1974இல் வீரபாண்டியன் பட்டினத்தில் தீக்கிரையாக்கிய 190 விசைப்படகுகளைப் போல் ஒரு நிகழ்வு திரும்பவும் இங்கு நடந்துவிடக்கூடாது என்பதற்காக. அரசும் தொழில்முறைச் சிக்கல்களைத் தவிர்க்க, சட்டங்கள் இயற்றுவதோடு நின்றுவிடாமல், அதன் நடைமுறைச் செயல்பாடுகளையும் அக்கறையோடு கண்காணிக்க முன்வர வேண்டும்.

இதற்கிடையில் தூத்துக்குடி மீன்பிடித் துறைமுகத்தைத் தங்குதளமாகக் கொண்ட ஒரே குடும்பத்தைச் சேர்ந்த மூன்று இழுவைவலை விசைப்படகு உரிமையாளர்கள் தங்களுக்கான தங்குதளத்தை, தூத்துக்குடியின் வடக்கில் இருக்கும் தருவைக்குளத்திற்கு மாற்றிக் கேட்டிருக்கிறார்கள். ஆரம்பித்த காலந்தொட்டே அரசின் சட்ட திட்டங்களுக்கு உட்பட்டு அக்கறையோடு இயங்கி, ஆழ்கடல் மீன்பிடிப்பின் முன்னுதாரணமாய் விளங்கி, தூண்டில் மற்றும் செவுள் வலைகளையே பயன்படுத்தித் தொழில் செய்யும் தருவைக்குளம்

விசைப்படகு மீனவர்கள் அதற்கு எதிர்ப்பு தெரிவிக்கிறார்கள். காரணம், மீன்வளத்தையே இல்லாமலாக்கும் இழுவைவலை விசைப்படகுகள் தருவைக்குளம் வந்தால், அது தாங்கள் இதுகாறும் பாதுகாத்த சுற்றுச் சூழலுக்கு இயைந்த தொழில்முறையை இல்லாமலாக்குவதோடு, கடல்வளமும் பாழ்படும் என்ற அவர்களது உறுதியான நிலைப்பாடு.

சமூக விரோதிக் கும்பல்களின் உதவியோடு, மீன்துறையின் மேல்மட்ட அதிகார வர்க்கத்தை, தங்களுக்குச் சாதகமாய் வளைக்கும் சூழ்ச்சி நடப்பதாய்த் தகவல்கள் கசிகின்றன. தொடர் மிரட்டல்களுக்குப் பயந்து, தங்களுடைய தங்குதளத்தைத் தருவைக்குளத்துக்கு மாற்ற அவர்களுக்கு அனுமதி கிடைக்கும் பட்சத்தில், அது குறுகிய கால இலாபத்தைக் கருதித் தருவைக்குளத்தின் மற்ற மீனவர்களும் கடல் வளத்தைப் பாழ்படுத்தும் இழுவை வலை பிடிப்புக்கு மாறுவதற்கான சூழலை ஏற்படுத்தும். மத்திய மற்றும் மாநில அரசின் இழுவைவலைத் தொழில் தவிர்த்த ஆழ்கடல் மீன்பிடிப்புத் திட்டத்திற்கு மிகப் பெரிய பின்னடைவை ஏற்படுத்தி, தென்கடல் மீன்பிடிப்பில் தொடரும் அபாயச் சூழலை மேலும் சிக்கலானதாய் மாற்றும்.

06 ஏப்ரல் 2021, *இந்து தமிழ் திசை* நாளிதழில்
வெளியான கட்டுரையின் முழுவடிவம்

23

தூத்துக்குடித் துறைமுகம் புத்துயிர் பெறட்டும்

கடந்த 25.02.2021 அன்று கோவையில் நடந்த விழாவில் பாரதப் பிரதமர், தூத்துக்குடி வஉசி துறைமுகம் பன்னாட்டுச் சரக்குப் பெட்டக மாற்றுமுனையமாக மாற்றப்படும் என்று அறிவித்திருக்கிறார். தூத்துக்குடித் துறைமுகத்தின் சரக்கு உருவாக்குத் தளமாக இருக்கக்கூடிய கோயம்புத்தூர், திருப்பூர், மதுரை, சிவகாசிப் பகுதி ஏற்றுமதி, இறக்குமதியாளர்களுக்கும், பெயர்ச்சிமைசார் தொழில்முனைவோருக்கும் மகிழ்ச்சியளிக்கக் கூடிய திட்டம் இது என்பதால் மனமுவந்து அறிவிப்பை வரவேற்கலாம். ஆனால் இத்திட்ட அறிவிப்பும் எப்போது செயலாக்கத்திற்கு வரும் என்ற கேள்வி இயல்பாக எழுவதையும் தவிர்க்க முடியவில்லை. திட்டச் செயலாக்கத்துக்கான நிதி ஒதுக்கீடு நடப்பு ஆண்டுக்கான நிதிநிலை அறிக்கையில் இல்லாத நிலையில், கடந்த காலங்களைப் போலவே பெரும் எதிர்பார்ப்பை ஏற்படுத்தியிருக்கும் இந்த அறிவிப்பும், வெறும் அறிவிப்பாகவே தொடர்ந்து விடுமோ என்று துறைமுகம்சார் தொழில் முனைவோர் அச்சப்படுகிறார்கள்.

2017இல் தூத்துக்குடியில் நடந்த ஏற்றுமதித் தொழில் முனைவோர் கருத்தரங்கமொன்றில் திருப்பூர் ஏற்றுமதியாளர்கள், தூத்துக்குடித் துறைமுகத்தின் வெளிப்புறத்துறைமுகத் திட்டத்தின்

இன்றியமையாத் தேவையைத் தெரிவித்தார்கள். வருடத்துக்கு ரூ. 42,000 கோடிகளுக்கு மேல் வருமானம் ஈட்டும் தங்களுடைய ஏற்றுமதி வியாபாரம் இரண்டு மடங்காக அதிகரிப்பதற்கான வாய்ப்பு இருப்பதாகவும், அதற்கான அத்தியாவசியத் தேவை தூத்துக்குடியின் வெளிப்புறத் துறைமுகத் திட்டமும், அதற்கான துரித சாலை வசதியும் ரயில் வசதியும்தான் என்பதையும் வலியுறுத்திச் சொன்னார்கள். ஆனால் துறைமுகம்சார் அதிகார வர்க்கமோ, தூத்துக்குடித் துறைமுக மேம்பாட்டுத் திட்டங்களைக் கிடப்பில் போட்டுவிட்டு, இனயம் பன்னாட்டுச் சரக்குப் பெட்டக மாற்று முனையத் திட்டத்தைக் கொண்டு வருவதிலேயே முனைப்போடு செயல்பட்டது. சுய அரசியல் ஆதாயங்களுக்காக இனயம் திட்டத்தை செயல்படுத்துவதில் குறியாயிருந்த அப்போதைய கப்பல்துறை அமைச்சரும் ஒரு காரணம். எந்த வகையிலும் சாதகமில்லாத, தேவையற்ற இனயம் சரக்குப் பெட்டக மாற்று முனையத் திட்டம், அரசியல் காரணங்களுக்காக முன்னெடுக்கப்பட்டிருந்தால், தூத்துக்குடித் துறைமுகம் செயலிழந்து போயிருக்கும்.

புவியியல் அமைப்பில் இந்தியாவின் தெற்கு முனையில் சர்வதேசக் கடல்வழிச் சாலையை ஒட்டி அமைந்துள்ள தூத்துக்குடி செயற்கையான துறைமுகமாக இருந்தாலும், வருடம் முழுவதும் தொழில் நடக்கக் கூடிய சாதகமான தட்பவெப்ப நிலையை உடையது. இலங்கை நிலப்பரப்பின் பாதுகாப்பான அமைப்பால் புயல், சுனாமி போன்ற இயற்கைச் சீற்றங்களால் பாதிப்படைவது குறைவு. துறைமுக அமைவு சென்னைத் துறைமுகத்தைப் போல் நகருக்குள் அமையாமல், மக்கள் வாழ்விடம் தவிர்த்த கடல்சூழ்ந்த வெளிப்பகுதியாதலால், எதிர்கால வளர்ச்சித் திட்டங்களுக்கு ஏதுவானது. துறைமுகத்துக்கும் அதன் சரக்கு உருவாக்குத் தளத்துக்கும் இடையிலான பரந்த நிலப்பரப்பும், அங்கு தொடர்ச்சியாக உருவாகும் பலவகைப்பட்ட சரக்குக் கிட்டங்கி வசதிகளும் நாங்குனேரி, கங்கைகொண்டான் சிறப்புப் பொருளாதார மண்டலங்களும், அதற்காகத் தொடர்ச்சியாக முன்னெடுக்கப்படும் ரயில், துரித சாலை இணைப்புகளும், அருகாமையிலேயே அமைந்துள்ள உள்நாட்டு விமான நிலையமான தூத்துக்குடி, இதர பன்னாட்டு விமான நிலையங்களான மதுரை, திருச்சி, திருவனந்தபுரம் போன்றவையும், பிராந்தியத்தின் திறமையான, அக்கறையான தொழிலாளர் இருப்பும் தூத்துக்குடி சரக்குப் பெட்டக மாற்று முனைய அமைவிற்குக் கூடுதல் வலு சேர்க்கின்றன.

கடந்த 2020 அக்டோபர், நவம்பர் மாதங்களில் கொரோனா அச்சுறுத்தல் காரணமாகக் கொழும்புத் துறைமுகத்தில் ஏற்பட்ட போக்குவரத்து நெரிசலால் திசைதிருப்பப்பட்ட பதினொரு பிரதான சரக்குப் பெட்டகக் கப்பல்களில் ஒன்றுகூட அருகாமையிலேயே இருக்கும் தூத்துக்குடிப் பக்கம் வரவில்லை. ஒன்பது கப்பல்கள் கொச்சின் அருகே வல்லார்பாடத்திற்கும், இரண்டு கப்பல்கள் எண்ணூருக்கும் சென்றிருக்கின்றன. கப்பல் தளங்களில் போதுமான நீளமில்லாமையும் ஆழமில்லாமையும் மட்டுமல்லாமல் துறைமுகக் கடல்வழி வாசலில் இருக்கும் ஆழம்குறைவான பகுதிகளும் பிரதானச் சரக்குப் பெட்டகக் கப்பல்களின் அத்தியாவசிய தேவையான ஆண் அரைவல் பெர்த்திங்கை இல்லாமலாக்கி இருக்கிறது. சூரிய வெளிச்சமிருக்கும் பகல்பொழுதில் மட்டுமே, கப்பல்களைக் கப்பல் தளத்துக்குக் கொண்டு வரமுடியும் என்ற நிலை இருக்கிறது. அது உடனடியாகக் களையப் படவேண்டிய அம்சம். தனியாருக்குக் குத்தகைக்குக் கொடுக்கப்பட்ட ஏழு, எட்டாவது கப்பல் தளங்களில் ஒப்பீட்டு அளவில் எட்டில் ஆழம் அதிகம் இருந்தாலும் அங்கும் நீளமான பிரதான கப்பல்களைக் கொண்டு வர முடியவில்லை. காரணம், ஏழாவது பெர்த்தின் குத்தகைதாரருக்கும் துறைமுக நிர்வாகத்துக்கும் ராயல்டி பங்கீடு தொடர்பாக கடந்த பத்து வருடங்களுக்கும் மேலாகத் தொடரும் சட்டச் சிக்கலால், பக்கவாட்டில் ஏழாவது பெர்த்துக்குள் நகர்ந்து கப்பல்களை பெர்த் செய்ய குத்தகைக்காரர் அனுமதிப்பதில்லையாம். துறைமுகத்துள் முனையங்களுக்கிடையே நடக்கும் சரக்குப் பெட்டக நகர்வுகளுக்கும் துறைமுக நிர்வாகம் இதுவரை கட்டணம் நிர்ணயிக்கவில்லை. மேலும் மதுரைப் புறவழிச் சாலையில் கைவிடப்பட்ட நிலையிலேயே தொடரும் ரயில்வே மேம்பாலம் அன்றாட வாகன விபத்துகளுக்குக் காரணமாவதோடு, துறைமுகத்துக்கான போக்குவரத்திலும் பெரும் நெரிசலையும் தாமதத்தையும் ஏற்படுத்துகிறது.

எளிதில், ஒப்பீட்டளவில் குறைவான முதலீட்டில், நிர்வாகச் சீரமைப்பில் சரிசெய்யக்கூடிய பிரச்சினைகள் உடனடியாக ஆய்வு செய்யப்பட்டுச் சரிசெய்து, துறைமுகத்தின் கனவுத் திட்டமான ஆழக் குறைபாடற்ற வெளிப்புறத் துறைமுகத் திட்டமும் அமைந்தால், இந்தியத் தீபகற்பத்தின் தென்பகுதியின் சர்வதேசச் சரக்குப் பெட்டக மாற்றுக் குவிமுனை மையமாக தூத்துக்குடி மாறும். நாட்டின் 60 சதவீதம் சரக்குப் பெட்டகங்கள் பன்னாட்டுப் பயணத்திற்காக இலங்கையின் கொழும்புத் துறைமுகத்திற்கே அனுப்பப்படுகின்றன. அதனால் ஏற்றுமதி,

இறக்குமதி வியாபாரத்தில் தவிர்க்க முடியாத தாமதங்கள் ஏற்பட்டுச் செலவும் கூடுகிறது எனும் சூழலில், தூத்துக்குடிச் சரக்குப் பெட்டக மாற்று முனையம் தேவைக்கேற்ப சீக்கிரமே அமைந்தால், அது தென் பிராந்தியத்தில் தொழில் வளர்ச்சியை ஏற்படுத்திப் படித்த, திறமையான இளைஞர் பட்டாளத்துக்கும் நேரடி, மறைமுக வேலை வாய்ப்பளிக்கும் தமிழகத்தின் வரப்பிரசாத பூமியாக மாறும்.

கடந்த 2004 இல் தூத்துக்குடித் துறைமுகத்தைச் சரக்குப் பெட்டக சர்வதேச குவிமுனை மையமாக மாற்ற அனைத்துத் தொழில் வர்த்தக சபைகளின் சார்பில் ஒரு குழு ஏற்படுத்தப்பட்டு முயற்சிகள் மேற்கொள்ளப்பட்டன. ஆனாலும் ஒன்றிய அரசுத் தரப்பிலிருந்து எதிர்பார்த்த உதவிகள் கிடைக்கவில்லை. இந்தப் பின்னணியில் பாரதப் பிரதமரின் சமீபத்திய பொருளாதார முக்கியத்துவம் வாய்ந்த இந்த அறிவிப்பு, தூத்துக்குடியில் அனைத்துத் தரப்பினராலும் பாராட்டப்பட்டு நம்பிக்கை ஏற்படுத்தியிருக்கிறது.

16 மார்ச் 2021, *இந்து தமிழ் திசை* நாளிதழில் வெளியான கட்டுரையின் முழுவடிவம்

24

மீன்பிடித் தொழிலின் கள நிலவரங்களுக்குச் செவிமடுக்குமா அரசு?

ஏறக்குறைய இரண்டாயிரம் விசைப் படகுகள் தொழில்செய்யும் மண்டபம், இராமேஸ்வரம் பகுதியில் பாதுகாப்பான மீன்பிடித் துறைமுகம் இல்லையென்பதை நம்ப முடிகிறதா? புரெவிப் புயல் சமயம், இராமேஸ்வரம் மீன்பிடித் துறைமுகத்திலிருந்த படகுகளெல்லாம் பாம்பன் பகுதியின் தென்கடல் நோக்கி விரைந்தன. காரணம் வேறொன்றுமில்லை; பாரம்பரியமாக தங்களைப் பாதுகாத்த, பாம்பன் பாலத்துக்குத் தென்கிழக்கே முந்தல்முனை கடந்து, சிறிது வடக்கே உள்வளைந்த, சின்னப்பாலம் தென்கரையில் நீண்டிருக்கும் நிலவளைவு. தன்னளவிலேயே ஆழமாய் வாடைக்கும் கோடைக்குமான பாதுகாப்புக் கவசம். தெற்கே அடுத்தடுத்து அமைந்திருக்கும் குருசடைத் தீவிற்கும் கோபுரத் தீவிற்கும் இடையேயான ஆழமான ஆத்துவாய். இங்குதான் இப்போது குந்துகாலில் அமைந்து, மேற்குக் கரையை நாளும் கபளீகரம் செய்யும் புதிய மீன்பிடித் துறைமுகம் அமைந்திருக்க வேண்டுமாம். களநிலவரத்தை ஆராய, பாரம்பரிய மீனவரின் அறிவுறுத்தலைக் கேட்க மறுக்கும் அதிகார வர்க்கத்தால் விழைந்த விபரீதம் இது.

வாடைக்காலத்தின் பாதுகாப்புக்காக, கடந்த பதினைந்து வருடங்களுக்கும் மேலாக பாம்பன்

வடகடல் வள்ளத்தடி மீனவர்கள், கலங்கரை விளக்கத்திலிருந்து மேற்கே போர்ட்யார்டுவரை ஒரு தூண்டில் வளைவு ஏற்படுத்திக் கேட்கிறார்கள்; அரசிலிருந்து இதுவரை எந்த அசைவும் இல்லை. மீனவர்கள் கேட்கும் தூண்டில்வளைவு, இயற்கையான கடலடிப்பாறை மேல் அமையவிருப்பதால் திட்ட்த்துக்கான செலவும் குறைவானதே என்பதை அரசு கவனத்தில் கொள்ளவேண்டும்.

2019இல் மீனவர்களின் கண்காணிப்பு, கடலில் அவர்களின் இருப்பு, நகர்வு குறித்த தேவைக்காகத் தமிழக மீன்துறையால் இஸ்ரோவின் துணையோடு அறிமுகம்செய்யப்பட்ட தூண்டில் என்ற செயலி, பயனாளிகளான மீனவர்களிடம் இப்போது புழக்கத்தில் இல்லை. பயன்படு தளத்தின் இயல்பு தெரியாமல், செயலி பயன்பாட்டுக்கு வந்ததால் நடந்த விளைவு. அரசு நினைத்தால் மலிவான விலையில், எளிமையான அணுகுமுறையோடு இந்தச் செயலியைத் திரும்பவும் பயன்பாட்டுக்குக் கொண்டு வந்துவிட முடியும்.

ஒன்றிய கடலோரப் பாதுகாப்புப் படையின் முக்கிய நோக்கமாக மீனவரைத் தேடுவதும் காப்பாற்றுவதும் இருந்தும், பேரிடர்களில் மீனவர்களை, மீனவர்களே தேடிக்காக்கும் நிலைதான் இன்றுவரை தொடர்கிறது. தமிழக மீன்துறையில், கடலோரப் பாதுகாப்பு பாரம்பரிய மீனவரின் பங்களிப்போடு உறுதிசெய்யப்பட வேண்டும் என்பதைத்தான் இந்தச் சூழல் தெளிந்து வலியுறுத்துகிறது. 1998இல் மீன்வள ஆராய்ச்சியையும் மீனவர் பாதுகாப்பையும் கருத்தில் கொண்டு தமிழக அரசால் அறிமுகம்செய்யப்பட்ட கயல், முத்து, பவளம் போன்ற படகுகளை இன்று காணவில்லை.ஒரு ஆட்சியில் தொடங்கப்படும் மக்கள்சார் திட்டங்கள், மறு ஆட்சியால் புறக்கணிக்கப்படுவது மக்களுக்கான செயல்பாடாக இருக்காது.

சமீபத்தில் முன்னெடுக்கப்பட்ட ஒன்றிய அரசின் ஆழ்கடல் மீன்பிடிப்புத் திட்டமும் மக்களின் ஆதரவைப் பெற்றிருக்கிறதா என்றால் களநிலவரம் இல்லை என்கிறது! செயலாக்கத்துக்கு வரும் அரசின் திட்டங்கள், பயன்பாடு சார்ந்து மறுபரிசீலனை செய்யப்படாததே இதற்கான காரணம். ஆட்சியதிகாரத் தொடர்புகளோடு, திட்டத்தை ஆக்கிரமிக்கும் வணிக மீனவர்கள், திட்டம்சார் வரைமுறைகளைத் தங்களுக்குச் சாதகமாகவே உருவாக்கிப் பயன்படுத்துகிறார்கள்.

ஒருபுறம் ஆழ்கடல் மீன்பிடிப்புத் திட்டத்துக்கும் மதச்சாயம் பூச ஒருசாரார் முயல்கிறார்கள் என்றால், மறுபுறம் அறிமுகப்படுத்தப்பட்டு 56 லட்சம் மானியத்தோடு, ஆழ்கடல்

மீன்பிடிப்புப் படகு வாங்கித் தொழில் செய்பவர்களும் இழுவை மீன்பிடிப்பை விட்டவர்கள் இல்லை. திட்டத்தின் நிபந்தனைக்காகத் தங்களிடம் இருப்பதில் பழைய படகுகளைக் கைவிடுவதாகக் காட்டி, மானியத்தோடு ஆழ்கடல் மீன்பிடிப் படகுகள் பெற்றவர்கள், தங்களிடம் உள்ள மற்ற அதிக சக்தி வாய்ந்த படகுகளைப் பயன்படுத்தி இன்றும் இழுவை மீன்பிடிப்பைத் தொடர்பவர்கள். முதலீடு செய்ய சக்தி இருப்பதால், கிடைத்த வாய்ப்பைத் தங்களுக்குச் சாதகமாகப் பயன்படுத்துகிறார்கள் என்பதுதான் மறுக்க முடியாத கள உண்மை.

விசைப்படகு மீன்பிடித்தலில் இருக்கும் அனைவருமே வணிக மீனவர்கள் அல்ல. இருக்கும் விசைப்படகுகளில், கோடிக்கணக்கில் பணம்போட்டுத் தொழில் செய்பவர்கள், இரண்டு சதவீதம் மட்டுமே. மற்றவர்கள் மூன்று லட்சம் பெறுமானமுள்ள படகிலிருந்து 30 லட்சம் பெறுமானமுள்ள படகுகளிலேயே தொழில் செய்கிறார்கள். இவர்களில் 10 லட்சத்திற்கும் குறைவான முதலீட்டில் படகு வைத்திருப்பவர்கள் 90 சதவீதம். அனைவருமே கந்துவட்டிக் கடனில் உழல்வதால் இழுவை மடி மீன்பிடிப்பை விட முடியாதவர்கள். கடலோரப் பொருளாதாரம் சிறக்க, திட்டம் இவர்களையே குறிவைத்திருக்க வேண்டும். மானியம் தனிநபரான வணிக மீனவரிடம் குவிவது தடுக்கப்பட்டு, பரவலான மீனவர்களுக்குக் கிடைத்துத் திட்டமும் அதன் குறிக்கோளை உறுதி செய்திருக்கும்.

இழுவை மடியால், மீன்கள் பலுகிப் பெருகும் பவளப்பாறைகளை உடைத்துச் சிதிலங்களாக்கிச் சிப்பிகள், முட்டைகள் மற்றும் பூச்சிப் பொட்டுகளோடு கரைகொண்டு வரப்படும் சங்காயம், கடல்வளத்தை அழிக்கும் அபாயகரமான தொழிலாகும். இந்தத் தொழில் செய்பவர்களின் உரிமங்களைத் தடை செய்யலாம்... ஊழலில் ஊறித் திளைக்கும் மீன்துறையோ, இத்தொழிலைக் கைகட்டி வேடிக்கை பார்க்கிறது.

சிறிய – நடுத்தர விசைப்படகு மீனவர்களை, இழுவைமடி மீன்பிடிப்பிலிருந்து கடல்வளம் காக்கும் தூண்டில் மற்றும் வழிவலைத் தொழிலுக்கு மாற்றுவது இயலாத காரியமல்ல. திட்ட முன் வரையறையாகக் கொடுக்கப்பட்டிருக்கும் ஏற்கெனவே இருக்கும் படகை உடைக்க வேண்டும் என்ற நிபந்தனையும் தேவையற்றது. படகுகளின் தற்போதைய மதிப்பிற்கு ஏற்றபடி மானியத்தை குறிப்பிட்ட சதவீதமாக்கி, அது உண்மையான பயனாளிகளுக்குப் பரவலாகக் கிடைத்திட வழி செய்யலாம். விசைப்படகு மீனவர்கள் இழுவைமடித்

தொழிலிலிருந்து தூண்டில் மற்றும் வழிவலைத் தொழிலுக்கு மாறியதை உறுதிசெய்து மானியம் வழங்கலாம். பரவலான கடலோடிகள் பயன்பெறும் வகையில் திட்டம் செயல்பாட்டுக்கு வரும்போதுதான் மீனவர்கள் தன்னளவிலேயே ஆழ்கடல் தொழிலுக்கு வருவார்கள்.

இழுவை மடிகளின் தயாரிப்பையும் விற்பனையையும் தடைசெய்யும் அதிகாரம் அரசிடமே இருக்க, கிடைத்ததை வைத்துத் தொழில்செய்ய நினைக்கும் கடலோடிகளை மட்டும் குறைசொல்லி என்ன பயன்?

18 ஜனவரி 2021, *இந்து தமிழ் திசை* நாளிதழில் வெளியான கட்டுரையின் முழுவடிவம்

25

நமக்கான நீலப் பொருளாதாரம்

"ஒவ்வொரு மனித தேவைகளுக்கும் உலகம் போதுமானது; ஆனால் பேராசைக்கானது அல்ல" என மகாத்மா காந்தியடிகள் சொன்னார். தேவை கருதி நிலத்தைப் பண்படுத்தி விவசாயம் செய்த மனிதன் தன் பேராசையால், அதன் வளங்களைச் சுரண்ட ஆரம்பித்தான். நிலத்தின்மேல் கொண்ட வேட்கையால், அடுத்த இனக்குழுக்களோடு போரிட்டான். அதுவே பின்னாளில், கடல் கடந்த நில அபகரிப்புக்கும், காலனியச் சுரண்டல்களுக்கும் காரணமானது. நாடுகளாய்ப் பிரிந்து எல்லைகளை வகுத்துக்கொண்டான். வாழ்வுக்கான தேவைகள் பெருக, அவனது கவனம் அடுத்திருந்த கடலில் மையம்கொண்டது. பல நூற்றாண்டுகளாய் இயல்பாய் நடந்த மீன்பிடித்தலும், கப்பலோட்டமும் தாண்டிக் கடலை இன்னும் எப்படிப் பயன்படுத்தலாம் எனச் சுயநலத்தோடு சிந்தித்த மனிதன், தன் வாழ்பரப்பான நிலத்தை அதன் தன்மை மாறாமல் காத்த கடலை, கடந்த நூற்றாண்டில் மாபெரும் நுகர்வுப்பொருளாக்கி விட்டான்.

காலகாலமாகவே கடல்வளத்தை மனிதன் வேட்டையாடினாலும், தனது பழங்குடித் தன்மை யால் அந்த வளத்துக்கு இடையூறு வராமல் பார்த்துக்கொண்டான். ஆனால் கடந்த நூற்றாண்டு களில் கல்வி அறிவால் தொழில்நுட்பமும் அதீத நுகர்வாசையும் வளர, இயற்கை வளங்களைச் சூறையாடும் மனிதனின் வேட்கை அதன் உச்சம் தொட்டிருக்கிறது. எண்ணெய்க்காகத் திமிங்கலங்

களை வேட்டையாடியது, பொழுதுபோக்குக்காக மீன்களைக் கொன்று குவிப்பதுவரை நீண்டது. மீன்பிடித்தலில் கடல்வளம் பாதிக்காத செவுள்வலை மற்றும் தூண்டில் தொழில் மாறி, இழுவைமடிப் பயன்பாட்டால் மீன் இனப்பெருக்கமே பாதிப்புக்குள்ளானது. அண்மைக்கடல் பகுதியில் இராட்சத ஆழ்குழாய்க் கிணறுகள் தோண்டி எரிவாயுவும், கச்சா எண்ணெய்யும் எடுத்தது கடலின் அடியாழத்தில் அதிர்வுகளை ஏற்படுத்தியது. கடலோரங்களில் இயற்கையாய்ச் சேர்ந்திருந்த கனிமங்களை வியாபார வேட்கையில் பிரித்தெடுத்து ஏற்றுமதி செய்தது, கடலோரங்களில் கதிரியக்கத்தால் பல நோய்களுக்கும் காரணமானது. ஆயுதங்களைப் பரிசோதிப்பதும், போர்ப்பயிற்சி செய்வதும், ஆலை-சுற்றுலாக் கழிவுகளைக் கொட்டிக் கடலை மாசுபடுத்துவதும் தொடர்ச்சியாய் நடந்தது.

புவி வெப்பமாதல் காரணமாக, துருவங்களில் பனிப்பாறைகள் உருகி, கடல் மட்டம் உயர்கிறது. தட்பவெப்ப நிலையில் மாற்றம் ஏற்பட்டுச் சுற்றுச்சூழல் பாதிப்புக்கு உள்ளாகிறது. இந்தச் சூழலைத் தடுக்கவே, கடற்கரை மேலாண்மைச் சட்டங்கள் இயற்றப்படுகின்றன என முன்னேறிய நாடுகள் குறிப்பிட்டாலும், ஒவ்வொரு நாடும் கடலை, அதன் வளத்தைத் தன் எல்லைமீறிப் பயன்படுத்தவே துடித்துக் கொண்டிருப்பது அவற்றின் சமீபத்திய செயல்பாடுகளில் தெரிகிறது.

கடந்த நூற்றாண்டிலேயே உலக நாடுகள் கரைக்கடல், அண்மைக்கடல், ஆழ்கடல் குறித்துத் திட்டங்கள் வகுக்க ஆரம்பித்துவிட்டன. கண்டத்திட்டு, பிரத்தியேகப் பொருளாதார மண்டலம் என கடலில் எல்லைகள் உருவாகி, ஒவ்வொரு நாடும் தன் அருகமைக் கடற்பரப்பைச் சொந்தம் கொண்டாடி வாய்ப்புள்ள பகுதிகளை ஆக்கிரமிக்கும் நிலை வந்துவிட்டது. இன்றைய சூழலில், எந்தவொரு நாடும் தன் பேரியல் பொருளாதார இலக்குகளை அடைய, கடல்வளத்தைப் பயன்படுத்துவது தவிர்க்க முடியாததாகி இருக்கிறது.

வளர்ந்த நாடுகள் நீலப் பொருளாதாரம் என்ற பெயரில் கடலோர உற்பத்தி மற்றும் சேவைகள், கடல்வழி வணிகம், கப்பல் போக்குவரத்து, கடலோர ஆற்றல், ஆழ்கடல் மற்றும் கரைக்கடல் தாதுக்கள், மீன்வளம், சுற்றுலா போன்றவற்றைக் குறிவைத்திருக்கின்றன. அவை சுயநலனோடு தங்களுக்கான கடல்சார் கொள்கைகளை வகுத்துக்கொண்டு, வளரும் நாடுகளையும் அவரவர்களுக்கான கடல்சார் கொள்கைகளை வகுக்கத் தூண்டுகின்றன. வளர்ந்த நாடுகளின் கைகளிலிருக்கும்

உலகப் பொருளாதாரத்திற்கு, வளரும் நாடுகளின் இருப்பு எந்த வகையிலும் ஊறுவிளைவித்து விடக்கூடாது என்பதாலேயே, கடலாளுமை உட்பட வளரும் நாடுகளின் அனைத்து நடவடிக்கைகளுமே சர்வதேச அமைப்புகள் மூலம் கண்காணிக்கப்படுகின்றன.

இந்தியாவில் 2019இல் அறிவிக்கப்பட்ட புதிய இந்தியாவின் பார்வை, நீலப் பொருளாதாரத்தை வளர்ச்சியின் பத்துப் பரிமாணங்களில் ஒன்றாகக் காட்டுகிறது. மற்ற நாடுகளைப் போலல்லாமல் இந்தியத் தீபகற்பத்திற்கான 8118 கி.மீ நீளக் கடலோரம், தனித்துவமானது. அது வருடத்தில் 365 நாட்களிலும் தொழில் செய்ய ஏதுவான கடலும் நிலமும் பூத்துக் குலுங்குகிற பூமத்திய ரேகையின் அருகமைந்த வெப்பமண்டலப் பிரதேசம். இந்திய கண்டத்திட்டுப் பகுதியில் ருசியான மீன்கள் பிடிக்கப்பட்டாலும், கரைக்கட்டமைப்பு வசதியில்லாத காரணத்தால், மலிவான விலையிலேயே நமது மீனுணவு ஏற்றுமதியாகிறது. ஒன்பது கடலோர மாநிலங்களில் பாரம்பரிய, தொழில்முறை மற்றும் வணிக மீனவர்களால் கரைக்கடல், அண்மைக்கடல், ஆழ்கடலில் மீன்பிடித்தல் நடந்தபோதிலும் உணவான மீன்வளம் பெரும் பொருளாதார சக்தியாக மாறவில்லை. கடந்த காலங்களில் இந்த மீன்வளத்தை வெளிநாட்டு மீன்பிடிக் கப்பல்கள் சூறையாடின. மக்களால் தேர்ந்தெடுக்கப்பட்ட பிரதிநிதிகளே அதன் முகவர்களாய் இருந்தார்கள்.

ஏறக்குறைய ஐந்து மில்லியன் இந்தியக் கடலோர மக்கள் மீன்வளத்தை நேரடியாக நம்பி வாழும் நிலையில், அதை விடப் பன்மடங்கு மக்கள் மறைமுக வேலைவாய்ப்புக்காகவும் தொழில் வாய்ப்பிற்காகவும் கடலோரப் பிரதேசத்தை நம்பி இருக்கிறார்கள். இருந்தும், கடலோரங்கள் நாட்டின் சக்திமிக்க பொருளாதார மண்டலங்களாகவில்லை. வரலாற்றுக் காலம்தொட்டே கடலோர மக்களில் ஒரு பகுதியினர், கடலில் கலம் செலுத்திக் கடல்வழி வாணிபத்தின் மாபெரும் சக்தியாய் இருந்திருந்த போதிலும், அவர்கள் தங்களது அடுத்தகட்ட வளர்ச்சியான சுதேசிக் கப்பலோட்டத் தொழில்முனைவோராக மாறவில்லை. சுதேசி அரசியல் அதற்கான சூழலை உருவாக்கவில்லை. கடல்வழி வாணிபத்தில் முன்னேறிய பல நாடுகளின் கப்பல்களிலும் அதன் மேலாண்மை நிர்வாக அமைப்புகளிலும், இன்றும் இந்திய மனிதவளமே பெரும்பாலும் பயன்படுகிறது.

அரசின் 13 பெருந்துறைமுகங்கள், தனியார் துறைமுகங்கள் மற்றும் 187 சிறு துறைமுகங்கள் மூலம் சரக்குப் போக்குவரத்தும்,

கப்பலோட்டமும் நடக்கிறது. தீபகற்பத்தின் வர்த்தகத்தில், 95% கடல்சார் போக்குவரத்து மூலமே நடந்தும், ஏற்றுமதி மற்றும் இறக்குமதிக்கான இந்தியச் சரக்கை 93% வெளிநாட்டுக் கப்பல்களே சுமந்து செல்கின்றன. கடல் பயணக் கட்டணமாய்ப் பெரும் அந்நியச் செலாவணி இழப்பை ஏற்படுத்தும் இச்சூழலைச் சாதாரண புள்ளிவிவரமாகக் கடந்துவிட முடியாது.

இந்தியாவின் இரண்டு பில்லியன் சதுர கி.மீட்டருக்கு அதிகமான பிரத்தியேகப் பொருளாதார மண்டலத்தில், கச்சா எண்ணெய், எரிவாயு உள்பட பெருத்த மீன்வளமும் இருக்கிறது. நாட்டின் இறையாண்மையுடன் கடலோர எல்லைப் பாதுகாப்பு, கப்பலோட்டம், கடல்வழி வாணிபம், எரிவாயு, கடலோரக் கனிமங்கள் போன்றவற்றை நீலப் பொருளாதாரத்தில் முதன்மைப் படுத்தப்படுவதில் மாற்றுக்கருத்துகள் இல்லை. அதே வேளையில், மீன்வளத்துடன் கப்பலோட்டத்தின் ஆதார சக்தியாக விளங்கும் கடலோடிகளின் வாழ்வும் முன்னேற்றம் பெறவேண்டும். கடலும் கடல் வளமும் அதன் தன்மை குறையாமல், நம் தலைமுறைகளுக்கான சொத்தாகக் கடத்தப்பட வேண்டும். இந்தியத் தீபகற்பத்திற்கான கடல், மீன்பிடித்தலுக்கும் கப்பலோட்டத்திற்குமானது என்ற நிலையில், பெருந்துறைமுக அமைவுத் திட்டங்கள், பாரம்பரிய மீனவர் குடியிருப்புகளைப் பாதிக்காமல் செயலாக்கத்துக்கு வரவேண்டும் என்பதில் அரசுகள் அக்கறையோடு செயலாற்ற வேண்டும். நீலப் பொருளாதாரம் என்ற பதத்திற்குச் சர்வதேச அளவில் ஒப்புக்கொள்ளப்பட்ட வரையறைகள் எதுவும் இல்லாத நிலையில், வளர்ந்த நாடுகளின் வல்லாதிக்கம், தேசத்தின் அடிப்படைப் பொருளாதாரச் சக்திகளுள் ஒன்றான பாரம்பரியக் கடலோடிகள் வாழ்வில், ஊறுவிளைவிக்க ஒருபோதும் அனுமதித்துவிடக்கூடாது என்பதில் மத்திய, மாநில அரசுகள் முனைப்போடு செயலாற்ற வேண்டும்.

இந்தியாவில் 1981இல் உருவாக்கப்பட்ட பெருங்கடல் மேலாண்மைத்துறை, நவீன தொழில்நுட்ப மாற்றங்களால் முன்னேற்றம் பெறவில்லை; அதன் சிறிய எடுத்துக்காட்டு, மீனவர்களுக்கான துல்லியமற்ற வானிலை அறிக்கைகள். மீன்பிடித்தலில் இழப்பும் உயிர்ப்பலியும் ஏற்படுவதால் அது தொழில் என்பதைக் கருத்தில்கொண்டு நீலப் பொருளாதாரம், தரமான வானிலை ஆய்வுநிலையம், மீன் இறங்கு தளங்கள், பதனிடு நிலையங்கள், சந்தைக் கூடங்கள் போன்றவற்றையும் உள்ளடக்கிய அமைப்பாக அது உருவாக வேண்டும். தன்னிறைவு பெற்ற சுதேசிக் கப்பல் கட்டுமானமும், கப்பல் உரிமையும், கரைக்கடல் மற்றும் தூரதேசக் கப்பலோட்டமும்

பொருளாதார எழுச்சியின் உந்துசக்தியாகக் கருதப்பட்டு ஐந்தாண்டுத் திட்டங்கள் உருவாக்கப்பட வேண்டும். அரசின் புதிய கல்விக் கொள்கையின் கட்டமைப்புக்குள் நீலப் பொருளாதாரம் குறித்த பாடத்திட்டங்களை அக்கறையோடு உருவாக்குவது மட்டுமல்லாது, அப்படிப்பில் கடலோடிகளுக்கு இடஒதுக்கீடு அளித்து மீன்வளம், கப்பலோட்டம்சார் கடலோரப் பாரம்பரிய அறிவைத் தேசத்தின் பொருளாதார முன்னேற்றத்தில் பங்குகொள்ளச் செய்யவேண்டும். நீலப் பொருளாதார ஆலோசனைக் குழுவில் பாரம்பரியக் கடலோடி அமைப்புகளை இணைத்து, அவர்களது கருத்துக்களும் திட்ட வடிவமைப்பிலும் செயலாக்கத்திலும் பரிசீலிக்கப்பட வேண்டும். இந்த நிலையிலேயே, தேசத்திற்கான ஒருங்கிணைந்த வளர்ச்சி யானது நீலப் பொருளாதாரத்தின் மூலம் சாத்தியமாகும்.

24 நவம்பர் 2022, *இந்து தமிழ் திசை* நாளிதழில் வெளியான கட்டுரையின் முழுவடிவம்

26

தொடரும் மீனவர் பிரச்சினை: கள்ள மௌனத்தில் மத்திய அரசு, கையாலாகாத மாநில அரசு...

"இந்திய தர்மப்படி அரசாள்வோமின்னுதான மத்தியில ஆட்சிக்கி வந்தாங்க. மீன்பிடிக்கப் போறோம்ங்குறது தவிர வேற எந்த நோக்கமுமில்லாத அப்பாவி புள்ளைக, இலங்கைக் கடற்படையின் இரண்டு படகுகள் சுத்திச் சுத்தி வந்து சுட்டார்களாம். சுட்டு முடித்ததும் அந்தப் பிராந்தியமே அதிர கொக்கரித்துக் கும்மாளமிட்டுவிட்டுப் போனாங்களாம். இறந்த பையன் தங்கச்சிமடம் தவசிப்பேரன் கெமிலஸ் மகன் பிரிஜ்ஜோ... அணியத்தில் நின்று இலங்கை நேவிப் படகுகளைப் பார்த்தவன் பதறி, எல்லோரையும் கிடைத்த இடத்தில் பதுங்கச் சொல்லியிருக்கிறான். குண்டுச் சத்தம் ஓய்ந்ததும் மற்றவர்கள் மேலேவந்து பார்த்தால் கழுத்தில் குண்டுபாய்ந்து ரத்தவெள்ளத்தில் அவன். பதறியபடியே கரைக்குச் செய்தி சொன்னார்களாம். செய்தி கடலோரக் காவல்படைக்கும் போனதாம், அங்க வழக்கம்போல அலட்சியம்... இளம்பிள்ளையைக் கொன்றது நாங்களில்லன்னு இலங்கைக் கப்பல்படை சொன்னா வேற யாரு?" மத்திய அரசும், மாநில அரசும் கண்டிப்பாய் பதில் சொல்லக் கடமைப்பட்டவர்கள்.

நமது கடலோரக் காவல்படையும் சீருடையில் விரைப்பாக ஒத்திகை பார்த்துப் பொதுமக்களுக்கு பூச்சாண்ட காட்டுவதை விடுத்து வேறென்ன செய்கிறார்கள்... இதுவரையில் கடலில் தவறிய ஒருவரைக்கூட உயிருடனோ பிணமாகவோ மீட்டுத் தந்ததில்லை. சமீபத்தில் நடந்த மணப்பாடு விபத்தில்கூட இறந்த உடல்களைத் தேடிக் கண்டுபிடித்த மீனவர்களிடமிருந்து மிரட்டி வாங்கிக் கொண்டு போய் நாடகமாடியிருக்கிறார்கள். இவர்களின் போலியான கண்காணிப்பு சந்தி சிரித்துச் சாக்கடையாய் நாறுகிறது. எண்ணூரில் கப்பல்கள் மோதி எரிபொருள் கசிந்த நிகழ்வில்கூட, இதுபோன்ற இடர்ப்பாடுகளின் கையாளுமையில் இந்திய நோடல் ஏஜென்சியான கடலோரக் காவல் படையின் தயாரற்ற தன்மை அப்பட்டமாய்த் தெரிந்ததே. சீருடை அணிந்து சகல பாதுகாப்பு வசதிகளோடும் இயங்கும் இவர்களுக்கு மடைக்குள் நண்டுவலை விட்டுக் கொண்டிருப்பவர்களிடம் தான் வீரம். விடிஞ்சதுல இருந்து பொழுது அடையும்வரை அவர்கள் பிடிக்கும் நான்கு நண்டுகளையும் வலுக்கட்டாய மாய்ப் பிடுங்கிக் கொண்டுபோகிறார்களாம். மறுத்துக் கேட்டால் வழக்கு போடுவோம் என்றுவேறு மிரட்டுகிறார்களாம். உயிர் போகிறது என்று கதறினால்கூட கடுகளவும் செவிசாய்க்க மாட்டார்களாம்; காரணம் மொழி வெறுப்பு, பிராந்திய வெறுப்பு.

தென்கிழக்காசிய நாடுகளில் பணக்கார மீனவர்கள் சிங்களர்கள் மட்டுமே. காரணம் இலங்கை அரசின் தொடர்ச்சி யான ஆழ்கடல் மீன்பிடித்தல் ஊக்குவிப்பு. பரப்பளவில் இலங்கையைவிட 69 சதவீதம் பெரியநாடான இந்தியாவிடம், சிங்களர்களிடம் இருக்கும் நவீன மீன்பிடி படகுகளைப் போல் பத்துச் சதவீதம் கூட இல்லை. இதன் காரணமாகவே சிங்கள மீனவர்கள், இந்தியா உட்பட அடுத்த நாட்டு எல்லைக்குள் புகுந்து மீன்வளத்தைச் சூறையாட முடிகிறது. அந்தச் செய்தியையும் வெளியே வராமல் மூடிமறைக்கும் திறனுமிருக்கிறது. அடைபட்டுக் கிடக்கும் பாக்ஜலசந்தியில் வேறுவழியே இல்லாமல் எல்லைதாண்டும் இந்திய மீனவரைக் குருவி சுடுவதுபோல் சுடும் சிங்களர், இந்தியா உட்பட அண்டை நாட்டுக் கடல்வளங்களைக் குறிவைத்தே சூறையாட முடிகிறது. இதுபோன்ற சிங்கள ஆழ்கடல் மீனவரின் அத்துமீறலும் திருட்டும் தெரிந்ததன் காரணமாகவே ஐரோப்பிய யூனியன் கடந்த இரண்டு வருடங்களாக இலங்கையின் மீன் ஏற்றுமதியைத் தடை செய்திருந்தது.

கடந்த காலங்களிலாவது இந்திய கடலோரக் காவல்படை, அத்துமீறும் சிங்கள மீனவரைப் பிடித்துவிடலாம் என்ற அச்சம் அவர்களுக்கு இருந்தது. ஆனால் இப்போது நிலைமை தலைகீழ். மத்தியில் ஆட்சியில் இருப்போருக்கு இந்திய மீன்வளம் குறித்த சரியான புரிதல் இல்லையா? தொடரும் இந்திய எதிர்ப்பாலேயே தமிழ் மீனவர்களைச் சுடுகிறான் சிங்களன். இது தெரிந்தும் தெரியாததுபோல் கபடவேசம் போடுகிறது மத்திய அரசு. தமிழக அரசின் ஆழ்கடல் மீன்பிடிப்புத் திட்டத்துக்கு நிதி வழங்க மறுக்கும் இந்திய அரசு, துரோகிகளான சிங்களர் களுக்குப் பல்லாயிரம் கோடி நிதி வழங்கி உறவு கொண்டாடு கிறது.

கடற்கரைச் சமூகங்கள் தொடர்ச்சியாய்ப் புறக்கணிக்கப் படுகின்றன. கடற்கரைப் பொருளாதாரமே தேவையில்லை என்று மத்திய அரசு எண்ணுகிறதோ என்னவோ?

இனயத்தில் சரக்குப் பெட்டக மாற்றுமுனையம் கொண்டுவந்தால், காலகாலமாய்க் கடலோர எல்லையின் பாதுகவலர்களாய் இருந்தபடி, பாரம்பரிய முறையில் மீன்பிடித் தொழில் செய்யும் 16 ஊர் மீனவர்களாகிய எங்களது வாழ்வாதாரமே போய்விடும் என அப்பகுதி மீனவர்கள் முறையிட்ட போது “வேலைவாய்ப்பு இல்லன்னுதான வருத்தப்படுறீங்க, கடற்கரையில மண்ணுதாம் கொட்டிக் கெடக்குத, எடுத்திற்றுப் போயி கடலை வறுத்து வியாபாரம் பண்ணுங்க” என்று வாய்க் கொழுப்பைச் சீலையில் வடித்தாராம் ஒரு பிரபலம். பிரெஞ்சுப் புரட்சியின் பிரதான காரணியாக இருந்த ராணி மேரி அண்டோனிட்டாதான் நினைவுகளில் வருகிறார். இதுபோல ஒரு அர்த்தமற்ற, மக்கள் சக்தியின் மாண்பு தெரியாமல் அதிகார மமதையில் வெளிப்பட்ட வார்த்தைகளால் வரலாறு எவ்வளவு கலகங்களைச் சந்தித்திருக்கிறது? மாற்றங்கள் நடந்தேறின; பதில் சொல்லக் காத்திருக்கிறது காலம்.

பணமதிப்பு நீக்கம் ஏற்கெனவே கடற்கரைப் பொருளாதாரத்தைப் பாழ்படுத்தியிருக்கிறது. ஏற்கெனவே முன்னெடுக்கப்பட்ட திட்டங்களும், இன்னும் வரவிருக்கும் திட்டங்களும், தொடரும் இதுபோன்ற அலட்சியங்களும், அவமதிப்புகளும் கடலோர மக்களைக் கண்டிப்பாய்ச் சிந்திக்கத் தூண்டும். இளைய சமுதாயத்தை எழுச்சிகொள்ளச் செய்யும். அரசை அண்டிப் பிழைக்கும் கவிராயர்களையும் காவடித்தூக்கிகளையும் புறம்தள்ளிவிட்டு இளைய சமுதாயம் தங்கச்சிமடத்தில் போராட்டத்தைக் கையிலெடுத்திருப்பது

அதற்கான சான்று. இன்று கடலோர விடியலுக்கான மந்திரச் சாவி, அர்ப்பணிப்பான இந்த இளையோரிடமே இருக்கிறது. இந்தக் கனல் தமிழகத்துக் கடற்கரையில் தொடங்கி, இந்தியத் தீபகற்ப கடலோரங்கள் முழுவதும் பரவி, உள்நாட்டுத் தோழமைகளுடனும் இவர்கள் கைகோத்து உரிமைகளை நிலைநாட்டும் காலம் விரைவில் வரும் என்றே தோன்றுகிறது.

9 மார்ச் 2017, *தி இந்து தமிழ்* நாளிதழில் வெளியான கட்டுரையின் முழு வடிவம்

27

நிலைநாட்டப்பட வேண்டும் சுதேசிக் கப்பல் உரிமை

உலகின் மிக வேகமாக வளர்ந்து வரும் பொருளாதாரங்களுள் ஒன்றாக இந்தியா கணிக்கப்பட்டிருக்கிறது. பல்வேறு துறைகளில் உற்பத்தி வளர்ச்சியும் சாதக சூழலும் ஸ்திரமான ஆட்சியமைப்புமே அதற்கான அடிப்படைக் காரணிகள். இந்தச் சூழலைப் பயன்படுத்தி வல்லரசு நோக்கிய பயணத்தை இந்தியா உறுதி செய்ய, அனைத்துத் துறைகளிலும் தன்னிறைவு பெற்ற வளர்ச்சியைச் சாத்தியமாக்க வேண்டும்.

ஒரு நாட்டின் பொருளாதார வளர்ச்சிக்கும் அதன் கப்பல் உரிமைக்கும் நெருங்கிய தொடர்பு இருப்பதை உலக வரலாறு நமக்கு உணர்த்தியிருக்கிறது. முதலாம் உலகப் போருக்கு முன்னான இங்கிலாந்து வர்த்தகம், உலக வர்த்தகத்தில் ஏறத்தாழ 40 சதவீதம் இருந்ததற்கு முக்கிய காரணம் அவர்களின் கப்பல்களின் எண்ணிக்கையும் உலக அளவில் 40 சதவீதத்திற்கும் அதிகமாக இருந்ததே. இந்த நிலையைப் பின்னாளில் ஜப்பான் எட்டிப் பிடித்ததற்கும், அவர்களின் சுதேசிக் கப்பல் உரிமைக்கொள்கையே காரணம்.

சர்வதேச வர்த்தகத்தில் கொடுப்பளவு சமநிலையை உறுதிசெய்து மேம்படுத்த, கப்பல்துறையின் பங்கு கணிசமானது. தன்னளவில்

நீலப் பொருளாதாரம்

எது அந்நியச் செலாவணி விரயத்தின் காரணியோ அதுவே பெரும் கப்பலோட்டும் தொழிலுக்கான வாய்ப்பு என்பதைப் புரிந்துகொண்டால், அந்நியச் செலாவணிச் சேமிப்பின் காரணியாக மாறிவிடும். குறிப்பிட்ட காலக்கெடுவில் பெருமளவு சரக்குப் பெயர்ச்சிமை, எரிபொருள் சிக்கனம், காற்றுமாசு குறைதல், சாலை நெருக்கடி தவிர்ப்பு போன்றவை கப்பலோட்டத்தின் இதரப் பயன்களாகும். வாகனங்களில் சரக்கைப் பெயர்ச்சிமை செய்வதற்குப் பல்வேறுபட்ட வாகனங்கள், கையாளும் கட்டமைப்பு வசதி மற்றும் சாலை உருவாக்கம், பராமரிப்பு போன்றவை மிக முக்கியத் தேவை. வாகன ஓட்டத்துக்காக நாளுக்கு நாள் அதிகரிக்கும் சுங்கக் கட்டணங்கள் நம்மைப் பயமுறுத்திய படியே இருக்கின்றனவே. கடலில் பயணிக்கும் கப்பல்களுக்கோ, சாலை உருவாக்கம், அதன் பராமரிப்பு என்ற தேவையே இல்லை.

இந்தியக் கப்பல்களின் எண்ணிக்கையும் திறனும் 2019இல் இருந்ததைவிட(1429 கப்பல்கள்) 2021இல் (1463 கப்பல்கள்) கூடியிருக்கிறது.தொழில் வளர்ச்சியைக் கணக்கில் கொண்டால், கப்பல்களின் எண்ணிக்கை இன்னும் கூடியிருக்க வேண்டும். காரணம், இன்றும் இந்தியாவுக்கான ஏற்றுமதிச் சரக்கையும் இறக்குமதிச் சரக்கையும் 93 சதவீதம் விதேசிக் கப்பல்களும் சரக்குப் பெட்டகங்களுமே சுமந்துசெல்கின்றன. ஒவ்வொரு நாளும் பல லட்சம் டாலர்கள் பயணக் கட்டணமாக விதேசிகளுக்குச் செல்கிறது. இந்த நிலையை ஒரு சாதாரணப் புள்ளிவிவரமாகக் கடந்து போய்விட முடியாது. விதேசிக் கப்பல் உரிமையாளர்கள் மேல் இருக்கும் இந்த அதீத சார்பு, வளரும் பொருளாதாரத்துக்கு ஏற்புடையதல்ல. நாட்டுப் பொருளாதாரத்திலிருந்து கரைபுரண்டு ஓடும், இந்த அந்நியச் செலவாணி வெள்ளத்தை அடைக்கப் போர்க்கால அடிப்படையில் நடவடிக்கைகள் தேவை.

காலனியாதிக்கக் காலத்தில், விதேசிகள் மிதக்கும் கடல் சொத்தான கப்பல்களையும், அவற்றைக் கையாளுவதற்கான துறைமுக அமைவையும் கடல்வழி வாணிபம் என்ற ஒரே புள்ளியில் சமநிலையில் இணைத்துச் செயல்பட்டார்கள். அதனாலேயே பெரும் பொருளீட்டினார்கள். ஆதிக்க மனப்பான்மையோடு நடந்து நமது சுதேசக் கப்பல் உரிமை முயற்சிகளை அழித்தார்கள். சுதேசித் தொழிலதிபர்களைத்

திசைதிருப்பி, அவர்களை விதேசிக் கப்பல் உரிமையாளர்களின் முகவர்களாக்கி வேடிக்கை பார்த்தார்கள். விதேசிகள் நாட்டை விட்டுப்போன பின்னாலும் நமது நடவடிக்கைகளில் மாற்றம் இல்லை. போட்டி போட்டபடி விதேசிக் கப்பல் உரிமையாளர்களின், சரக்குப் பெட்டக உரிமையாளர்களின், பிரைட் ஃபார்வேர்டர்களின் முகவர்களாகவே நாம் நீடிக்க விரும்புகிறோமே அல்லாது சுதேசிச் சிந்தனை மேலோங்கவே இல்லை.

தப்பித் தவறி நடந்த ஒருசில சுதேச முயற்சிகளும் பெரும் சிக்கல்களோடே தொடர்ந்தபடி இருக்கிறது. காரணம், விதேசி மனநிலையை உள்வாங்கிய சுதந்திரத்துக்குப் பின்னான அதிகார வர்க்கம். கப்பலோட்டும் தொழிலில் இழந்த மாண்பை மீட்டெடுக்க வேண்டுமானால், கப்பல் உரிமை மீட்டெடுக்கப்பட வேண்டும். அந்த நிலையில்தான் நமக்கான சரக்குகளை நமது கடலோடிகளே, நமது கப்பல்களில் சுமந்துசென்று நாட்டின் பொருளாதாரம் காக்க முடியும். இந்தியாவில் வருடம்தோறும் கப்பல் சிப்பந்திகளின் எண்ணிக்கை அதிகரித்து வருவதைக் காட்டிலும், அவர்களில் எத்தனை பேரை சுதேசிக் கப்பல்களிலேயே பணியமர்த்தி நமது திறமையை நாமே பயன்படுத்துகிறோம் என்பது முக்கியம்.

கொரோனா பெருந்தொற்றுக் காலத்திலும் அதற்குப் பின்னான இன்றைய நிலையிலும், கடல் சரக்குப் பயணக்கட்டணங்கள் பல மடங்கு உயர்ந்திருக்கின்றன. ஒருவகையில் நமது ஏற்றுமதி, இறக்குமதிச் செலவினத்தை இந்தக் கடல் பயணக்கட்டண உயர்வு பாதித்திருந்தாலும், சுதேசிக் கப்பலோட்டம் என்ற நமது பூர்வீகத் தொழிலின் அத்தியாவசியத் தேவையை உணர்த்தியிருக்கிறது. பழைய கப்பல்களை உடைக்கும் தொழிலில் உலக அளவில் ஐந்து நாடுகளில் ஒன்றாக இருக்கும் இந்தியா, கப்பல் கட்டும் தொழிலில், அதன் இணைத் தொழில்களை உருவாக்கும் திறனில் அக்கறை காட்டாது இருப்பது வருத்தமளிக்கிறது.

நாட்டின் கப்பல்துறை வளர்ச்சி, நடை செய்யும் கப்பல்களின் எண்ணிக்கையும், அவற்றைக் கையாள உதவும் ஒருங்கிணைந்த துறைமுக அமைவும்தான்; ஒன்றை விடுத்து மற்றொன்றை ஊக்குவிப்பதல்ல. சாகர்மாலா திட்டத்துக்குக் கொடுக்கப்படும் முக்கியத்துவம், கப்பல் உரிமைக்கும் கொடுக்கப்பட வேண்டும். தாராள மானியங்கள் வழங்கிக் கப்பலோட்டத் தொழிலதிபர்களை ஊக்குவிக்க வேண்டும்.

சிக்கலான பழைய நடைமுறைக்கு ஒவ்வாத சட்டங்களைத் திருத்திக் கரைக்கடல் கப்பலோட்டத்தில் பாய்மரக் கப்பலோட்டிகளைப் பயன்படுத்த வேண்டும். தவறினால் கிடைக்கும் வாய்ப்பைப் பயன்படுத்தத் தயங்காத நவீன காலனியாதிக்கவாதிகளான விதேசிக் கப்பல் உரிமையாளர்கள், நமது பொருளாதாரத்தைச் சூறையாடி விடுவார்கள்.

14 ஏப்ரல் 2022, *இந்து தமிழ் திசை* நாளிதழில் வெளியான கட்டுரையின் முழு வடிவம்

28

நீலப் புரட்சி

காடுகளிலும் மலைப் பகுதியிலும் தொன்று தொட்டு வாழும் மக்களே பழங்குடிகள் என்ற பொதுப் புரிதல் இங்கு இருக்கிறது; அது தவறு. தங்கள் வாழிடமும் தொழிலும் பண்பாடும் கலாச்சாரமும் மாறாமல் இன்றும் கடலோரங்களில் வாழும் மக்களும் பழங்குடிகளே. கடந்த காலத்தில், மத்திய அரசால் அமைக்கப்பட்டு ஆய்வுசெய்து அறிக்கை வெளியிட்ட மண்டல் கமிஷனும் இதையே உறுதி செய்தது. பழமையான தனித்துவப் பண்புகளோடு, பூகோள ரீதியாய்த் தனித்துவப்பட்டு, பிற சமவெளிச் சமூகங்களோடு தொடர்புவைத்துக்கொள்வதில் தயக்கம் காட்டும் மக்களே பழங்குடிகள். விவசாயத்தில் அறுவடை செய்வதுபோலல்லாமல் காலங்காலமாகக் கடலில் வேட்டைத்தொழிலும் பாசி விவசாயமும் செய்யும் மீனவர்கள், சுயமரியாதை மிக்கவர்கள். தொழிலில் அவர்களிடம் கூலி என்பதே இல்லை. பழங்குடியினரின் தனித்துவமான குணம் இது. வேட்டையில், கரைக்கடல் விவசாயத்தில் கிடைப்பதைத் தங்களுக்குள் பங்குபிரித்துக் கொள்கிறார்கள்.

உள்ளார்ந்த பழங்குடிக் குணத்தால், அதிகார வர்க்கத்தோடு பெரும்பாலும் தொடர்பற்ற நிலையிலேயே தொடர்கிறது இவர்களது வாழ்க்கை. எடுத்துக்காட்டாக, கடலோரங்களில் செயல்படுத்தப்படும் எந்தத் திட்டமும் மீனவர்களைக் கலந்தாலோசித்து தீட்டப்படுவதில்லை. அதிகார வர்க்கத்தின்

மேட்டிமையான எண்ணத்தால் தொடர்ந்து விளையும் விபரீதம் இது. கடலோர வாழ்வின் உண்மையான தேவை புரியாமல் திட்டங்களைச் செயலாக்கத்திற்குக் கொண்டுவரும் அதிகார வர்க்கமோ, திட்டங்களை மீனவர்கள் எதிர்க்கிறார்கள் என்றே தொடர்ந்து குறைகூறுகிறது. இன்றைய நிலையில் அதே பழங்குடிகள் மண்சார்ந்து, தட்பவெப்பச் சூழல்சார்ந்து கருத்துகள் சொல்கிறார்கள்; ஆனால் அவை ஏற்கப்படுவதே யில்லை. அதிகார வர்க்கத்தின் இந்த மனநிலை ஆய்வுக்குட்படுத்தப் படவேண்டும். தங்கள் வாழ்வின் மூலமாகவே நாட்டின் கடல் எல்லைகளைப் பாதுகாக்கும் பாரம்பரிய மீனவரின் வாழ்வு, தேசிய அளவில் தேவையான புரிதலை ஏற்படுத்தி முக்கியத்துவப் படுத்தப்படாததும் ஒரு காரணமாய் இருக்கலாம். மத்திய, மாநில அரசுகளோ, தனியார் நிறுவனங்களோ, சர்வதேசத் தொடர்புள்ள தொண்டு நிறுவனங்களோ எது எதுவாயிருந்தாலும் திட்டங்கள் தீட்டப் படும் போது, யாருக்காக அது நடைமுறைக்கு வருகிறதோ அவர்களை ஆலோசிப்பதோ அல்லது அவர்களைப் பங்கு கொள்ளச் செய்வதோ இல்லை. திட்டங்கள் செயல்படுத்தப் படும்போது மட்டுமே, மக்கள் அதன் நேரடித் தொடர்பில் வருகிறார்கள். ஒரு திட்டம் தங்களைப் பாதிக்கும் என அறிந்தவுடன் பழங்குடியான அவர்கள் கிளர்ந்தெழுகிறார்கள், தங்களைப் பாதிக்கும் எந்த ஒரு திணிப்பையும் எதிர்த்துப் போராடுவது அவர்களது இயல்பு. ஏன் இவ்வாறு நடக்கிறது என்ற சமூக ஆய்வு கூட இதுகாறும் தேசிய அளவில் நடத்தப்படவேயில்லை.

குடிமக்கள் சுதந்திரமாய் வாழ்வதற்கான உரிமையை உறுதிசெய்வதோடு, ஒட்டுமொத்தச் சமூக முன்னேற்றத்துக்கான சூழலையும் உருவாக்குவதே சிறந்த ஆட்சிமுறை. சமூக முன்னேற்றம் என்பது இலவசங்கள் வழங்கி, வறுமையைத் தற்காலிகமாய் நீக்குவதோடு நின்றுவிடுவது அல்ல. நிலப்பரப்பு சார்ந்து குடிமக்களுக்கான நீதியையும் உரிமையையும் நிலைநாட்டி, வாழ்வாதாரங்களையும் பேணிப் பாதுகாப்பதே அரசின் கடமை. சுதந்திரத்திற்குப் பின்னான ஆட்சிமுறையில் கடலோரங்களும், அங்குள்ள மக்களின் வாழ்வும் தொடர்ந்து புறக்கணிக்கப்பட்டே வந்திருப்பது பெரும் கவலை அளிக்கக் கூடியதாய் இருக்கிறது. காரணம், ஆட்சிமுறையிலும் கடலோர மக்களின் பிரதிநிதித்துவம் தொடர்ச்சியாய் மறுக்கப் பட்டிருக்கிறது என்பது நாம் கண்கூடாகக் கண்ட உண்மை. இந்தியா போன்ற மிக நீள கடற்கரை எல்லைகளையுடைய ஒரு நாட்டில் கடலோரப் பழங்குடி மக்களின் வாழ்வு

தொடர்ச்சியாய்ப் புறக்கணிக்கப்படுவது நாட்டின் பாதுகாப்புக்கும் பொருளாதார முன்னேற்றத்துக்கும் ஏற்புடையது அல்ல.

உதாரணமாக, இராமேஸ்வரம் தீவுப் பகுதியின் தென்பகுதியில் அமைந்திருக்கும் தீவுக் கூட்டத்தைச் சொல்லலாம். வனத் துறையின் கட்டுப்பாட்டுக்குள் இல்லாத காலத்தில், கரைக்கடல் பகுதியிலிருக்கும் இத்தீவு இப்பகுதி, பாரம்பரிய மீனவரின் சொர்க்க பூமியாக, வாழ்வாதாரத்திற்கான செழுமையாக இருந்தது. குடும்பத்தோடு தீவுகளில் தங்கித் தொழில் செய்தார்கள். இன்றோ, கரைக்கடல் – அண்மைக் கடல் மீனவர்கள், புயல் மழைக் காலங்களில் கூட தென்பகுதியில் இயற்கை அரணாய் அமைந்திருக்கும் தீவுகள் அருகே நெருங்க முடிவதில்லை. இதனால் கவனிப்பாரில்லாமல், நீராதாரங்கள் வறண்டு, பாலை நிலம்போல் காட்சியளிக்கின்றன தீவுகள். பாதுகாப்பதாகச் சொல்லும் அதிகார நிர்வாக அமைப்புகளின் பிராந்திய அலுவலர்கள் கொள்ளையர்களோடு கைகோத்துச் சுற்றுச் சூழல் கேடுகளை விளைவித்து, அந்தப் பழியை பாவப்பட்ட பாரம்பரிய மீனவர்கள் மீது அபாண்டமாய்ச் சுமத்து கிறார்கள். நடைமுறைக்கு ஒவ்வாத வறட்டுச் சட்டங்களால் ஏற்பட்ட விளைவு இது. நாட்டின் பல்வேறு பகுதிகளிலும் இதுவே தொடர்கதை. கடந்த காலங்களில் பாரம்பரிய கரைக்கடல் மீனவர்களுக்காக முன்னெடுக்கப்பட்ட பாசி வளர்ப்புத் தொழிலில் ஏகப்பட்ட குளறுபடிகள். நிர்வாக நடைமுறையால் அரசின் துறைகளே ஒன்றுக்கொன்று குறுக்கிட்டுப் பாசி வளர்ப்புத் தொழிலையே இல்லாமல் ஆக்கியிருக்கின்றன. தொழில்தான் இல்லையென்று ஆகிவிட்டது, காப்பீடாவது கிடைத்து செய்த முதலீடுகள் திரும்பக் கிடைக்குமென்று பார்த்தால், காப்பீடு வழங்கிய அரசின் காப்பீட்டு நிறுவனங்களே ஏழை, எளிய மக்களுக்கான இழப்பீட்டை வழங்காமல் இழுத்தடிக்கின்றனவாம்.

கடந்த ஐந்து ஆண்டுகளில், இராமேஸ்வரம் தீவுக்குள் காற்றின், கடலின் தன்மை புரியாமல் ஏற்படுத்தப்பட்ட கரைக்கடல் கட்டுமானங்கள் பெரும்பாலும் பயன்பாடற்றுப் போனதோடு, கடலரிப்பின் முக்கிய காரணிகளாகவும் மாறியிருக் கின்றன. கட்டுமானத்திற்காக வரும் ஒப்பந்தக்காரர்களுக்கு இதுபற்றி அக்கறை இருக்காது என்பது நாம் அறிந்தது. ஆனால் திட்டத்தை மக்கள்நலன் சார்ந்து முன்னெடுப்பதாய்ச் சொல்லும் அரசியல்வாதிகளுக்குத் தவறான திட்டம், அவர்கள் வருங்கால இருப்பையே கேள்விக்குறியாக்கும் என்பதும் தெரியவில்லை. ஜெயலலிதா அம்மையாரின் இறுதிக் காலத்தில்

காணொளி மூலம் தங்கச்சிமடம், மாந்தோப்பு பகுதியிலும், தென்கடலில் முகுந்தராயர் சத்திரத்திலும் ஜெட்டிகள் மக்கள் பயன்பாட்டுக்காகத் திறந்துவைக்கப்பட்டன. கடந்த ஐந்து ஆண்டுகளாய் எந்தப் பயன்பாடுமின்றிக் கடலுக்குள் துருத்திக்கொண்டு நிற்கின்றன இவை.

இந்தப் பிராந்தியத்திலேயே அதிகமான விசைப்படகு உரிமையாளர்களாக இருக்கும் தங்கச்சிமடம் மீனவர்களின் தேவையோ, தூண்டில் வளைவோடு கூடிய ஒருங்கிணைந்த மீன்பிடித் துறைமுகம். இந்த வசதியில்லாத காரணத்தாலேயே இங்குள்ள விசைப்படகுகள், இராமேஸ்வரம், பாம்பன், மண்டபம், கோட்டைப்பட்டினம், சோழியாக்குடி, ஏர்வாடி எனப் பல்வேறு இடங்களில் தங்கித் தொழில் செய்ய நேர்கிறது. தொடர்ச்சியாகப் பெரும் சிரமத்துக்குள்ளானதால்தான் மீன்பிடித் துறைமுகத்தைத் தங்கள் கரையிலேயே கேட்டார்கள். ஆனால் அமைக்கப்பட்டதோ கடலுக்குள் தென் வடக்காக நீண்டு நிற்கும் ஜெட்டி. இயற்கையை மீறிக் கடலுக்குள் ஏற்படுத்தப்படும் கட்டுமானங்கள், பிராந்திய மீனவர்களின் அனுபவ அறிவோடு சரியாக முழுமையாக அமைக்கப் படாவிட்டால் அவை பயனற்றுப் போவதோடு அபாயகரமான சக்தியாகவும் மாறிவிடும். அமைதியான கச்சன் காலத்திலும், ஆர்ப்பரிக்கும் வாடைக் காலத்திலும் ஜெட்டியால் எந்தப் பயன்பாடுமில்லை என்பது ஒருபுறமிருக்க, குடியிருப்புகளில் ஏற்படும் கடலரிப்புக்கும் காரணமாக மாறியிருக்கிறது. இந்த ஜெட்டி, இதே நிலையில் தொடருமானால் சில ஆண்டுகளில், தங்கச்சிமடம் மாந்தோப்பிலிருந்து தொடங்கி, அக்காள்மடம், பாம்பன்வரை வடகற்கரை முழுமையாகவே கடலுக்குள் போய்விடும். கரையை ஒட்டிய பகுதியில் நடைபெறும் மல்லிகைத் தோட்ட விவசாயமும் இல்லாமல் ஆகிவிடும்.

முகுந்தராயர் சத்திரத்தின் ஜெட்டியிலோ யாரும் நெருங்கமுடியாத ஆபத்தான பகுதி என்று அறிவிப்புப் பலகை வைத்திருக்கிறார்கள். பின் யாருக்காக அந்த ஜெட்டி என்ற கேள்வி எழுகிறதா இல்லையா? சமீபத்தில், பாம்பன் ரயில்வே பாலத்தில் ஏற்பட்ட விபத்துகூட பிராந்திய பாரம்பரிய அறிவைப் புறந்தள்ளியதால் நடந்தது. அரசு உடனடியாகக் கவனத்தில் கொண்டு ஆய்வு செய்ய வேண்டிய மிக முக்கியமான பிரச்சனைகள் இவை.

நில எல்லைகளைப் போலவே, கடலோர எல்லைகளும் நாட்டின் பாதுகாப்பில் முக்கியமானதே. இனிவரும் காலங் களில் நிலவப்போகும் சர்வதேசப் பொருளாதார, சமூக,

அரசியல் சூழல்கள், கடலோரப் பாதுகாப்பு மிக முக்கியமானது என்று உறுதிசெய்யும். காலனீய ஆட்சியாளர்களால் பின்பற்றப் பட்ட நடைமுறைகள் ஒருபோதும் இன்றைய பரபரப்பான வாழ்வில் துணைநிற்கப் போவதேயில்லை. எனவே கடந்த காலங்களில் ஆட்சியிலிருந்த அரசுகளைப்போல இந்த அரசும் கடலோரங்களைப் புறக்கணித்த ஆட்சிமுறையில் இனி தொடர முடியாது. காரணம், தற்போதைய கடலோரங்கள் மீன்பிடித் தளங்கள் மட்டுமல்ல, அவை ஆற்றல்மிகு மனிதவளச் சுரங்கங்கள், நேரடி, மறைமுக, வணிக, வேலைவாய்ப்புகளைத் தொடர்ந்து வழங்கும் பெரும் பொருளாதார மண்டலங்கள்.

புதுச்சேரியின் பிரஞ்சு ஆட்சியாளர்களுக்குத் துபாஸாகப் பணியாற்றிய ஆனந்த ரங்கம்பிள்ளை, தான் வாழ்ந்த காலத்தில் 1735முதல் 1761வரையிலான 26 ஆண்டுகளின் தினப்படி சேதிக் குறிப்புகளைப் பதிவு செய்துள்ளார். நாம் வாழும் காலத்தின் மிக அண்மையிலான பதிவுகள் இவை. அரசியல், சமூக, பொருளாதாரப் பிரச்சினைகளைப் பற்றிய குறிப்புகள் இருந்தாலும், நான் பிரமித்த முக்கியமான விடயம் கரையோரக் கப்பலோட்டம் பற்றியதாகும். கப்பலோட்டம் பற்றிய குறிப்புகள் இல்லாத நாட்குறிப்பே இல்லை. அப்படியான முக்கியத்துவமான கடல்வழி வணிகச் சூழலில் இருந்துதான் இன்றைய சூழலை நாம் ஒப்பிட்டாக வேண்டும். அரசியல் சூழல்கள் மாறி, தொழில்நுட்ப உதவியால் உற்பத்தியும் பெருகிவிட்ட நிலையிலும், நாம் நமது ஏற்றுமதிக்காகவும் இறக்குமதிக்காகவும் அயல்நாட்டுக் கப்பல் உரிமையாளர்களையே நம்பியிருக்கிறோம். நம்மிடம் கரைக்கடல், அண்மைக்கடல் மற்றும் ஆழ்கடல் ஓட்டத்துக்கான போதுமான கப்பல்கள் இல்லை. காரணம், பழங்குடிகளைப் புறந்தள்ளும் காலனிய மனப்பான்மையில் கடலோடிகளிடம் வரமாக இருந்த அனுபவ அறிவை இழந்திருக்கிறோம். கடலோடிகளை மீனவர்கள் என்று குறுகி நோக்கிக் கடல்வழி வாணிபத்தில் அவர்களுக்கு இருந்த ஆளுமையைச் சிதைத்து, இன்று விதேசி கப்பல் உரிமையாளர்களிடம் கைகட்டி நிற்க வைத்திருக்கிறோம்.

இந்தியத் தீபகற்பத்தின் 8118 கி.மீ. நீளக் கடற்கரையில் வாழும் பாரம்பரிய மீனவர்கள், கடலோர எல்லைகளின் காவலர்கள் என்பதை வரலாற்றுக் காலத்தில் கிழக்குக் கடற்கரையின் சோழர்களும் மேற்குக் கடற்கரையின் மராட்டிய மன்னர்களும் உணர்ந்திருந்தார்கள். கிழக்குக் கடற்கரையின் பாரம்பரிய மீனவர்கள் தாங்கள், கௌரவம்மிக்க பெரும் கடலோடிகள் மரபில் வந்தவர்கள் என்பதை இன்றும் நினைவில் வைத்திருக் கிறார்கள். மேற்குக் கடற்கரையில், சத்ரபதி சிவாஜியினுடைய கப்பற்படையின் பிரதான தளபதியான கனோஜி ஆங்ரே,

பாரம்பரிய மீனவர்களைத் தங்களது கப்பற்படை உருவாக்கத்தில் பயன்படுத்தித்தான் மேற்குக் கடற்கரையில் ஐரோப்பியத் தாக்குதலை எதிர்கொண்டிருக்கிறார் என்பது மறுக்க முடியாத வரலாற்றுச் சான்று. துரதிர்ஷ்டவசமாக முந்தைய காலனீய ஆட்சியாளர்களின் அரசாங்கம், கடலோடிகளை ஆட்சியதிகாரத்திலிருந்து திட்டமிட்டுத் தனிமைப்படுத்திப் புறந்தள்ளியிருக்கிறது. அதே ஆட்சிமுறையை, சுதந்திரத்திற்குப் பின்னான சுதேசி ஆட்சியாளர்களும் கைக்கொண்டதுதான் கடலோர மக்களின் வாழ்வு முக்கியத்துவம் பெறாததற்கான காரணம். மக்களுக்கு நல்லது செய்கிறோம் என்ற பெயரில், பழம் பெரும் ஆளுமைகளின் பெயர்களைத் திட்டங்களுக்குச் சூட்டி புளகாங்கிதம் அடைகிறார்கள் ஆட்சியாளர்கள்; இது பெரிய ஏமாற்று வேலை.

காலனீய ஆட்சிமுறையின் நிர்வாக அமைப்பை உள்வாங்கிய நமது ஆட்சியாளர்கள், அதே மனநிலையில் இன்னும் செயல்படுவதில் வியப்பேதுமில்லை. பிரிட்டிஷ் ஆட்சியாளர்கள், பூர்வீகப் பழங்குடி மக்களின் வாழ்வுக்கு எதிரான மனநிலையிலுள்ளவர்கள். காடுகளில் பூர்வீகமானப் பழங்குடிகளை எப்படி வெளியேற்றி வளங்களைச் சூறையாடினார்களோ, அதுபோலவே கடலோர மக்கள் வாழ்வையும் புறக்கணித்தார்கள். மொத்தத்தில் பூர்வீகக் குடிமக்கள் வாழவே கூடாது என்பதுதான் அவர்களது கொள்கை. அதே மனநிலையை உள்வாங்கியுள்ள இன்றைய ஆட்சிப்பணி அமைப்பு எப்படி வேறுபட்டதாக இருக்க முடியும்?

கடலோர மக்கள் இந்த நாட்டின் பூரண குடியுரிமைபெற்ற மக்கள். மற்ற நிலங்களைப் போலல்லாது கடலோர வாழ்க்கை முற்றிலும் வேறானது. கடலோர வாழ்க்கை நிலையாமை என்ற அடிச்சரடில் இருக்கிறது. அவர்களது தேவையெல்லாம் சமவெளிச் சமூகங்களும், சமவெளிச் சமூகங்களிடமிருந்தே உருவாகியிருக்கும் அதிகார வர்க்கமும், அவர்களுடைய வாழ்வைத் திறந்த மனத்தோடு புரிந்துகொள்ள வேண்டும் என்பதுதான். இன்றைய நிலையில் இது மிகப் பெரிய சவால்.

கடலோரச் சமூகங்களின் இன்றைய தலைமுறையினரிடமே, தங்களைப் பழங்குடிகள் என்று சொல்லிக்கொள்வதில் ஒரு ஒவ்வாமை இருக்கிறது. இந்த எண்ணம் அவர்கள் வாழ்வையும் வாழ்வாதாரத்தையும் ஒருசேரக் காவுவாங்கும் சமூகப் புற்றுநோய் என்பதை அவர்களே உணர வேண்டும். ஒவ்வொரு கடலோரச் சமூகங்களின் மகனுக்கும் மகளுக்கும் தான் ஒரு ஆதிப் பழங்குடி, இந்த நிலப் பரப்பின் முதன்மைக்

குடிமகன், குடிமகள் என்ற பெருமிதம் வேண்டும். பழங்குடி என்றால் அது பொருளாதாரக் காரணங்களுக்காக அரசை யாசித்துப் பெறும் அந்தஸ்து அல்ல. மாறாக, பாரம்பரியமாகப் பிறப்பால் பெற்றிருக்கும் உரிமை, அந்த உரிமையைப் பேணிக் காத்துத் தலைமுறைகளுக்குக் கடத்த வேண்டும் என்பது இந்தத் தலைமுறையின் தலையாயக் கடமை.

இந்த மக்களின் வாழ்வு தொடர்ச்சியாகப் புறக்கணிக்கப் படுவதற்கான மறுக்க முடியாத மற்றொரு காரணம், அவர்களைக் கண்காணிக்க இந்தியப் பேரரசில் அவர்களுக்கென தனி அமைச்சகம் இல்லாததே. அரசும் பழங்குடி வாழ்வைக் காலனியாதிக்க மனநிலையோடு புறக்கணிப்பதைத் தவிர்த்து, இயற்கை, மனிதவள ஆய்வுகளை முன்னெடுத்து மக்களின் அடிப்படைத் தேவைகளைப் பூர்த்திசெய்து, பாரம்பரியமான அவர்களது உரிமைகள் நிலைநாட்டப்பட ஆவன செய்ய வேண்டும். கடலோரங்களில் மீன்பிடித்தல் மட்டுமல்லாது, கரைக்கடல் விவசாயம் (பாசி வளர்த்தல், மீன் வளர்த்தல்), கரைக்கடல் கப்பலோட்டம், சுற்றுலா என எத்தனையோ தொழில் வாய்ப்புகள் இருக்கின்றன. கடலோடிகளுக்கெனத் தனியான அமைச்சு ஒன்றிய அரசில் அமைந்து, அக்கறையான சூழல் அமையும்போதுதான் கரைக்கடல், அண்மைக்கடல், ஆழ்கடல்சார்ந்த சட்ட திட்டங்கள் உருவாகி மீனவப் பழங்குடிகளின் வாழிடம், வாழ்வாதாரம் பாதுகாக்கப்பட்டுக் கடலோரச் சமூகங்களின் மனிதவளம் நாட்டின் பாதுகாப்பு மற்றும் தொழில் வளர்ச்சிக்கும், வரமான கடல்சார் இயற்கை வளம் பொருளாதார முன்னேற்றத்துக்கும் முறையாய்ப் பயன்படும். இதுவே வளமான, வலிமையான நாட்டை உருவாக்கும் உண்மையான நீலப்புரட்சி.

டிசம்பர் 2020, *காக்கைச் சிறகினிலே* மாத இதழில் வெளியான கட்டுரையின் முழுவடிவம்

29

பி.எல். சான்றிதழின் முக்கியத்துவம்

ஏற்றுமதியாகும் சரக்கைக் கப்பலில் ஏற்றுக் கொண்டதற்கான சான்றிதழே, பி.எல். எனச் சுருக்கமாக அழைக்கப்படும் பில்.ஆஃப் லோடிங். இது கப்பல் தொழிலின் சட்டப்படி அனைவராலும் அங்கீகரிக்கப்பட்ட சான்றிதழ். ஏற்றுமதியாளர் கடலில் கொண்டு செல்வதுக்கான சரக்கைக் கப்பலில் ஏற்றிவிட்டதன் உண்மைத் தன்மையை நிரூபிக்க பி.எல்லில் கப்பல் உரிமையாளரோ, கப்பல் தலைவரோ அல்லது எந்தத் துறைமுகத்தில் சரக்கு ஏற்றப்பட்டதோ அங்கு இருக்கும் கப்பல் உரிமையாளரின் அனுமதி பெற்ற முகவரோ கையெழுத்திட வேண்டும் என்பது வழக்கமான நடைமுறை.

சி.ஐ.எஃப் காண்ட்ராக்டுகளில் இந்தச் சான்றிதழ்கடல்பயணக்கட்டணத்தைக்கொடுக்கும் ஏற்றுமதியாளருக்கும், கப்பல் உரிமையாளருக்கும் ஏற்படும் ஒப்பந்தம். இதுவே எஃப்.ஓ.பி. யாக இருந்தால் கடல் பயணக் கட்டணத்தை இறக்குமதியாளர் கட்டுவார். கடலில் கொண்டு செல்வதற்காக ஏற்பாடு செய்யப்பட்டிருக்கும் சரக்கைத் தான் கப்பலில் ஏற்றிவிட்டதாக அதன் ஏற்றுமதியாளர் சொல்லி பி.எல். வாங்குவார். இதற்கு ரிசீவ்ட் ஃபார் சிப்மெண்ட் பி.எல். என்று பெயர். அடுத்ததாக பி.எல்.லில் இரண்டு வகை. 1) ப்ரி பெய்ட் (Pre Paid), 2) டு பே (to Pay). முதல் வகையில் கடல் போக்குவரத்து கட்டணம்

முதலிலேயே கட்டப்பட்டுவிடும். அடுத்த வகையில் கட்டுவோம் என்ற நம்பிக்கையில் பி.எல் வழங்கப்படும். எந்த வகையில் சரக்கு கொண்டுசெல்லப்பட்டாலும் அதற்கான கட்டணம் கட்டுவதற்கு முன்னால் இறக்குமதியாகும் துறைமுகத்தில் கப்பல் உரிமையாளர் சரக்கை விடுவிக்க மாட்டார்.

பெரிய வியாபார ஒப்பந்தங்களில் கப்பலை ஒரு நடைக்காகவோ அல்லது மாத, வருடக் கணக்கிலோ சிலர் ஒப்பந்தம் செய்து வைத்திருப்பார்கள். அவர்களிடம் அந்த ஒரு நடைக்காகக் கப்பல் பெறப்படும் போது பி.எல்.லில் ஏற்றுமதியாளர், இறக்குமதியாளர் பெயர்களோடு தவறாமல் இடம்பெறும் மற்றொரு பெயர் நோட்டிஃபை பார்ட்டியான சார்ட்டரர். அந்தக் கடல் போக்குவரத்துக்கட்டணம் அவருக்குச் சேரவேண்டியது என்பதற்காக, அப்படி ஒரு ஏற்பாடு. கப்பல் உரிமையாளரின் அந்தப் பகுதித் துறைமுக முகவர் வழியாக, அந்தச் சரக்கைத் தன் கட்டுப்பாட்டுக்குள் வைத்திருப்பார் சார்ட்டரர். ஏற்றுமதி முடிந்து பி.எல். தயாரானதும் எல்லா அசல் பி.எல். சான்றிதழ்களும் சார்ட்டரரிடமே வழங்கப்பட வேண்டும். அவர் கட்டணத்தைப் பெற்றபின் சரக்கை விடுவிப்பதாக உத்தரவு அளிப்பார். தப்பித் தவறி சார்ட்டரருக்குத் தெரியாமல் ஏற்றுமதியாளரிடம் போய்விட்டால், சார்ட்டரர் தனக்கான பணத்தைப் பெறமுடியாமல் போய்விடலாம். இதற்காகவே பின்னாளில் சார்ட்டரர்களுக்கான முகவர்கள் தனியாகவே நியமிக்கப்பட்டார்கள். ஒருசில இடங்களில், ஒரே நிறுவனமே கப்பல் உரிமையாளரின் முகவராகவும், சார்ட்டரரின் முகவராகவும் இருக்க வாய்ப்பு இருக்கிறது.

எனக்கு நடந்த ஒரு அனுபவத்தைச் சொல்கிறேன்.

2007இல் ஒரு தனியார் நிறுவனத்தின், கப்பல் ஏஜென்சி துறையின் தலைவராகப் பொறுப்பேற்றிருந்தேன். அந்தப் பிராந்திய அலுவலகத்தைப் பொறுத்தவரையில், அது தலைமையின் கீழ் இயங்கும் இரண்டாம் கட்டப் பொறுப்பு. அதுவரையிலும் ப்ராஜட் கார்கோ நிர்வாகப் பொறுப்பிலிருந்த என்னை, திடுதிப்பென கப்பல் ஏஜென்சி பொறுப்புக்கு மாற்றியது அதிர்ச்சியாய் இருந்தாலும், அது நிறுவனத்தின் அங்கீகாரம் என்றே கருதினேன். ஏதோ கையாடல் சம்பந்தமாக துறையில் பொறுப்பிலிருந்தவரை, ஒரே நாளில் கணக்கை முடித்து வீட்டுக்கு அனுப்பியிருந்தது மும்பைத் தலைமை அலுவலகம். ஏற்கெனவே அதே நிறுவனத்தின் பலதுறைமுக நகரங்களில் பணி செய்திருந்த அனுபவமும் துணைக்கிருந்தது. ஆதிக்கச் சாதி மனப்பான்மையோடு நடக்கும் பிராந்தியத் தலைமைக்கு

எனக்கு இப்படியான பொறுப்பு கூடுதலாகக் கிடைத்ததில் உடன்பாடே இல்லை. காரணம், பதவியிலிருந்து போனவரும் இவரும் கூட்டுக் களவாணிகள். நெடுநாள் கையாடல் வெளிக்குத் தெரிந்ததும் அவரை மாட்டிவிட்டு இவர் தப்பித்துக் கொண்டார்.

ஏற்றுமதி அல்லது இறக்குமதிக்காக ஒரு துறைமுகம் வரும் கப்பலில், அதற்காகச் செய்ய வேண்டிய பணி குறித்துச் சில வாரங்களுக்கு முன்கூட்டியே தகவல் வரும். சரக்கின் ஏற்றுமதியாளர் யார், அது எங்கிருந்து வருகிறது, எந்த நாட்டுத் துறைமுகத்துக்குப் போகிறது, சரக்குக்கான சுங்க வேலை களை யார் செய்கிறார்கள், சரக்கு துறைமுகத்தில் அல்லது துறைமுகத்துக்கு வெளியே எங்கிருந்து ஏற்றப்பட இருக்கிறது, ஏற்றி இறக்கும் ஸ்டிவிடோரிங் தொழிலாளர்களை, சாதனங்களை யார் ஏற்பாடு செய்கிறார்கள் போன்ற செய்திகள் அந்தத் தகவல் குறிப்பில் இருக்கும்.

நான் பொறுப்பேற்பதற்கு வெகுநாட்களுக்கு முன்னாலேயே ஏற்றுமதிக்காக வரும் அந்தக் கப்பல் குறித்த செய்திகள் வந்திருந்தன. எதையும் என்னிடம் தரவிடாமல் தடுத்துவிட்டார் பிராந்தியத் தலைமை அதிகாரி. அவரை எதிர்த்து எதுவும் பேசவோ, செய்யவோ முடியாது; மும்பை முதலாளிகளிடம் அவருக்கு அத்தனை செல்வாக்கு. சூழல் புரிந்ததால், பணியைச் சவாலாக ஏற்றுக் கொண்டேன். சொந்த அலுவலகத்தின் எந்த உதவியும் இல்லாமல், வெளி நண்பர்களின், துறைமுக அதிகாரிகளின் ஒத்துழைப்போடு அந்தக் கப்பல் குறித்த நேரத்தில் கப்பல் கட்டும் தளம் வருவதைத் தெரிந்து கொண்டேன். குடிமை மற்றும் சுங்க அதிகாரிகள் தேவையான பணிகளை முடிக்கிறார்கள். சரக்குகளை ஏற்றுவதற்காகச் சுங்க அனுமதி கிடைக்கிறது. எந்தத் தடையுமில்லாமல் சரக்கு கப்பலில் ஏற்றப்படுகிறது. அதிர்ச்சியில் உறைந்துபோயிருந்தார் பிராந்தியத் தலைமையதிகாரி.

சரக்கு, இருபது அடிகள் நீளமான இரும்புக் கட்டிகள். ஒவ்வொரு கட்டியின் எடையும் மூன்று டன்கள். மொத்தமான 25000 டன்கள் சரக்கும் எதிர்பார்த்த நேரத்தைவிட சீக்கிரமாகவே கப்பலில் ஏற்றப்பட்டுவிட, கப்பலுக்கான ஊக்கத் தொகை கிடைப்பதாகத் தகவல் வந்தது. கடுப்பாகிப் போனார் தலைமையதிகாரி. கப்பலில் ஸ்டேட்மெண்ட் ஆஃப் ஃபாக்ட்ஸ், மேட் ரிஸிப்ட் முடித்து அதன் அடிப்படையில் பி.எல். தயாரானது. ஏற்கெனவே நடைமுறையில் இருந்த பழக்கப்படி பி.எல்.லில் நான் கையெழுத்திட வேண்டும்.

இங்குதான் அடுத்த பொறி எனக்காக வைக்கப்பட்டிருந்தது. சக ஊழியர்களால் தயாரிக்கப்பட்டு மேஜைக்கு வந்த பி.எல்.லைப் பார்த்தபடி இருந்தேன். பிராந்தியத் தலைமையிடமிருந்து உள்பேசியில் அழைப்பு வருகிறது. மும்பையிலிருந்து நிறுவனத்தில் பணிபுரியும் உயர் அதிகாரி ஒருவர் சென்னை வழியே பெங்களூர் செல்வதாகவும் அவர் விமான நிலையத்தில் என்னைச் சந்திக்க விரும்புவதாகவும், உடனே புறப்பட்டு விமான நிலையம் போகவேண்டும் என்றும் அவர் சொன்னார். நானோ எனக்காக வைக்கப்பட்டிருக்கும் பொறியின் சூட்சுமம் புரியாமல், 'சார், பி.எல். சரி பார்த்துக் கொண்டிருக்கிறேன்' என்றேன்.

"அதற்கெல்லாம் நேரமில்லை, கையெழுத்துப் போட்டு விட்டு உடனே போ" என்கிறார் அதிகாரி.

"சரி" என்றபடி அவரது அறையிலிருந்து வெளியே வந்த நான் எனது உதவி மேலாளரைக் கூப்பிட்டு, "இந்த பி.எல். குறித்து ஏதாவது தகவல் இருக்கிறதா? இது யாருக்கு அனுப்பப் படவேண்டும்" எனக் கேட்கிறேன். அவனோ "எல்லாம் தலைமையதிகாரிக்குத்தான் தெரியும், உங்களைக் கையெழுத்து மட்டும் போட்டுத் தரச் சொல்கிறார்" என்கிறான்.

"கப்பலில் ஏற்றுமதி நடக்கும்போது ஏற்றுமதியாளர் ஒருவரும் பேசவில்லை, சார்ட்டரர்தான் பேசினார். ஆக பி.எல்.லில் சார்ட்டரர் பெயர் நோட்டிஃபை பகுதியில் இடம் பெறவேண்டும்" என்றேன்.

"அதெல்லாம் போட்டாச்சி சார்."

"சரி, நான் விமானநிலையம் கிளம்புகிறேன். ஆனால் நான் பி.எல்.லை அனுப்புங்கள் என்று உத்திரவாதம் தரும் முன்னால், யாருக்கும் அனுப்பக் கூடாது".

"வழக்கமான ஃபிரிபெய்ட் பி.எல்.,ஏற்றுமதியாளருக்குத்தான் அனுப்புவோம்".

"இல்லை. இங்கு சார்ட்டரர் ஒருவர் இருக்கிறார், அவரிடம் கேட்காமல் பி.எல்.லை அனுப்பக் கூடாது" என்றவாறே விமானநிலையம் கிளம்பினேன்.

விமான நிலையம் வந்து காத்துக் கிடந்தால், அந்த உயர் அதிகாரி வரவில்லை என்பது தெரிந்தது. உடனே பிராந்தியத் தலைமையை அழைத்துக் கேட்டால், அவருடைய பயணத் திட்டம் மாறிவிட்டது என நக்கலாகச் சொன்னார். விமான

நிலையத்திலிருந்து வெளியே வந்து அலுவலகத்தைத் தொடர்பு கொண்டு என்னுடைய உதவி மேலாளரை அழைத்து 'பி.எல். பற்றி ஏதாவது தகவல் வந்ததா எனக் கேட்டால், சார் நான் யார் சொல்லுறதக் கேட்கிறது, தலைமையதிகாரி பி.எல்.லை உடனே ஏற்றுமதியாளருக்கு அனுப்பச் சொன்னார். நான் அனுப்பி விட்டேன். ஆனா...' என்கிறான்.

"என்ன ஆனா... சொல்லு".

"கொரியர் பண்ணி அரைமணிநேரத்துல சார்ட்டரர் போன் பண்ணி, பி.எல். எனக்கு வரணும், எப்படி ஏற்றுமதியாளருக்கு அனுப்பினீங்கன்னு கேட்டார். உங்களோட போன் நம்பர் கேட்டார், கொடுத்தேன் சார்.

"இதுக்காகத்தானே என்னுடைய உத்தரவுக்காகப் பொறுன்னு சொன்னேன்".

"சார், நீங்க இங்க இல்லை, உங்களவிட உயர் அதிகாரி நீங்க கையெழுத்துப் போட்ட பி.எல்.ல உடனே அனுப்பச் சொல்றார். என்னால என்ன பண்ண முடியும்?"

"பி.எல். ப்ரி பெய்ட், ஏற்றுமதியாளர் சார்ட்டரருக்குப் பணம் கெட்டிட்டாரான்னு உனக்குத் தெரியுமா?"

"அதெல்லாம் பெரிய இடத்துச் சமாச்சாரம்."

"எந்த கொரியர்ல அனுப்புன?"

"டி ஹெச் எல்."

"சரி விடு."

விமானநிலையத்தை விட்டு வெளியே வந்ததும் வராததுமாக, டி ஹெச் எல் அலுவலகத்தைத் தொடர்புகொண்டு, அங்கிருந்த தலைமை அதிகாரியோடு பேசினேன். அவர், நேரில் தங்களுடைய விமானநிலைய அலுவலகத்துக்கு வரச் சொன்னார்.

பதற்றத்தோடு அவரது அறைக்குள் சென்று எனது அடையாள அட்டையைக் காட்டி, ஒவ்வொரு மாதமும் நாங்கள் அவர்களுக்குக் கொடுக்கும் வியாபாரத்தின் அளவைக் குறித்துச் சொல்லி, தவறுதலாய் அனுப்பப்பட்ட அன்றைய கொரியர் பற்றியும் சொன்னேன். நிலைமையைப் புரிந்துகொண்டவர், உள்பேசியில் உதவியாளர்களிடம் பேசிவிட்டு, குறிப்பிட்ட கொரியர் இன்னும் தங்கள் பகுதிக்கு வரவில்லை என்றார். ஒரு மணிநேரம் அங்கேயே காத்திருந்து, உறுதிமொழிப்

பத்திரம் எழுதிக் கொடுத்து அந்தக் கொரியரைக் கையில் வாங்கினேன். “காப்பாற்றினாய் கடவுளே” என்றபடி கொரியர் அலுவலகத்திலிருந்து வெளியே வந்தால், அலைபேசியில் சார்ட்டரரிடமிருந்து அழைப்பு வருகிறது.

“என்ன எத்தனை முறை அழைத்தாலும், தொடர்பு எல்லைக்கு வெளியே இருப்பதாய்த் தகவல் வருகிறது.”

“...”

“வணிக கப்பல் நிறுவனத்தின் பொறுப்புலதான இருக்க, 24 மணிநேரமும் தொடர்புல இருக்கணுமின்னு தெரியாதா!”

“விமானநிலைத்துக்கு வந்தேன் சார்.”

“பி.எல்.லுல கையெழுத்துப் போட்டது நீதான, உன்னையெல்லாம் யாரு கப்பல் ஏஜென்சிக்குத் தலைவராப் போட்டது? நான் இப்பவே உங்க உரிமையாளருக்குப் பேசி உன்ன டிஸ்மிஸ் பண்ண வைக்கிறேன் பார்.”

“சார், என்ன பிரச்சன?”

“யூ ராஸ்கல். ஒரு மாதத்துக்கு முன்னாலே இந்தச் சரக்குக்காக கப்பல சார்ட்டர் பண்ணி, சிப்மெண்ட கண்காணிக்கிறேன். சி.ஐ.எஃப் சிப்மெண்ட். பி.எல்., ப்ரிபெய்ட். பி.எல்.லுல நோட்டிஃபை பார்ட்டி நான். பி.எல்.ல எனக்கு அனுப்பாம, எக்ஸ்போர்ட்டருக்கு அனுப்பியிருக்க, எக்ஸ்போர்ட்டர்ட்ட இதுக்காக எவ்வளவு பணம் வாங்குன”.

“...”

“இது எத்தன கோடி வியாபாரம்ன்னு தெரியுமா? மொத்தச் சரக்கு 25,000 டன், ஃபிரைட் ஒரு டன்னுக்கு 35 டாலர். கணக்குப் போட்டுப் பாத்துக்க. உன்னோட பத்து தலைமுறை வேலை செய்து கொடுத்தாலும் தீர்க்க முடியாது”.

என் பதிலைக் கேட்க விரும்பாமலேயே இணைப்பைத் துண்டித்துவிட்டார் சார்ட்டரர். விமானநிலையத்திலிருந்து அலுவலகம் நோக்கி வந்தபடியிருக்கிறேன், சென்னை அண்ணாசாலையில் மெட்ரோ ரயில் வேலைகளின் காரணமாக கடும் நெரிசல். நான் எதிர்பார்த்தபடியே, மும்பைத் தலைமை அலுவலகத்திலிருந்து எம் டி பேசுகிறார்.

“தவறு என்னுடையதுதான். நான் கேப்டன் ரங்கநாதன் சொன்னதைக் கேட்காமல், உன்னைக் கப்பல் ஏஜென்சி தலைமையாக்கினேன். எடுத்த எடுப்பிலேயே சொதப்பல். அதுவும் சாதாரண சொதப்பல் அல்ல, 8,75,000டாலர்

சொதப்பல். இந்தப் பணத்தை என்னைக் கட்டச் சொல்கிறான் சாட்டரர். பொறுப்பு கொடுத்துவிட்டால், பி.எல்.லுல கையெழுத்துப் போட்டுவிட்டு வெளியே போவியா?"

"…"

"ரொம்பச் சிரமப்பட்டு இந்த ஸ்டீல் ஏற்றுமதிக் கப்பல பிடிச்சோம். உன்னமாரி ஆட்கள நம்பி எப்படி தொழில் பண்ணுறது?

எனது பதிலைக் கேட்காமலேயே எம் டியும் அலைபேசியைத் துண்டித்துவிட, நடப்பது நடக்கட்டும் என்ற நினைப்பில் அலுவலகம் வந்து சேர்ந்தேன். அலுவலக வாசலிலேயே வாயெல்லாம் பல்லாக நின்றிருந்தான் கேப்டன் ரங்கநாதன்.

"டிஸ்மிஸ் ஆர்டருக்காகக் காத்துகிட்டு இருக்கேன்."

"ஓகே" என்றவாறு எனது அறைக்குள் நுழைந்து, பெருமூச்சு விட்டபின் லேப்டாப்பைத் திறந்து சாட்டரருக்கு மெயில் அனுப்பினேன்.

"உங்களுடைய பி.எல். 100 சதவீதம் என்னிடம் பாதுகாப்பாக இருக்கிறது. எங்கு அனுப்ப வேண்டும் என்ற தங்களது உத்தரவுக்காகக் காத்திருக்கிறேன்."

படபடப்பாய்ப் பதில் வருகிறது.

"என்ன … எப்படி?"

"தயவுசெய்து எந்த விலாசத்துக்கு பி.எல்.லை அனுப்ப வேண்டுமெனத் தெரிவிக்கவும்."

"கோடானகோடி நன்றிகள்."

அடுத்த இரண்டு நிமிடங்களில், மறுமுனையில் மும்பையிலிருந்து எம் டி அழைக்கிறார்,

"சாட்டரர் துள்ளிக் குதித்துப் புகழாரம் சூட்டுகிறார். என்ன மாய வித்தையப்பா இது?"

"…"

"பாராட்டுகள்."

"சார், உங்களுக்கு ஒரு பெர்சனல் மெயில் அனுப்பி யிருக்கிறேன், இங்கு மேலிருந்து கீழ்வரை களையெடுக்க வேண்டும்."

"அதற்குதானே உன்னிடம் பொறுப்பு கொடுக்கப் பட்டிருக்கிறது."

"நன்றி சார்."

கடல்வழி வாணிபத்தில் பி.எல். சான்றிதழ் மிக முக்கியமானது. சரக்கை அனுப்புவதற்கு, பெற்றுக்கொள்வதற்கு, வங்கியில் பணம் பெறுவதற்கு என அனைத்துக்கும் பி.எல். என்ற சான்றிதழே அடிப்படை ஆதாரம். இன்று பிரைட் ஃபோர்வேர்டிங் என்ற தொழில்முறை பெயர்ச்சிமைக்குள் வந்த பிறகு யார் யாரோ பி.எல். கொடுக்கிறார்கள். சம்பந்தப்பட்ட அரசுகளும் இத்தொழில் சூழலை நிர்வகிக்க முடியாமல் தடுமாறுகின்றன. வங்கிகளும் எந்த பி.எல்.லை நம்புவது, எப்படிக் கையாள்வது எனத் தெரியாமல் பதற்றத்தில் நாளும் வணிகம் நடந்தபடியிருக்கிறது.

அனுபவப் பதிவு

30

நேர்கோட்டுத் தடுப்புச்சுவர் அல்ல தூண்டில் வளைவே தீர்வு

தென் தமிழகக் கடற்கரைகளில் கடந்த 1980களின் இறுதி தொடங்கி, மீன்பிடித்துறைமுகம் உள்ளிட்ட பல்வேறு காரணங்களுக்காகத் தடுப்புச்சுவர்கள் அமைக்கப்பட்டன. குடியிருப்புப் பகுதிகளில் கடலரிப்பைத் தடுக்கும் பாதுகாப்பு அம்சமாகவே நேர்க்கோட்டுத் தடுப்புச்சுவரும் தூண்டில்வளைவுத் தடுப்புச்சுவரும் அமைக்கப் பட்டாலும், தனிப்பட்ட நேர்க்கோட்டுத் தடுப்புச்சுவர்கள் பெரும்பாலும் பயனற்று நிற்பதோடல்லாமல், மேலும்மேலுமான கடலரிப்பின் காரணியாகவும் மாறியிருப்பதைக் களஆய்வுகளில் காணமுடிகிறது.

செயற்கையாகத் தன்னுள் துருத்திக் கொண்டு வரும் எதையும் இயற்கையான கடல் அனுமதிப்பதே இல்லை. தனது போக்கைச் சமப்படுத்துவதற்காகச் செயற்கையான அமைப்பின் ஒருபுறம் மணலைக் கிள்ளி மறுபுறம் சேர்த்து விடும். கிழக்குக் கடற்கரையில் வடபுறம் கிள்ளித் தென்புறம் மணலைச் சேர்க்கும் கடல், தென் மேற்குக் கடற்கரையில் தென்புறம் கிள்ளி வடபுறம் சேர்த்துவிடுகிறது. சென்னைத் துறைமுகத்துத் தடுப்புச்சுவர்களால் கரையோரம் பாதிக்கப்படும் வடசென்னையும் தொடர்ச்சியாய் வளர்ந்துவரும் மெரினாக் கடற்கரையும் அதற்கான சான்று.

தீபகற்பத்தில் நதிக்கரைத் துறைமுக அமைவுகள் மாறி, கடல் முகத்தில் துறைமுகங்கள் அமைந்தபின் தடுப்புச்சுவர்கள் தவிர்க்க முடியாத அம்சங்களாய் மாறிவிட்டன. ஆனால் கடல் முகத்தில் அமைந்த தடுப்புச்சுவர்களால் பெரும் கடலரிப்பை அருகில் இருக்கும் மீனவ ஊர்கள் சந்தித்தன. பெரும் போராட்டங்களுக்குப் பின் அந்த ஊர்களுக்கான தடுப்புச்சுவர்கள் அமைக்கப்பட்டன, ஆனால் அவையும் அமைவிடம் சார்ந்து மற்ற ஊர்களைப் பாதித்தன. கடலரிப்பு தொடர்கதையான பின், எல்லா கடலோர ஊர் மீனவர்களுமே தங்களுக்கான பாதுகாப்பை உறுதி செய்ய தடுப்புச்சுவர்கள் கேட்பது நியாயமானதுதான்.

கடலில் கல்லைக் கொட்ட ஆரம்பித்ததுதான், கரைக்கடல் மீன்வளமும் அண்மைக் கடலின் மீன்வளமும் அழிந்ததற்கான முக்கியக் காரணம். மன்னார் வளைகுடாப் பகுதியிலிருந்து திருவிதாங்கூர் வரையான மீன்கள் இனப்பெருக்கம் செய்யும், பவளப் பாறைகள் நிறைந்த கடல் முற்றிலுமாக அழிக்கப்பட்டுவிட்டது. தென்மேற்கு கடற்கரையில், அக்டோபர் முதல் வாரத்தில் கரைக்கடலில், கேசவன் புத்தன்துறை, பொழிக்கரை, பெரியகாடு, ராஜாக்காமங்கலம்துறை போன்ற ஊர்களில் கிடைக்கும் நெத்தலிப்பாடு இல்லாமலே ஆகி விட்டது. அதுபோலவே நெய்மீன் சீலா, சூரை, குதிப்பு, அயலை போன்ற மீன்களின் வரத்தும் குறைந்துவிட்டது. சரி, குறைந்தபட்சம் இருப்பதைக் காத்துக்கொள்ள என்ன செய்யலாம் என அப்பகுதிப் பாரம்பரிய மீனவர்களிடம் கேட்டால், அவர்கள் நேர்க்கோட்டுத் தடுப்புச்சுவர் வேண்டாம், தூண்டில்வளைவுகளே வேண்டும் என்கிறார்கள்.

கடலரிப்புத் தடுப்புசார்ந்த அரசின் தகவல் குறிப்புகளிலும், தூண்டில் வளைவுகள் என்றே குறிப்பிடப்பட்டிருக்கும் இத் தடுப்புச்சுவர்கள் பற்றித் துறைசார் அதிகாரிகளிடம் சரியான புரிதல் இல்லை. நேர்க்கோட்டுத் தடுப்புச்சுவரையும் தூண்டில்வளைவு என்றே புரிந்துகொள்கிறார்கள் அதிகாரிகள். தடுப்புச்சுவர்களில் நேர்க்கோட்டுத் தடுப்புச் சுவர் வேறு, தூண்டில்வளைவு வேறு. இந்த வேறுபாடு புரியாமலேயே, கடந்த காலங்களில் கடற்கரை ஊர்களில் தடுப்புச்சுவர்கள் அமைக்கப்பட்டதால் தென் தமிழகக் கடலோரமே இன்று அல்லல்பட்டுக் கிடக்கிறது.

கடலோரக் குடியிருப்புப் பகுதிகளைக் கடலடி மற்றும் கடலரிப்பிலிருந்து காப்பதற்கு, இன்றைய நிலையில் தூண்டில்வளைவுகள் அமைப்பதைத் தவிர வேறு வழியில்லை. தவிர்க்கமுடியாமல் அமையும் இத்தூண்டில்வளைவுகளால்

கரைக்கடல்வளம் பாதிப்படைந்தாலும், கடலரிப்பாவது குறைந்து குடியிருப்புகள் பாதுகாக்கப்படும். கன்னியாகுமரிக்குக் கிழக்கே வாணிவாடும், வாடைக்காற்றுமே வடகிழக்குப் பருவகாலப் பிரச்சினைகளுக்குக் காரணமாய் இருக்க, மேற்கே தென்மேற்குப் பருவகாலத்தின் சோணிவாடும் சோழக்காற்றுமே தொழில் எதிரிகள். திறந்த கடல்வெளியில் பெரும் கடலடியால் தொழில் செய்ய முடியாத சூழல் ஒருபுறமென்றால், மறுபுறம் கடலரிப்பால் காணாமல் போகும் கடற்கரைகள்.

தென்மேற்குக் கடற்கரையின் பிரச்சனைக்குத் தீர்வாகத் தமிழக அரசு, சமீபத்தில் கேசவன் புத்தன்துறைத் தடுப்புச்சுவருக்காக சுமார் ரூ. 22 கோடியும், பொழிக்கரைத் தடுப்புச்சுவருக்காக சுமார் ரூ. 19 கோடியும் நிதி ஒதுக்கி இருப்பதாகத் தகவல் இருக்கிறது. இந்தத் தடுப்புச்சுவர்களைப் பொதுப்புரிதலின்படித் தனித்தனியாக நேர்க்கோட்டுத் தடுப்புச்சுவர்களாக அமைக்காமல், பொழிக்கரைக்கும் பெரியகாட்டிற்கும் இடைப்பட்ட பாதுகாப்பான மணல் மேட்டுப்பகுதியில் ஆரம்பித்து 200மீ கடலில் தெற்காக இறங்கச் செய்து, தென்கிழக்காகத் திருப்பிக் கேசவன் புத்தன்துறைவரை நீண்ட ஒரே தூண்டில் வளைவாய் அமைத்துக் கொடுத்தால், அப்பகுதியின் கடலடியும் கடலரிப்பும் தடுக்கப்படுவது மட்டுமல்லாமல், பெரும் மீன்பிடித் தொழில் வளர்ச்சிக்கான வரப்பிரசாதமாகவும் மாறிவிடும் என்கிறார்கள் அப்பகுதிப் பாரம்பரிய மீனவர்கள். இது தவிர்த்துத் தமிழகக் கடற்கரை களில், வடசென்னை உட்பட ஏற்கெனவே அமைக்கப்பட்ட அனைத்து நேர்க்கோட்டுத் தடுப்புச்சுவர்களையும் ஆய்வு செய்து, தேவைக்கேற்ப அவற்றைத் தூண்டில்வளைவுகளாய்த் திருத்தி அமைத்து, மீனவர் குடியிருப்புகளைப் பாதுகாப்பதும் அரசின் மேலான கடமை.

09 மார்ச் 2022, *இந்து தமிழ் திசை* நாளிதழில்
வெளியான கட்டுரையின் முழுவடிவம்.

31

சரக்குப் பெட்டகமும் பெயர்ச்சிமையும்

அடுத்த நொடியில் உலக வாழ்வில் என்ன நடக்கும் என்பது தெரியாமல் இருப்பதுதான் வாழ்வின் சுவராஸ்யமே. அறியாமை பரவசம் என்பார்களே அதுபோல... 1990ஆம் ஆண்டின் இறுதி, மும்பை வந்து இறங்கிய மூன்றாவது வார இறுதிக்குள்ளாகவே ஒரு தனியார் நிறுவனத்தில் வேலை கிடைக்கிறது. வேலையில் சேர்ந்தநாள் அந்தவாரக் கடைசிநாளான வெள்ளிக்கிழமை, மாலையில் அலுவலக மேலாளர் என்னைக் காரில் அழைத்துக்கொண்டு எங்கோ போகிறார். வானம் இருண்டு நல்ல மழை கொட்டுகிறது. வேகமான காற்று வேறு... கனவுலகில் நடப்பது போல் நனவுலகில் நடக்கும் நிகழ்வுகளை அவதானித்தவாறே கார் ஓட்டுநரின் பக்கத்து இருக்கையில் அமர்ந்திருக்கிறேன்.

கார் நரிமன் பாயிண்ட், சர்ச்கேட், விக்டோரியா டெர்மினஸ், மஜித் பந்தர், டாக்யார்டு ரோடு, ரே ரோடு, கார்ட்டன் கிரீன் கடந்து சிவ்ரி ஸ்டேசன் தாண்டி மரங்கள் அடர்ந்த வெளிச்சமே இல்லாத ஒரு பகுதிக்குள் நுழைகிறது. “ச்சல், பார் நிக்கால் மதராசி” என்றார் என்னை அங்கு கூட்டி வந்த மேலாளர். தொடர்ந்த இடி, மின்னலோடு பேய் மழையும் கொட்டுகிறது. காரிலிருந்து இறங்கி ஓடிய நான் மழைக்குப் பயந்து, திறந்துகிடந்த ஒரு கதவின் பின்புறம் ஒதுங்குகிறேன். என்னை இறக்கிவிட்ட கார், சிட்டாய்ப் பறந்துவிட்டது. இது எந்த இடம்,

எதற்காக இங்கு இறக்கிவிடப்பட்டிருக்கிறேன்? எதுவுமே எனக்குத் தெரியாது! பதறிப் பதறி அங்குமிங்கும் வெறிக்கிறேன், மழை காரணமாக வெளியே போக முடியவில்லை. மேல்மூச்சு, கீழ்மூச்சு வாங்கி நிதானத்துக்கு வந்தபின் தெரிந்தது, அது ஒரு இரும்புப் பெட்டகம். உள்ளே தேயிலையின் நறுமணம். களைப்பு மிகுதியில் அமர்ந்த நான் அங்கேயே படுத்து உறங்கி விட்டேன். விழிப்புத் தட்டி எழுந்து வெளியே வந்து பார்த்தால் பூதகணங்களாய்க் காலியான இரும்புப் பெட்டகங்கள். இருபது, நாற்பது அடிகள் நீளத்தில் ஒரே அளவிலான அகல உயரத்தோடு இருந்தன. அவை சரக்குப் பெட்டகங்கள், மும்பைத் துறைமுகத்துக்கு இறக்குமதிச் சரக்குகளோடு வந்த இந்த பெட்டகங்களைக் காலிசெய்து, துறைமுகத்துள்ளே இடமில்லாத காரணத்தால் இங்கு ரயில்வே சைடிங் பக்கம் அடுக்கிவைத்திருக்கிறார்கள். ஏற்றுமதிச் சரக்குகள் தயாரானதும், இவையும் நிரப்பப்பட்டுக் கப்பலில் போய்விடுமாம். இந்தப் பெட்டகங்கள்தான் சர்வதேசச் சரக்குப் போக்குவரத்தில் முன்காலத்தில் இருந்த நடைமுறைச் சிக்கல்களைக் களைந்து பெரும் புரட்சியையே போக்குவரத்துத் துறையில் உண்டு பண்ணியவை என்று அன்று எனக்குத் தெரியவில்லை. இந்த நிகழ்வுக்குப் பின்னான நாட்கள், வாழ்வில் சுவாரஸ்யமானவை. வாழ்வை அதன் போக்கிலேயே எதிர்கொள்ள, ஒவ்வொரு நாளும் ஒரு புது அனுபவத்தைத் தர ஆரம்பித்தது நான் எதிர்பாராவிதமாக நுழைந்திருந்த லாஜிஸ்டிக்ஸ் என்ற பெயர்ச்சிமைத் துறை.

அடுத்த மாதமே அலுவலகப் பணி நிமித்தமாக காண்ட்லா துறைமுகம் சென்றிருந்தபோதும் இதுபோலவே ஒரு அனுபவம். துறைமுக வாசலருகே மலைபோல் சரக்குப் பெட்டகங்கள் குவிந்துகிடக்கின்றன. தொழிலாளர்கள், திறந்துகிடக்கும் பெட்டகங்களுக்குள் உறங்கிக்கொண்டும், சீட்டு விளையாடிக் கொண்டுமிருக்கிறார்கள். பக்கத்தில் போய் விசாரித்தால் ரஸ்ய கண்டெய்னர் லைனாம், சோவியத் அரசு பிரிந்துவிட்டதால் ஏற்றுமதிச் சரக்குப் போக்குவரத்து நின்றுவிட்டதன் காரணமாக, இப்படிக் குவிந்து கிடப்பதாய்ச் சொன்னார்கள். காண்ட்லாவில் எங்கள் நிறுவனத்தில் மட்டுமே குறைந்தது இருநூறு தொழிலாளர்கள் வேலையில்லாமல் இருந்தார்கள். அவர்களைப் பணிநீக்கம் செய்யாத எங்கள் நிறுவனம், காண்ட்லாவுக்குள்ளேயே லாஜிஸ்டிக்ஸ்சார்ந்த பல தொழில்களுக்குப் பணி இடமாற்றம் அளித்துச் சமாளித்தது. மூன்று மாதங்களுக்குள்ளாகவே நிலைமை கட்டுக்குள் வந்து, சரக்குப் பெட்டகங்களில் போக்குவரது ஆரம்பித்து தொழிலாளர்களின் முகங்களில் மீண்டும் பிரகாசம் தெரிந்தது.

காரணம், சரக்குப் பெட்டகங்கள் சர்வதேசச் சரக்குப் போக்குவரத்தில் தவிர்க்க முடியாத முக்கியமான அங்கமாக மாறியிருந்தன.

எனக்கு இன்னும் ஆர்வம் தொற்றிக்கொண்டது. சரக்குப் பெட்டகங்களின் அருகில் சென்றால் என்னையறியாமலேயே என் விரல்கள் அவற்றை வருடும். அடுக்கடுக்காய்க் கேள்விகள் எழும். கப்பல்கள் சரக்கைச் சுமந்து செல்வது நடைமுறை யானால், சரக்குப் பெட்டகங்கள் எப்படிக் கொண்டுசெல்லப் படும்? காலம் பதில் சொல்லக் காத்திருந்த அந்த கேள்விக்கு அடுக்கடுக்காய்ப் பல பதில்களையும், சுவாரஸ்யமான பிரமிப்புகளையும் எனக்குத் தந்ததோடு மட்டுமல்லாது நான் முழுமனதோடு பணியாற்றவும் அனுமதித்தது லாஜிஸ்டிக்ஸ் துறை. அந்தக் காலத்து நடைமுறைப்படி, ஒரு தனிநபர் ஏற்றுமதியாளராகவோ அல்லது இறக்குமதியாளராகவோ இருக்க வேண்டுமென்றால் ஒரு தனிக் கப்பல் நிறைய சரக்குகளை ஏற்பாடு செய்யக்கூடிய அளவிற்கு முதலீடு உடையவராய் இருக்க வேண்டும். சராசரி நடுத் தரவர்க்கம் ஏற்றுமதி, இறக்குமதி வியாபாரத்தைக் கனவிலும் நினைக்க முடியாத காலம். ஆனால் இந்தப் பெட்டகங்களின் வரவு, சராசரி நடுத்தர வர்க்கத்தையும் குறைந்த முதலீட்டில் ஏற்றுமதி, இறக்குமதி செய்ய வைத்து அழகு பார்த்ததோடு மட்டுமல்லாது, நாட்டின் பொருளாதார முன்னேற்றத்திலும் அவர்களின் பங்கை ஊர்ஜிதம் செய்து நடுத்தர வர்க்கத்தைத் தவிர்க்க முடியாத அரசியல், பொருளாதாரச் சக்தியாக மாற்றியது.

லாஜிஸ்டிக்ஸ் (பெயர்ச்சிமை) சர்வதேசச் சரக்குப் போக்குவரத்தில் இன்று தவிர்க்க முடியாத ஒரு வார்த்தைப் பிரயோகம். நுகர்வோரைத் திருப்திப்படுத்த ஏற்படுத்தப்பட்ட வியாபார உத்தி. இந்தச் சொல்லாடல் பிரபலமாவதற்கு முன்னாலும் சரக்குப் போக்குவரத்து நடக்கத்தான் செய்தது. ஆனால் நடைமுறைச் சிக்கல்களோடு பெரும் பணக்காரர்களால் மட்டுமே ஈடுபட முடிந்தது. விலையுயர்வான பொருட்கள் ஏற்றுமதி இறக்குமதியைக் கையாள்கையில் வீணாகின. சரக்குத் திருட்டைத் தவிர்க்க முடியவில்லை. இந்தச் சூழலில் வரப்பிரசாதம் போல் வந்ததுதான் சரக்குப் பெட்டகம். *20' x 8'x 8'*, *40'x 8' x 8'* எனச் சம அளவில் இருந்த சரக்குப் பெட்டகங்களின் அறிமுகம் பெயர்ச்சிமைத் துறைக்கு மகுடம் வைத்ததுபோல் ஆகிவிட்டது. பின்னாளில் சரக்குப் போக்குவரத்தின் தேவைக்கு ஏற்றாற்போல் சரக்குப் பெட்டகங்களின் அளவும் அமைப்பும் மாறினாலும் பெரும்பாலும் *20'* மற்றும் *40'* சரக்குப் பெட்டகங்களே பயன்பாட்டிலிருக்கின்றன. சரக்குப்

பெட்டகங்களின் அறிமுகத்திற்குப்பின் ஏற்றுமதி, இறக்குமதி யில் போக்குவரத்து இழப்புகள் தவிர்க்கப்பட்டுக் குறித்த சரக்குகள், குறித்த நேரத்தில் குறித்த இடத்தை அடைந்தன. வாங்குபவரும் விற்பவரும் மகிழ்ந்தார்கள்.

லாஜிஸ்டிக்ஸ் என்ற சொல்லாடல் சரக்குப் பெட்டகத்தை மட்டுமே சார்ந்தது அல்ல, அது ஒட்டுமொத்தச் சரக்குப் பெயர்ச்சிமை சார்ந்தது. லாஜிஸ்டிக்ஸ் என்பது ஒரு ஒருங்கிணைந்த சேவை. புரிதலுக்காக,இங்கு ஒரு வரலாற்று நிகழ்வைக் குறிப்பிட்டே ஆகவேண்டும். 1800 ஜூன் 14, மாவீரன் நெப்போலியனின் மேரன்கோ போர்க்களம். வரலாற்று நாயகர் களில் படை நடத்தும் ஆற்றலில் கொடிகட்டிப் பறந்தவர், மாவீரன் நெப்போலியன். சதுரங்க விளையாட்டில் சமயோசிதமாய்க் காய் நகர்த்துவது போல, படைகளை இடப்பெயர்ச்சி செய்யும் வித்தையை முழுமையாய் அறிந்த நெப்போலியன், மேரன்கோ போர்க்களத்தில் தோல்வியைத் தவிர்த்து மாபெரும் வெற்றிபெற்றதற்கு அவர் பயன்படுத்திய லாஜிஸ்டிக்ஸ் உத்தியே காரணம். தன் வெற்றிக்குப் பின்னான உரையில், "இந்த வெற்றி லாஜிஸ்டிக்கால் (Logistics பெயர்ச்சிமையால்) வந்தது" என்று முழங்கினார் நெப்போலியன். உண்மையில் லாஜிஸ்டிக்ஸ் என்ற பெயர்ச்சொல்லின் மூலமும் பிரெஞ்சு மொழிதான்.

"சுண்டைக்காய் கால் பணம், சுமைக்கூலி முக்காப் பணம்" என்பது நம் ஊர்ப் பக்கங்களில் பெருசுகள் சாதாரணமாய்ப் பயன்படுத்தும் சொலவடை. நம் மூதாதையர்களும் சளைத்த வரில்லை என்பதையே இந்தச் சொலவடை காட்டுகிறது. சுமைக்கூலி என்ற பதத்தில் உருவகிக்கப்படும் லாஜிஸ்டிக்ஸ்தான் பொருள்களின் விலையில் முக்கிய காரணி என்று அன்றே அறிந்திருந்தார்கள் நம் முன்னோர்கள். எங்கோ விளையும் அரிசியை நம் சமையலறையில் கொண்டுவந்து, சமைக்கக் கொடுப்பதுதான் லாஜிஸ்டிக்ஸ். இன்று ஒரு மந்திரச் சொல்லாகவே மாறியிருக்கும் இந்தப் பெயர்ச்சிமை விதவிதமான கப்பல், விமானம், ரயில், சாலைப் போக்குவரத்துக்களை மட்டும் உள்ளடக்கியதல்ல. மாறாக, சரக்குகளின் தேவை அறிதல், அளவறிதல், சேமிப்பு, ஒருங்கிணைத்தல், கையாளுமை, பொதிதல் மற்றும் திட்டமிட்டுக் கொண்டுசேர்த்தல் போன்ற இதர சேவைகளையும் உள்ளடக்கியது என்பதுதான் இதன் தனிச் சிறப்பு.

'நேரடியாகவே உருவாக்குத் தளத்திலிருந்து உபயோக தளத்திற்கு (Door to Door)' என்பது கடந்த முப்பது ஆண்டு களுக்கு மேலாகவே சர்வதேசச் சரக்குப் போக்குவரத்தில்

இருக்கும் ஒரு முக்கியப் பிரகடனம். ஆனால் சர்வதேசச் சரக்குப் போக்குவரத்தின் போக்கையே மாற்றியமைத்த சரக்குப் பெட்டகங்கள் இரண்டாம் உலகப் போருக்குப் பின்னான காலத்தில், 1956ஆம் ஆண்டில்தான், அமெரிக்காவின் வட கரோலினா மாகாணத்தின் லாரி உரிமையாளரான மால்கம் மேக்லீன் என்பவரால் தேவை கருதி அறிமுகப்படுத்தப்பட்டன. நடைமுறைச் சிக்கல்களைத் தவிர்த்துத் தன்னுடைய சரக்கு களைப் பாதுகாப்பாக ஏற்றுமதி செய்ய வேண்டுமென்ற முனைப்புடன் செயல்பட்ட மேக்லீனுக்கே, இந்தச் சரக்குப் பெட்டகங்கள் வருங்காலத்தில் சரக்குப் போக்குவரத்துத் துறையில் வியத்தகு மாறுதல்களைச் செய்து, பல்வேறு தொழில் வாய்ப்புகளை உருவாக்கி நேரடியாகவும் மறைமுகமாகவும் எண்ணற்ற வேலை வாய்ப்புகளையும் வழங்கப் போகின்றது என்று தெரிந்திருக்க வாய்ப்பில்லை. திறமையான பெயர்ச்சிமைத் துறை இல்லையென்றால் வளர்ச்சிக்கே வாய்ப்பில்லை என்பதுதான் உலகின் இன்றைய யதார்த்தம்.

உலகின் ஐந்தாவது பொருளாதாரமாய் வளர்ந்துவரும் இந்தியா போன்ற நாட்டின் ஆட்சியாளர்கள், இந்த யதார்த்தத்தைப் புரிந்துகொண்டு செயலாற்ற வேண்டும். வளர்ந்த மற்ற நாடுகளின் பெயர்ச்சிமைச் செலவினங்களைப் போல் இந்தியாவிலும் பெயர்ச்சிமைச் செலவினங்கள் கட்டுக்குள் வரவேண்டும். அதற்குத் தேவையான அடிப்படைக் கட்டமைப்புகள் உருவாகும் சூழலில் மட்டுமே நமது தேசத்துக்கான பொருளாதாரக் கனவுகளும் நனவாகும்.

நாணயம் விகடனில் வெளியான கட்டுரையின் முழுவடிவம்

32

பேரழிவின் விளிம்பில் கூடுதாழைக் கடற்கரை

இயற்கையின் மாபெரும் சக்திகளுள் ஒன்றான கடலுக்கான இயல்பு, தனது இயக்கத்துக்கு இடையூறாய் வரும் எந்தச் சக்தியையும் மீறித் தன் செயல்பாட்டை அது நிகழ்த்தும் என்பதே. நதிமுகத் துறைமுகங்கள் மாறிச் செயற்கையாய்த் தடுப்புச் சுவரோடுகூடிய துறைமுகக் கட்டமைப்புகள் அமைந்த பின், அத்துறைமுகங்களின் அருகமைந்த கடலோரக் குடியிருப்புகள் பாதிப்பிற்குள்ளாவது வாடிக்கையாகிவிட்டது. கடலுக்குள் செயற்கையாய் அமையும் எந்தக் குறுக்கீடும் கடலடி நீரோட்டத்தை, ஒருபுறம் அரித்து மறுபுறம் சேர்க்கும் தன்மையுடையது. கிழக்கே தூத்துக்குடித் துறைமுகம் தொடங்கி, மேற்கே நீரோடிவரை பூமத்திய ரேகையின் அருகமைந்த மன்னார்கடல், இயற்கையான தீவுகளற்ற திறந்தவெளியாலும் வலுவான கடலடி நீரோட்டங்களாலும் பாதிப்பிற்குள்ளாகும் பகுதி. தொடர்ந்த கடலரிப்பின் காரணமாகவே இப்பகுதியில் பெரும்பாலான கடற்கரையூர்களில் அலைத்தடுப்புச் சுவர்கள் அமைந்தன.

தடுப்புச்சுவர்கள் அமைக்கப்பட்ட பிறகும் தென்பகுதியில் கடற்கரைகள் காணாமல் போவதற்கான காரணம், நில அமைவும் தான் காரணம். களநிலவரம் புரியாத அரச நிர்வாகக் கோளாறு. கடலோடிகளின்

பாரம்பரியப் பட்டறிவை அதிகார வர்க்கம் மதிப்பதே இல்லை. தென்கடலில் கடலரிப்புக்கான முக்கிய காரணிகள் சோழக்காற்றும், சோநீவாடு என்ற மேற்கிலிருந்து கிழக்கு நோக்கிப் பாயும் கடலடி நீரோட்டமும். பாதுகாப்பு சாத்தியமாவது நேர்க்கோட்டுத் தடுப்புச் சுவரால் அல்ல; மாறாக, மேற்கிலிருந்து தென்கிழக்கு நோக்கி அமையும் தூண்டில்வளைவுகளாலேயே சாத்தியமாகும் எனப் பாரம்பரிய மீனவர்கள் வலியுறுத்திச் சொன்ன பிறகும், புரிதல் இல்லாமலேயே நேர்க்கோட்டுத் தடுப்புச்சுவர்கள் அமைந்தன. தூண்டில்வளைவு வாழ்விடத்துக்கானது மட்டுமல்ல, அது வாழ்வாதாரமாகிய மீன்பிடித் தொழிலையும் பாதிக்காமல் அமையவேண்டும்.

கடலரிப்புத் தடுப்பு சார்ந்த அரசின் தகவல் குறிப்புகளிலும், தூண்டில் வளைவுகள் என்றே குறிப்பிடப்பட்டிருக்கும் இத்தடுப்புச்சுவர்கள் பற்றித் துறைசார் அதிகாரிகளிடமும் சரியான புரிதல் இல்லை. நேர்க்கோட்டுத் தடுப்புச்சுவரையும் தூண்டில்வளைவு என்றே புரிந்துகொள்கிறார்கள் அதிகாரிகள். தடுப்புச்சுவர்களில் நேர்க்கோட்டுத் தடுப்புச் சுவர் வேறு, தூண்டில்வளைவு வேறு. இந்த வேறுபாடு புரியாமல் கடந்த காலங்களில் கடற்கரை ஊர்களில் தடுப்புச்சுவர்கள் அமைக்கப்பட்டதால், தென் தமிழகக் கடலோரமே இன்று அல்லல்பட்டுக் கிடக்கிறது. தூண்டில் வளைவுகள் அமைக்கப் பட்ட ஊர்களிலும், அலைகள் உருவாகும் ஆழ்கடல் பகுதியில் அவை திருப்பப்படாமல், அலை உடையும் கரைப் பகுதியிலேயே திருப்பப்பட்டுத் தடுப்புச்சுவர் அமைவையே கேள்விக்குறியாக்கி மீனவ உயிர்களைக் காவு வாங்கியபடி இருக்கிறது.

இன்று வாழுமிடத்திற்காகவும் வாழ்வாதாரப் பாதுகாப்பிற்காகவும் போராடத் துணிந்திருக்கும் கூடுதாழை, திருநெல்வேலி மாவட்டத்தின் தென்கிழக்கிலிருக்கும் பாரம்பரியமான கடற்கரையூர். ஏனைய ஒற்றை ஆழிக் கடற்கரை ஊர்களைப் போலல்லாது கரை ஆழி, வெலங்கு ஆழி என இரு வகை இயற்கையான இடர்களைத் தினமும் கடந்து தொழில்செய்யும் கூடுதாழை மீனவர்கள், கடந்த ஐம்பது வருடங்களாகவே பாதுகாப்புத் தடுப்புச்சுவர் வேண்டித் தொடர்ச்சியாய் அரசிடம் விண்ணப்பம் வைத்தபடி இருக்கிறார்கள். எண்பதுகளில் ஆரம்பித்துத் தொண்ணூறு களின் இறுதியில் உச்சம்தொட்ட அதீத மணற்கொள்ளை யால், மணல் தேரிகளின் இயல்பான பாதுகாப்பை இழந்து

பேரழிவின் விளிம்பைத் தொட்டுநின்ற போதிலும் அதிகார வர்க்கத்தின் கடைக்கண் பார்வை கூடுதாழைக் கடற்கரையில் படவேயில்லை.

கூடுதாழையின் மேற்கே கூட்டப்பனையில் கரைத் தொடர்பற்றுச் சேதமுற்ற நிலையில் இருக்கும் நேர்க்கோட்டுத் தடுப்புச்சுவரிலிருந்து, கிழக்கே பெரியதாழைத் தூண்டில்வளைவுவரை பாதுகாப்பு இல்லாமல் இருக்கும் திறந்தவெளிக்கடலும், மண் மூடிய மங்களாக்காட்டுத் தேரிப்பாலமும் சுயநலத்தோடு மணற்கொள்ளையிட்ட தனியார் நிறுவனத்தாருக்காகவே உள்நோக்கத்தோடு உறுதி செய்யப்பட்டதாய்த் தெரிகிறது. தேசத்தின் பாதுகாப்புக்கே அச்சுறுத்தல் ஏற்படுத்தும் இதுபோன்ற அமைவுகள் முற்றிலு மாய்த் தவிர்க்கப்பட வேண்டும்.

மணற் கொள்ளைக்குப் பின்னான காலத்தில், கூடுதாழையின் நிலஅமைவே முழுமையாக மாறியிருக்கிறது. தொடர்ந்த மணற் கொள்ளையால் கபளீகரமான மணற் குன்றுகளின் பாதுகாப்பின்மை ஒருபுறமென்றால், மறுபுறம் தொலைதூரத்தில் கிழக்கிலும் மேற்கிலுமாக அமைந்த நேர்க்கோட்டுத் தடுப்புச் சுவர்களால் திருப்பிவிடப்பட்டு வீரியம் பெறும் கடலடி நீரோட்டத்தால் ஏற்படும் கடலரிப்பு. கூடுதாழையில் வாழ்விடமும் வாழ்வாதாரமும் கேள்விக்குறியாகி இருக்கிறது. கச்சான் காலத்தில் எந்த நேரமும் விழுந்து நொறுங்கிவிடும் நிலையில் இருக்கும் வீடுகளில், பிள்ளைக் குட்டி களோடு எப்படி வாழ்வது எனப் பதறிப்போய் இருக்கிறார்கள் மீனவர்கள்.

பாதுகாப்பற்றஇச்சூழலை அரசு கருத்தில்கொண்டு உடனடி கடல் மற்றும் கடலோரக் கள ஆய்வுகளைச் செய்து, போர்க்கால அடிப்படையில் அலையடித் தடுப்புச்சுவர் தூண்டில்வளைவாய் அமைத்துத் தரவேண்டும். திட்டச் செயலாக்கத்தில் அலை மற்றும் கடலடி நீரோட்டங்களின் தன்மை புரிந்த மண்ணின் மைந்தர்களான பாரம்பரிய மீனவர்களின் அறிவுரைகள் ஏற்றுக் கொள்ளப்பட வேண்டும். அமையும் தூண்டில்வளைவுகள் அரச நிர்வாகத்தால் கண்காணிக்கப்பட்டு, அதன் உரியகாலப் பராமரிப்புகள் உறுதி செய்யப்பட வேண்டும். அதீத மணற்கொள்ளையே கடலோரத்தில் கதிரியக்க நோய்களுக்கும் கடலரிப்புக்கும் அடிப்படைக் காரணம் என்பதை உணர்ந்து, கடலோர மணலெடுப்பு முற்றிலுமாகத் தவிர்க்கப்பட்டுத் தடை செய்யப்பட வேண்டும். நாட்டின் வளர்ச்சி, பொருளாதார

முன்னேற்றம் கருதி அமையும் துறைமுகத் திட்டங்கள், அதன் அருகமைக் கடற்கரை வாழ்வாதாரம், வாழ்விடப் பாதுகாப்பையும் உறுதிசெய்த பிறகே அமையவேண்டும். துறைமுகத் திட்டச் செலவினத்தில் அதன் அருகமைக் கடலோர வாழ்வு மற்றும் வாழ்வாதாரப் பாதுகாப்புச் செலவுகளும் கணக்கில் எடுத்துக்கொள்ளப்பட வேண்டும். இந்த நிலையிலேயே கடலோர வாழ்வு உரிய பாதுகாப்பு பெற்று நாட்டின் பொருளாதார முன்னேற்றத்திலும் சிறப்பான பங்காற்ற முடியும்.

21 மார்ச் 2023, *இந்து தமிழ் திசை* நாளிதழில் வெளியான கட்டுரையின் முழுவடிவம்

33

பெயர்ச்சிமை: நாம் ஏன் கைக்கொள்ள வேண்டும்?

பெயர்ச்சிமை, சர்வதேசச் சரக்குப் போக்குவரத்தில் இன்று தவிர்க்க முடியாத ஒரு பதம். இந்தச் சொல்லாடல் பிரபலமாவதற்கு முன்னாலும் சரக்குப் போக்குவரத்து நடக்கத்தான் செய்தது. ஆனால் சரக்குகளின் இடப்பெயர்ச்சி துண்டாடப்பட்டு, பெரும் நடைமுறைச் சிக்கல்களோடு இருந்தது. குறிப்பாக ஏற்றுமதி, இறக்குமதியில் சரக்குகளின் வரத்து, அதன் அளவு, தரம், நேரம் குறித்த தரவுகளைப் பெறுவதில் இருந்த பிரச்சினைகளை, நவீனத் தொழில்நுட்பத்தின் துணைகொண்டு தீர்த்த பெயர்ச்சிமை, நாட்டின் பொருளாதாரச் செயல்பாடுகளிலும் தவிர்க்க முடியாத அம்சமாக மாறியது. பெயர்ச்சிமை என்றால் சரக்குப் பெட்டகத்தை மட்டுமே சார்ந்ததல்ல; அது தேவையான சரக்குகளைத் தேவைப்படும் தூரத்துக்கு, உரிய வாகனத்தில், உரிய நேரத்தில், குறைந்த செலவில் கொண்டுசேர்க்கும் ஒருங்கிணைந்த செயலுக்கானது.

வரலாற்று நாயகர்களில் படை நடத்தும் ஆற்றலில் சிறந்து விளங்கிய மாவீரன் நெப்போலியன், சதுரங்க விளையாட்டில் சமயோசிதமாய்க் காய்களை நகர்த்துவதுபோல, தனது படைகளைப் பெயர்ச்சிமை செய்யும் வித்தையை அறிந்திருந்தார். 1800 ஜூன் 14, மேரன்கோ போர்க்களத்தில் தன் வெற்றிக்குப் பின்னான உரையில், "இந்த வெற்றி லாஜிஸ்டிக்கால் (பெயர்ச்சிமையால்) வந்தது"

என்று முழங்கினார். உண்மையில் லாஜிஸ்டிக்ஸ் என்ற பெயர்ச்சொல்லின் மூலமும் பிரெஞ்சு மொழிதான்.

"சுண்டைக்காய் கால் பணம் சுமைக்கூலி முக்காப் பணம்" என்ற சொலவடை நம் ஊர்ப் புறங்களில் மிகச் சாதாரணமாய்ப் பயன்படுத்தப்படுவதாகும். சுமைக்கூலி என்ற பதத்தில் உருவகிக்கப்படும் செயலான பெயர்ச்சிமைதான், பொருள்களின் விலையில் முக்கிய காரணி என்று அன்றே நம் முன்னோர் அறிந்திருந்தனர். இன்று ஒரு மந்திரச் சொல்லாகவே மாறியிருக்கும் இந்தப் பெயர்ச்சிமை விதவிதமான கப்பல், விமானம், ரயில், சாலைப் போக்குவரத்தை மட்டும் உள்ளடக்கியதல்ல. மாறாக, சரக்குகளின் தேவை, அளவு, சேமிப்பு, ஒருங்கிணைத்தல், கையாளுமை, பொதிதல் மற்றும் திட்டமிட்டுக் கொண்டுசேர்த்தல் போன்ற இதரச் சேவைகளையும் உள்ளடக்கியது.

"நேரடியாகவே உருவாக்குத் தளத்திலிருந்து உபயோகத் தளத்திற்கு" என்பது கடந்த முப்பது ஆண்டுகளுக்கும் மேலாகவே சர்வதேசச் சரக்குப் போக்குவரத்தில் இருக்கும் ஒரு முக்கியப் பிரகடனம். ஆனால் சர்வதேசச் சரக்குப் போக்குவரத்தின் போக்கையே மடைமாற்றிய பெருமை அமெரிக்காவில் 1956இல் அறிமுகப்படுத்தப்பட்ட சரக்குப் பெட்டகங்களையே சாரும். இன்று சரக்குப் போக்குவரத்தில் பிரபலமாக இருக்கும் மூன்றாம்நபர் பெயர்ச்சிமை (3PL) என்ற வியாபார உத்தியும், 1970 களில் அமெரிக்காவில் அறிமுகப்படுத்தப்பட்டதாகவே தெரிகிறது. அதுவே, படிப்படியாகப் பல துறைகளில் ஊடுருவிச் சேவைக்கான தேவையை உணர்த்தி, உலகெங்கும் உள்ள வியாபார வர்க்கத்தால் 1990களில் ஏற்றுக்கொள்ளப்பட்டது.

தனது உற்பத்தியைத் தானே தலைச் சுமையாகவோ அல்லது தனக்குச் சொந்தமான வாகனங்களில் எடுத்துச் சென்றோ நுகர்வோரிடம் சேர்ப்பது முதல்நபர் பெயர்ச்சிமை (1PL, *First Party Logistics*). நீங்கள் உற்பத்தி செய்வதை மட்டும் செய்யுங்கள், அதைப் பக்கத்து ஊர்களுக்கு வண்டி வைத்து நான் கொண்டுபோய்க் கொடுக்கிறேன் என்று நண்பர் வந்து சொன்னாரே அங்குதான் இரண்டாம் நபர் பெயர்ச்சிமை (2PL, *Second Party Logistics*) உருக்கொள்கிறது. கால ஓட்டத்தில் மக்கள்தொகை பெருகித் தேவையும் அதிகரித்து, அறிவியல் வளர்ச்சியும் துணைக்கு வந்துவிட்ட நிலையில், உற்பத்தியாளர்களையும் அந்த உற்பத்தியைச் சுமந்துசெல்லும் வாகனங்களை இயக்குபவர்களையும் தனது அனுபவ அறிவால், தொடர்பால் இனணத்துப் புதிய வியாபார வழியை உலகுக்குக்

கொடுத்ததுதான் இந்த மூன்றாம் நபர் பெயர்ச்சிமை *(3PL, Third Party Logistics).*

உற்பத்திக்கான கச்சாப் பொருளை வருவித்தலிலும், அதன் தயார் இருப்பிலும் வீணாகப் பணம் முடங்கிக் கிடந்ததை உற்பத்தியாளர்களுக்குப் புரியவைத்ததோடு மட்டுமல்லாமல் பாதுகாப்பான, வேகமான, செலவு குறைந்த உள்நாட்டு-பன்னாட்டுப் பாதைகளையும், அதில் சேவை புரிவோரையும் கண்டறிந்து பெயர்ச்சிமையின் செலவைக் கட்டுக்குள் கொண்டு வரமுடியும் என உற்பத்தியாளர்களுக்கும் வியாபாரிகளுக்கும் இந்த மூன்றாம் நபர் பெயர்ச்சிமையாளர்கள் உணர்த்தினார்கள். நுகர்வோரின் தேவைக்கேற்ற சரக்குப் பொதிமானங்களால் *(Packing)*, வியாபாரத்தை மேலும் விருத்திசெய்ய முடியும் என்ற அவர்களது யதார்த்தமான கருத்தை உலக வியாபாரிகளால் மறுக்க முடியவில்லை.

பன்னாட்டுப் பெயர்ச்சிமையில் *(International Logistics)* புதிதாக நடைமுறைக் கோட்பாடுகள் புகுத்தப்பட்டன. அவ்வப்போதைய பெயர்ச்சி *(Just in Time)*, பெயர்ச்சியில் இணைதல் *(Merge in Transit)*, ஏற்றுமதியில் இணைப்பு *(Export Consolidation)*, இறக்குமதியில் ஒருங்கிணைப்பு *(Import Groupage)* எனப் புதிய சேவைகளும் அதன்மூலம் வியாபார வாய்ப்புகளும் பெருகின. சரக்குப் பெட்டகங்களின் பாதுகாப்பான போக்குவரத்து அம்சமும் அதன் எளிய நடைமுறையும் இதற்கான முக்கிய காரணம்.

உற்பத்தியாளர்களின் ஆலைகளுக்குத் தேவையான உதிரி இயந்திரப் பாகங்கள், கச்சாப் பொருட்கள் உலகின் பல்வேறு நாடுகளில் உள்ள பல்வேறு நிறுவனங்களிடமிருந்து வாங்கப்பட்டாலும், அவற்றைத் தேவைக்கேற்ப ஒரு இடத்தில் ஒருங்கிணைத்து ஒரே கப்பலிலோ அல்லது சரக்குப் பெட்டகத்திலோ கொண்டுவந்து நுகர்வுக்காகக் கொடுத்தார்கள். தேவைக்கேற்ப சரக்குகள் குறிப்பிட்ட இடத்துக்குப் போய்ச் சேரவேண்டிய காலக்கெடுவை மனத்தில் கொண்டு, மாறுபட்ட பயண ஏற்பாடுகளை *(Multi Model Transport)* தேர்ந்தெடுத்து, அவற்றையும் ஒரே குடையின் கீழ் கண்காணித்துச் செயலாற்றி, வியாபார உலகை மகிழ்ச்சியில் ஆழ்த்தினார்கள்.

பெயர்ச்சிமையின் இந்த வளர்ச்சி இந்தியாவிலும் ஏற்பட்டிருக்கிறது, ஆனால் கப்பலோட்டம் போலவே பெயர்ச்சிமைத் தொழிலும் விதேசிகளின் கைகளிலேயே இருக்கிறது. அவர்கள் வைத்ததுதான் சட்டம் சேவைக்கான கட்டணம் என்ற நிலையில், நமது தொழில்முனைவோரால்

சர்வதேசச் சந்தைகளில் போட்டியிட முடியவில்லை. காலனிய ஆட்சி முறையால், கப்பல் உரிமையில் ஏற்பட்டிருந்த தயக்கம், பெயர்ச்சிமைத் தொழிலிலும் இங்கு தொடர்கிறது. சர்வதேசப் பெயர்ச்சிமைக் கட்டணங்கள் இந்தியாவில் அதிகமாய் இருப்பதற்கு இதுவே பிரதான காரணம். ஏற்றுமதியில் முதல்கட்ட இணைப்பும் (First mile connectivity), இறக்குமதியில் இறுதிக்கட்ட இணைப்பும் (Last mile connectivity) இங்கு சாதமில்லாச் சூழலில் இருக்கிறது. கடந்த செப்டம்பர் 17இல் இந்தியாவின் பெயர்ச்சிமைக் கொள்கையை வெளியிட்டுப் பேசிய பிரதமர் நரேந்திர மோடி, "சர்வதேச அளவில் எட்டு சதவீதத்துக்கும் குறைவாக இருக்கும் பெயர்ச்சிமைக் கட்டணங்கள், இந்தியாவில் பதினைந்து சதவீதத்துக்கு மேல் இருப்பதால் அதைக் குறைக்க முயற்சிகள் செய்யப்படும்" எனவும் குறிப்பிட்டார்.

தேசத்தில் பெரும் பொருளாதார இழப்பை ஏற்படுத்தும் இந்தச் சூழலைப் போர்க்கால அடிப்படையில் அரசு அணுக வேண்டும். சரக்குப் போக்குவரத்தின் முக்கிய அம்சமான கப்பல் மற்றும் சரக்குப் பெட்டக உரிமைக்கு முக்கியத்துவம் அளிக்கப்பட்டு, உலக அளவிலான நமது பங்களிப்பு உறுதி செய்யப்பட வேண்டும். அடிப்படைக் கட்டமைப்பு வசதிகளோடு சுதேசிப் பெயர்ச்சிமை நிறுவனங்கள் உருவாக்கப்பட்டு, ஊக்குவிக்கப்பட வேண்டும். சர்வதேசக் கப்பலோட்டத்தின் பிரதான சக்தியாய் விளங்கும் இந்திய மனிதவளம், இந்தியக் கப்பல்களிலேயே பணியமர்த்தப்படும் சூழல் அமையவேண்டும்.

இந்தியாவில் துறைமுகங்களிலிருந்து சராசரியாக 600 கி.மீ தொலைவளைவுக்குள்ளிருக்கும் சரக்கு உருவாக்குத்தளங்கள், சர்வதேசச் சூழலான 200 கி.மீ தொலைவளைவுக்குள் கொண்டுவரப்பட வேண்டும். பிரதான சாலையையும் ரயில் வழித்தடங்களையும் தேசத்தின் சரக்கு உருவாக்குதளங்களையும் நவீன கட்டமைப்போடு கூடிய பிராந்தியத் துறைமுகங்களோடு இணைக்க வேண்டும். பழமையான சட்டத்திட்டங்கள் திருத்தப்பட்டு, நடைமுறைச் சாத்தியமான புதிய பெயர்ச்சிமைச் சட்டங்கள் இயற்றப்பட வேண்டும். துறைமுகம், சுங்கம், சாலை மற்றும் கப்பலோட்டம்சார் அரசின் கண்காணிப்புக் கேந்திரங்களில் பணிசெய்வோர், சர்வதேசப் பெயர்ச்சிமையில் தானும் ஒரு அங்கம் என உணர்ந்து பணியாற்ற வேண்டும்.

05 டிசம்பர் 2023, *இந்து தமிழ் திசை நாளிதழில்* வெளியான கட்டுரையின் முழுவடிவம்

34

மீனவர் நலன்: பெயர் மாற்றம் அனைத்தையும் மாற்றிவிடுமா?

கடந்த 2021இல் தமிழகத்தில் நடந்த ஆட்சி மாற்றத்திற்குப் பிறகு, தமிழ்நாடு அரசு மீன்வளத்துறையானது மீன்வளம் மற்றும் மீனவர் நலத்துறை எனப் பெயர் மாற்றம் பெற்றிருக்கிறது. உண்மையிலேயே வரவேற்கத் தகுந்த மாற்றம். ஆனால் அப்பெயர் மாற்றம், இதுகாறும் இருந்த பாரம்பரிய மீனவர் வாழ்வை வளப்படுத்தியிருக்கிறதா என்றால், இல்லை என்றுதான் சொல்லத் தோன்றுகிறது.

பொதுவாக எந்தத் துறையாக இருந்தாலும், அத்துறைகளின் செயல்பாடுகள் பல்வேறு அடுக்குகளாய் நடைமுறைப் படுத்தப்படுகிறது. தற்கால, நீண்டகால இலக்குகளோடு அரசின் அங்கமாகச் செயல்படும் அமைச்சு சார்ந்த மேலாண்மை ஒருபுறமென்றால், அதன்கீழ் செயல்படும் நிர்வாகம் மறுபுறம். நிர்வாகம் சீராக இயங்க வேண்டுமானால், அதற்குத் திணைசார் களத்தோடு தொடர்புடைய கண்காணிப்புப் பணி அத்தியாவசியத்தேவை. காரணம், திணைசார் களம் என்பது வெறும் நிலப்பரப்போ, சூழலோ அல்ல. மாறாக, சமூகமாக வாழும் மக்களும் அவர்களது வாழ்வாதாரமும் அடங்கியது. அந்த மக்களின் வாழ்வே, நிலப்பரப்பின் அன்றாடச் சூழலையும் அரசின் மேலாண்மையையும் எதிர்கொள்கிறது.

நெய்தலின் நிலை: அறியப்பட்ட ஐந்து வகை நிலப்பரப்பில், நெய்தலுக்கான வாழ்வு

கடல்மேல் கட்டமைக்கப்பட்டிருக்கிறது. அதனாலேயே அது நிலையில்லாதது, கணமும் மாறும் இயல்பிலானது. நெய்தலை நிர்வகிப்பது கடினம் என்பதை மறுப்பதற்கில்லை. இயற்கைப் பேரிடர் காலங்களில், ஏனைய திணைவாழ்வைத் தாராளமான நிவாரணத்தால் ஈடு செய்துவிடமுடியும். ஆனால் நெய்தல் வாழ்வை அப்படிக் கடந்து போய்விட முடியாது; காரணம், கடலில் ஏற்படும் உயிர்ப்பலிகள். அரசுத்துறையாக இருந்தாலும் அக்கறையான, அர்ப்பணிப்பான நடவடிக்கை மூலமே நெய்தலை நிர்வகிக்க முடியும்.

சமீபத்தில் ஒருசில தென்கிழக்குக் கடற்கரை ஊர்களில் பாரம்பரிய மீனவர்களின் நாரிழைப் படகுகளுக்கு வழங்கப் படும் அரசின் மண்ணெண்ணெய் மானியம் நிறுத்தப்பட்டிருக்கிறது. புயல் மற்றும் காற்றடிக் கால அரசின் அறிவிப்பையும் மீறி, மீனவர்கள் மீன்பிடிக்கக் கடலுக்குச் சென்றதே அதற்கான காரணமாய்ச் சொல்லப்பட்டாலும், தவறான அறிவிப்புகளால் தொழிலும் வாழ்வும் பாதிப்பிற்குள்ளாவது அன்றாடம் கடலில் பாடுபடும் மீனவர்களுக்கே என்பது அரச நிர்வாகத்துக்குப் புரிவதாய் இல்லை. காற்றடி மற்றும் கடலடிக் காலங்களில், உயிர்ச் சேதங்களைத் தவிர்ப்பதற்காக இதுபோன்ற நடவடிக்கைகளில் இறங்குவதாகத் துறைசார் அதிகாரிகள் சொன்னாலும், களநிலவரத்துக்குச் சம்பந்தமில்லாத இத்தகைய நடவடிக்கைகள் மக்களிடம் அரசின் மீது நம்பிக்கையின்மையையும் வெறுப்பையுமே விதைத்து விடுகின்றன.

1076 கி.மீ நீளமுள்ள தமிழகக் கடற்கரையில், நிலஅமைவு சார்ந்து காற்றடி, மற்றும் கடலடி போன்ற இயற்கையின் பாதிப்புகள் மாறுபடுகின்றன. பெரும் பேரிடர்கள் தவிர்த்த காலங்களில், தென்மேற்குக் கடற்கரையான கன்னியாகுமரி மாவட்டக் கடலோரப் பகுதிகளின் இயற்கைப் பாதிப்புகள், அதன் அண்டை மாவட்டமான தென்கிழக்குக் கடலோரத்தில், அதாவது திருநெல்வேலி மாவட்டக் கடலோரத்தில் இருப்ப தில்லை. தங்கள் அனுபவ அறிவின் மூலம் இந்தச் சூழலைப் புரிந்துகொண்ட பாரம்பரிய மீனவர்கள், கள நிலவரம் தெரியாத அரசின் அறிவிப்புகளை மதிப்பதில்லை. பேரிடர் பயத்தில், சாதாரணமாய்க் கடந்து போகும் இயற்கைச் சூழலைக்கூடத் தேவையில்லாமல் ஊதிப் பெரிதுபடுத்தும் மீன்வளத்துறை அதிகாரிகளால் எங்கள் வாழ்வாதாரம் பாழ்படுகிறது என ஆதங்கப்படுகிறார்கள் பாரம்பரிய மீனவர்கள்.

களையவேண்டிய சிக்கல்கள்: கடலோர மக்களின் வாழ்வாதாரம் சம்பந்தப்பட்ட ஒன்றுக்கொன்று தொடர்புடைய வானிலை, மீன்வளத்துறைகளின் தற்காப்பு நடவடிக்கை

களால், பாதிப்பிற்குள்ளாவது கடலோர மக்களும் அவர்களின் வாழ்வாதாரமும். ஓக்கிப் புயலுக்குப் பின்னான காலங்களில் துறைசார் நிர்வாகத் தற்காப்பு நடவடிக்கைகள் மிக அதிகமாகவே தென்படுகின்றன. தென்மேற்குக் கடலோரப் பிரச்சினைக்காக, தமிழகத்தின் ஒட்டுமொத்தக் கடற்கரையையுமே பூட்டிவைக்க முடியாது. பேரிடர் சேதங்களுக்குப் பொறுப்பேற்க வேண்டி வருமோ எனப் பயந்து, அன்றாடம் பாடுபடும் பாரம்பரிய மீனவர் தொழிலை முடக்குவது எந்த வகையிலும் ஏற்புடையதல்ல. வளர்ந்துவிட்ட தொழில்நுட்பத்தைப் பயன்படுத்தி, துல்லிய தகவல்கள் அளிக்கும் வகையில் வானிலைத்துறையும் தன்னைத் தகவமைத்துக் கொள்ளவேண்டும்.

மீன்துறையில் பணியாற்றும் ஆய்வாளர்கள், சார் ஆய்வாளர்கள் உள்ளிட்ட களப்பணியாளர்களின் நிலையும் பரிதாபகரமானதாகவே தொடர்கிறது. பற்றியெரியும் ஒரு பிரச்சினையிலிருந்து மற்றொரு பிரச்சினைக்குத் தீர்வு காண்பதிலேயே தங்கள் நேரத்தைச் செலவழிக்கும் அவர்களால், எதிர்காலத்தைக் கருத்தில்கொண்டு தீர்வு நோக்கி நகர முடியவில்லை. கேள்வி கேட்கும் அதிகாரம் படைத்த இந்திய ஆட்சிப்பணி அலுவலர்களை, மேலாண்மை நிர்வாகப் பொறுப்புகளில் துரிதகதியில் அமர்த்தும் அரசும், பதிலளிக்கும் நிலையிலுள்ள, களத்துக்கு நெருக்கமான கண்காணிப்பு அலுவலர்களைப் பணியமர்த்துவதில் தயக்கம் காட்டுகிறது. குறைந்தபட்சம் நான்குபேர் செய்யக்கூடிய பணியைச் செய்யும் ஒரு களப்பணியாளரிடம், நலத்திட்டப் பணிகள் குறித்த அறிவுரைகளை எதிர்பார்ப்பது ஏற்புடையது அல்ல. இதன் காரணமாகவே கடலோர மக்கள்தொகை, படகுகளின் பதிவு, மானிய வழங்கல் போன்றவற்றில் புள்ளிவிவரச் சிக்கல்கள் ஏற்படுகின்றன. கடலோர மக்களுக்கான நலத் திட்டங்களும் விரிவாக்கப் பணிகளும் அவர்களைச் சென்றடையாமல் இருப்பதற்கும் இதுவே பிரதான காரணம்.

மீனவருக்கான தேவைகள்: தமிழகத்தில் இருக்கும் 14 கடலோர மாவட்டங்களில், மொத்தமாக இருக்கும் 167 மீன்வள ஆய்வாளர் பணியிடங்களில், 75 பணியிடங்களே இதுவரையிலும் நிரப்பப்பட்டிருக்கின்றன. அதைவிடவும் களத்துக்கு நெருக்கமாகச் செயல்படும், சார் ஆய்வாளர் பணியிடங்கள் அதிகமாக இருக்க வேண்டும், ஆனால் தமிழகமெங்கும் தேவைக்கும் குறைவாகவே இருக்கும் 84 பணியிடங்களில், 50 சார் ஆய்வாளர்களே பணியிலிருக்கிறார்கள். மேலாண்மையதிகாரத்துக்குப் பதில் சொல்லும் நிலையிலிருக்கும் உதவி இயக்குநர்களின் கீழ், போதுமான கட்டமைப்பு இல்லை.

எந்த ஒரு துறையும் அதன் அடிப்படைக் கட்டமைப்பு வலுவாக இருக்கும்போதுதான் திறம்படச் செயலாற்ற முடியும், அரசின் விரிவாக்க நலத் திட்டங்களை மக்களைச் சென்றடையச் செய்ய முடியும்.

நிர்வாகப் பணியிடங்கள், தொழில் களத்திலிருந்து வெகுதூரத்தில் இருப்பதும் கடலோரப் பிரச்சினைகளுக்கான மற்றொரு காரணம். உதாரணமாக, தென்கிழக்குக் கடற்கரையில் திருநெல்வேலி மாவட்ட மீன்பிடித் தொழிலை நிர்வாகம் செய்யும் உதவி இயக்குநர் அலுவலகம், கடற்கரை ஊர்களில் இருந்து ஏறத்தாழ 35 கி.மீ தொலைவில் உள்ள கடற்கரைக்கே சம்பந்தமில்லாத இராதாபுரம் என்ற சமவெளிப்பகுதியில் இருக்கிறது. அன்றாடத் தொழிலிருக்கும் பாரம்பரிய மீனவர்கள், தங்கள் தொழிலை விடுத்து நிவாரணம், பதிவு, கடன்வசதி, மானியம் போன்ற தேவைகளுக்காகத் தொலைதூரம் பயணிக்க விரும்பமாட்டார்கள் என்ற உண்மையும் அரசுக்குப் புரிய வேண்டும்.

15 செப்டம்பர் 2022, *இந்து தமிழ் திசை* நாளிதழில் வெளியான கட்டுரையின் முழுவடிவம்

35

பெயர்ச்சிமையின் ரகசியம் புரிந்த மேலைநாட்டோர்

அந்தக் காலத்தில் சுவாரஸ்யமான கதையொன்றை, ஊரில் எங்கள் பாட்டி சொல்லக் கேட்டிருக்கிறேன். "சுதந்திரம் வாங்குன பிறகு நாட்டுல பெரிய பஞ்சம், கடற்கரையில வாழைக்குத்தியும், திருக்கைக் கருவாடும்தான் சாப்பாடு. தோட்டக் காட்டுல வாழக்குத்தி தேடி அலைவோம். தோண்டிக் கொண்டு வந்து அவிச்சா, சாப்புட கிழங்குமாரி இருக்கும். அதுவும் கிடைச்சா உண்டு, இல்லாட்டி இல்ல. அந்த நேரத்துல மக்களப் பட்டினியிலருந்து காப்பாத்த அமெரிக்காகாரந்தாம் கோதும குடுத்து உதவுனானாம்."

தமிழகத்தின் பட்டிதொட்டிகளிலெல்லாம் அமெரிக்காக்காரன் நல்லவன், கொடையாளி என்ற எண்ணமே வேரோடிப் போயிருந்தது. நானும் அதுவரையில் PL 480 என்றாலே, பஞ்சத்தில் உதவிய அமெரிக்கர்களின் நேசக்கரம் என்றுதான் ஏமாந்து போயிருந்தேன். ஆனால் லாஜிஸ்டிக்ஸில் வேலைக்கு வந்த பிறகுதான், அது எப்படியான மாயவலை என்று புரிந்தது. இங்கு மூத்த நண்பரொருவர் அந்தக் காலத்தில் என்னிடம் கூறியிருந்த சம்பவமொன்றைப் பகிர்ந்துகொண்டே ஆகவேண்டும்.

சுதந்திர இந்தியாவில் நாட்டின் மிக முக்கிய மான பதவி ஏற்கப்போகும் ஒரு அரசியல்வாதி அதற்கு முந்தின நாள் மாலை, நண்பர்களை விருந்துக்கு அழைத்திருந்தாராம். அவர் சந்தித்த

நண்பர்களிலொருவர் பெரும் தொழிலதிபர். அரசியல்வாதியைப் பார்த்துப் பொறுப்போடு ஒரு கருத்துச் சொன்னார் நண்பர், "நாட்டின் மிக முக்கியமான பதவியை அலங்கரிக்கப் போகிறீர். நாடு பொருளாதார வளமை பெற வேண்டுமானால், மக்கள்தொகை கட்டுக்குள் இருக்க வேண்டும், கவனம்." அதற்குச் சிறிதும் தயங்காமல் பதிலளித்த அரசியல்வாதி சொன்னார், "நண்பரே, உமக்கு நான் பதவியிலமர்ந்து நீடிப்பதில் விருப்பமில்லையா." வாயடைத்துப் போனாராம் கருத்து சொன்ன நண்பர்.

அந்தத் தொழிலதிப நண்பரோ, இன்று நாம் பார்க்கும் வழக்கமான தொழிலதிபர்களைப் போல் மக்களுக்கு எதிரானவர் அல்ல. நாட்டின் பொருளாதார முன்னேற்றத்தில் முக்கிய பங்காற்றும் தொழில்துறையின் பாரம்பரியமான குடும்பத்திலிருந்து வந்தவர். நாட்டில் அவர்கள் ஈடுபடாத தொழிலேஇல்லை.நாட்டின் பொருளாதாரம் குறித்த பெருங்கனவு அவருக்கு இருந்தது. அதற்காக அந்த அரசியல்வாதிக்கு அக்கறையில்லை என்பதல்ல, அவருக்கும் இருந்தது. ஆனால் அது சுயநலத்தோடு இருந்ததுதான் பிரச்சினையே. தன்னைத் தேர்ந்தெடுக்கும் மக்கள் பெருகிக்கொண்டேயிருக்க வேண்டுமென்று அந்த அரசியல்வாதி விரும்பினார். இந்தப் பெருக்கம், ஒரு காலத்தில் பூதாகரமாகி நாட்டின் பொருளாதாரத்தையே ஸ்தம்பிக்க வைக்கும் என்று தெளிவாகத் தெரிந்திருந்தாலும் அதைத் தொடர்ந்து அனுமதித்திருந்தார் அந்த அரசியல்வாதி.

எந்த ஒரு பிரச்சினையையும், அதை ஒரு பிரச்சினையாகப் பார்க்காமல் வாய்ப்பாகப் பார்த்தால் சிக்கலான சூழலை மாற்றுவதற்கான வழி பிறக்கும் என்பார்கள். ஆனால் அப்படிப் பார்ப்பதற்கு, அக்கறையான நாட்டுமக்கள் நலன் பேணும் மக்கள் தலைவர்கள் வேண்டும். இன்று, உலகளவில் மற்றநாடுகளில் வயோதிக மக்கள்தொகை கூடிக்கொண்டிருக்கும் இந்த வேளையில், இந்தியாவில் மட்டும்தான் சாதிக்கத் துடிக்கும் இளைஞர் பட்டாளம் உருவாகி நிற்கிறது. இந்தப் பட்டாளம் திறமையாக வழிநடத்தப் படவேண்டுமே என்ற எண்ணம், இன்றைய அரசியல் சூழலில் பலருக்கும் எழாமலில்லை.

சரி கதைக்கு வருவோம். பஞ்சம் தலைவிரித்தாடிய சூழலில், இந்திய அதிகார வர்க்கம் மட்டுமல்லாமல் ஆட்சியாளர்களும் அமெரிக்கக் கோதுமைக்காகக் கெஞ்ச வேண்டிய நிலைக்குத் தள்ளப்பட்டார்கள். பஞ்சகால நிவாரணமாக இந்தியத் துணைக் கண்டத்துக்குத் தனது உபரி உற்பத்தியான கோதுமையை, *PL 480* என்ற பெயரில் கொடுக்க முன்வந்த

அமெரிக்கா, தீர்க்கமான ஒரு அணுகுமுறையைக் கையாண்டது. அந்த அணுகுமுறையில்தான் லாஜிஸ்டிக்ஸ் என்ற மந்திரச் சொல்லின் சூட்சுமமே அடங்கியிருக்கிறது. கோதுமையை நாங்கள் எவ்வளவு வேண்டுமானாலும் தருகிறோம், ஆனால் அதைப் பயன்பாட்டுக்காக உங்கள் கரைகளில் கொண்டு சேர்ப்பது, உங்கள் பொறுப்பு என்றது அமெரிக்கா. பூதாகரமாய்க் கிளம்பிய இந்தப் பிரச்சினையைப் பற்றி நம்மவர்கள் யோசிக்கவேயில்லை.

கையைப் பிசைந்துகொண்டு நின்றது நமது அதிகார வர்க்கம். சூழலையும் அதன்மூலம் வரும் பெரும் வாய்ப்பையும் புரிந்துகொண்ட அமெரிக்கர்கள், இந்தப் பிரச்சினைக்கும் தீர்வை நாங்களே கொடுக்கிறோம் என்றார்கள். நம்மவர் களுக்கோ அப்போதிருந்த பிரச்சினையின் உச்சத்தில், தீர்வை ஏற்றுக்கொள்வதைத் தவிர வேறு வழியேயில்லை. எங்கள் நாட்டுக் கப்பல்கள் உங்களுக்கான கோதுமையைச் சுமந்து இந்தியாவுக்கு வரும், ஆனால் அதற்கான போக்குவரத்துக் கட்டணத்தை நீங்கள்தான் கட்ட வேண்டுமென்று நிர்ப்பந்தித்தது அமெரிக்கா. இங்குதான் சுண்டைக்காய் கால் பணம், சுமைக்கூலி முக்காப் பணம் என்ற நடைமுறை யதார்த்தம் தெளிவாக உணரப்பட வேண்டும். கொடையாய்ப் பெற்ற கோதுமையின் மதிப்பைவிட அதைக் கொண்டு வருவதற்கான சுமைக்கூலி மூன்று மடங்கு அதிகம்.

அமெரிக்காவிற்கோ ஒரே கல்லில் மூன்று மாங்காய். முதலாவது, உலகின் கண்களுக்கு இந்தியாவின் பசி தீர்க்க உதவுகிறோம் என்ற காட்சி. இரண்டாவது, தேவைக்கு அதிகமாக விளைந்த – மறுபடியும் பயிரிடப்படும் விதைத் தன்மையற்ற கோதுமை மணிகள் தன்நாட்டில் இருந்தால் கழிவுப் பொருளாகி அதை எங்கே கொட்டுவது என்ற பிரச்சினை வந்துவிடும். மூன்றாவது, அமெரிக்கக் கப்பல் உரிமையாளர்களுக்குத் தொடர்ச்சியான வியாபாரமும் வருமானமும். எந்தவொரு பிரச்சினையையும் ஏகாதிபத்தியமும் அது சார்ந்த முதலாளித்துவமும் எப்படி தமக்கான வருமான வாய்ப்பாக மாற்றுகின்றன என்பதற்கு எடுத்துக்காட்டாய் அமைந்தது *PL 480*. பஞ்ச காலத்தில் அமெரிக்கா உதவியது என்றுதானே நம்பினோம், ஆனால் அமெரிக்காவோ மீளமுடியாத ஒரு பொருளாதாரச் சக்கர வியூகத்துக்குள் நம்மை மாட்ட வைத்து வேடிக்கை பார்த்ததுதான் உண்மை.

சரி, அன்றுதான் போதிய கப்பல்கள் இல்லை, இன்று சுதந்திரமடைந்து எழுபத்தைந்து ஆண்டுகளைக் கடந்து விட்டோமே, இன்றாவது நமது ஏற்றுமதிச் சரக்கையும்

இறக்குமதிச் சரக்கையும் நமது சுதேசிக் கப்பல்கள் சுமக்கின்றனவா என்றால் அதுவும் இல்லையே! சர்வதேசக் கப்பல் உரிமையாளர் எண்ணிக்கையில், இந்தியாவின் பங்கு இன்றும் ஒரு சதவீதத்திற்கும் குறைவாகவே இருக்கிறது. ஏற்றுமதி, இறக்குமதிப் பெயர்ச்சிமையில் பெரும் அந்நியச் செலவாணியை நாள்தோறும் இழக்கிறோம். காரணம், புரிதல் இல்லாமையினால் வரும் அலட்சியமா அல்லது குள்ளநரித்தனமான அதிகார வர்க்கத்தின் தொடர்ந்த துரோகமா? இந்தியாவில், இருக்கும் வியாபார வாய்ப்பைப் பயன்படுத்த வெளிநாட்டுக் கப்பல் உரிமையாளர்களும் சரக்குப் பெட்டக உரிமையாளர்களும் போட்டிபோட்டுக்கொண்டு வருகிறார்கள். கப்பல் உரிமையாளர்களாய் இருப்பதைக் காட்டிலும் உரிமையாளர்களின் முகவர்களாய் இருப்பது இலகுவானது என்ற மனநிலை நம்மவர்களுக்கு வந்ததும் ஒரு காரணம். இது காலனிய மனோபாவத்தின் தொடர்ச்சி.

கப்பல் உரிமையாளர்களின் முகவர்கள் வளர்ந்த அளவுக்குக் கப்பல் உரிமையாளர்களும் சரக்குப் பெட்டக உரிமையாளர்களும் இந்தியாவில் பெருகவில்லை. இந்தச் சூழலைச் சாதாரணப் புள்ளியியல் விவரமாகக் கருத முடியாது. ஒருபுறம் அந்நியச் செலவாணி வீணாகிறதென்றால் மறுபுறத்தில் பெரிய வியாபாரமும் அதன் மூலம் ஏற்படும் வேலைவாய்ப்பும் இல்லாமல் போய்விடுகிறது. ஒருவகையில் இது நாட்டின் மிகப்பெரிய பொருளாதாரத் தோல்வி. இந்தச் சூழல் தானாக அமைந்ததா அல்லது நமது அதிகார வர்க்கத்தின் தொடர்ச்சியான சூழ்ச்சியா என்பதை மிக உன்னிப்பாக ஆராய வேண்டும். நமது கப்பல் உரிமையாளர்களின் செயல்பாடுகளை உள்நோக்கத்தோடு நசுக்கிய அதிகாரவர்க்கம், வெளிநாட்டு நிறுவனங்களைச் சர்வசுதந்திரமாக வளரவிட்டிருக்கிறதோ என்ற சந்தேகமும் நாளுக்கு நாள் வலுக்கிறது. காரணம், இந்தத் துறைகள் குறித்த விவாதங்கள் பொது அறிவுத்தளத்திற்கு வருவதேயில்லை.

லாஜிஸ்டிக்ஸ் எனப்படும் பெயர்ச்சிமைத் துறையின் முக்கிய அங்கம், கப்பலோட்டம். அதிகமான சரக்குகளை அதிக தூரத்துக்குக் குறைந்த செலவில் இடப்பெயர்ச்சி செய்வதற்குக் கப்பலோட்டமே பிரதான காரணம். வளரத் துடிக்கும் எந்தப் பொருளாதாரமும், தன் பெயர்ச்சிமைத் துறையைக் கண்காணித்துப் பாதுகாக்க வேண்டும் என்பது பொருளாதார வரலாற்றில் நிரூபிக்கப்பட்ட உண்மை. அதற்கான அத்தியாவசியத் தேவை சுதேசிக் கப்பலோட்டம். இந்தக் கப்பலோட்டம் சிறக்க வேண்டுமென்றால், அதற்கு

அடிப்படைத் தேவை, வளர்ச்சியடைந்த கப்பல் கட்டுமானத் தொழில். 5000 ஆண்டுகளுக்கு முன்னமே இந்தியாவில் லோத்தல், முசுறி, கொற்கை, காவிரிப் பூம்பட்டினம் போன்ற துறைமுகப் பட்டினங்களில் வளர்ச்சியடைந்திருந்த கப்பல் கட்டும் தொழில், காலனியவாதிகளால் நயவஞ்சகமாய் நசுக்கப்பட்டது. இந்த வரலாற்று உண்மை, ஆட்சியாளர்களுக்குப் புரிய வேண்டும். அப்படியான புரிதலில்தான் கப்பல் கட்டும் தொழிலும் கப்பலோட்டமும் உரிய அங்கீகாரம் பெறும்.

உருவாக்குத் தளத்திலிருந்து உபயோகத் தளத்திற்குச் சரக்குகளைக் கொண்டுசேர்க்கும் லாஜிஸ்டிக்ஸ் பற்றிய புரிதல் அதிகாரிகளுக்கும் ஆட்சியிலிருப்போருக்கும் மட்டுமல்லாது ஏற்றுமதி, இறக்குமதியில் ஈடுபட்டிருக்கும் நமது தொழிலதிபர்களுக்கும் வரவேண்டும். அறிவுசார் சமூகமும் ஊடகங்களும் நாட்டின் பெயர்ச்சிமையைத் தொடர்ந்து கண்காணிப்பு செய்து விவாதங்களை முன்னெடுக்க வேண்டும். பல்கலைக்கழகங்களில் இந்தத் துறை குறித்த பாடத்திட்டங்கள் உருவாக்கப்பட்டு, ஆராய்ச்சிகள் முன்னெடுக்கப்பட வேண்டும். அந்த நிலையில்தான் சரக்குகளின் போக்குவரத்து சம்பந்தப் பட்ட இந்தத் துறை நமது மண்ணிலும் முன்னேற்றம் பெற்று, சுதேசிப் பொருளாதாரம் வளம் பெறுவதற்கான சூழல் ஏற்படும்.

நாணயம் விகடனில் வெளியான கட்டுரையின் முழுவடிவம்

36

மீன்பிடித் தடைக்காலமும் மீறல்களும்!

இந்தியத் தீபகற்பத்தில் கடலுணவு உற்பத்தி தொடர்ந்து குறைந்துவரும் நிலையில், மத்திய அரசால் அறிவிக்கப்பட்டு மாநில அரசுகளால் நடைமுறைப் படுத்தப்படும் ஒழுங்குமுறையே மீன்பிடித் தடைக்காலம். கடலில், குறிப்பாக கரைக்கடலிலும் அண்மைக்கடலிலும் சுற்றுச் சூழலைப் பாதுகாத்து, அதன்மூலம் மீன்களின் இனப்பெருக்கத்தை உறுதிசெய்து, மீன் உற்பத்தி யைப் பெருக்குவதே இந்த ஏற்பாட்டின் நோக்கம்.

இழுவைமடித் தொழிலால் நாளும் கடலின் அடியாழத்தை நாசம் செய்யும் மீன்பிடிக் கப்பல், விசைப்படகுகளின் செயல்பாட்டைத் தடைசெய்யும் இந்த வரைமுறை, பாரம்பரிய மீனவர்களின் தொழில்முறையைத் தடுப்பதில்லை. காரணம், பாரம்பரிய மீனவர்கள் இழுவைமடித் தொழில் செய்வதில்லை. சுற்றுச்சூழலுக்குப் பாதிப்பில்லாத தூண்டில் மற்றும் செவுள் வலைகளை வைத்தே தொழில் செய்கிறார்கள். தமிழ்நாட்டுக் கடற்பரப்பில் ஏப்ரல் 15 தொடங்கி மே 30வரை அமுலிலிருக்கும் இத்தடைக்காலம், அண்டை மாநிலமான கேரளாவில் ஜூன் முதல் வாரம் தொடங்கி ஜூலை இறுதிவரை நடைமுறையி லிருக்கிறது.

அரசால் முன்வைக்கப்படும் திட்டங்களும் களச் செயல்பாட்டு விதிமுறைகளும் சம்பந்தப் பட்ட துறை நிர்வாகத்தால் முறையாகக்

கண்காணிக்கப் படுவதில்லை என்பது பரவலான குற்றசாட்டு. எந்தத் துறையும் இதற்கு விதிவிலக்கல்ல. நிர்வாகத்தின் கண்காணிப்புக் குறைபாடு சட்டஒழுங்குப் பிரச்சினையாக மாறிய பிறகே, அரசின் மேல்மட்ட கவனத்திற்கு வந்து சில நடவடிக்கைகள் மேற்கொள்ளப்படுகின்றன. ஆனால் அதற்குள் பிரச்சினைகள் கைமீறிப் போயிருக்கும். அதிகார வர்க்கத்தின் அலட்சியப் போக்குதான் இதற்கான முழுமுதற்காரணம். அனுபவப் பாடம் என்ற ஒன்றே அரச நிர்வாகத்திடம் இல்லாமலிருக்கிறது.

பாரம்பரிய மீனவர்களுக்கும் விசைப்படகு மீனவர்களுக்கும் எக்கணமும் மோதல் கடலில் வெடிக்கலாம் என்ற நிலையில், தென்கடல் பரப்பே பதற்ற நிலையிலிருக்கிறது. அண்மைக்கடல் தாண்டிக் கரைக்கடலுக்குள் விசைப்படகுகள் நுழைவது ஒருபுறமென்றால், தற்போதைய பதற்றச் சூழலுக்கான மற்றொரு காரணம் தடைக்காலத்திலும் பாரம்பரிய மீனவரின் தொழில் எல்லைக்குள் நுழையும், மீன்பிடித்தடை நடைமுறையிலில்லாத அடுத்த மாநில விசைப்படகுகள். பேராசையின் உச்சத்தில் மீன்பிடித்தடை வாய்ப்பைப் பயன்படுத்தி, சில எல்லையோரத் தமிழ்நாட்டு விசைப்படகுகளும் மற்ற மாநில விசைப்படகுகளோடு இணைந்து வருவது பாரம்பரிய மீனவர்களால் அடையாளம் காணப்பட்டிருக்கிறது.

கடல் தொழிலை நம்பியிருக்கும் பாரம்பரிய மீனவர்களை பெரும் கவலைக்குள்ளாக்கும் மற்றொரு விடயம் சங்காயம். காரணம், சங்காயம் என்றால் முட்டை பொரித்து வெளிவந்த உண்ணத் தகுதியற்ற இளம் மீன்குஞ்சுகளும் இழுவைமடியால் உடைத்து நொறுக்கப்பட்ட அவற்றின் வாழிடச் சிதிலங்களும். சங்காயம் பெரும்பாலும் கோழித்தீவன உருவாக்கத்தில் பயன்படுகிறது. விசைப்படகு மீனவர்கள் இந்தச் சங்காயத்தை ஒரு சந்தைப் பொருளாகவே மாற்றிவிட்டார்கள். மீன்பிடித்தலில் அரசால் போர்க்கால அடிப்படையில் தடைசெய்யப்பட வேண்டிய பொருள் சங்காயம்.

இயற்கை வளங்களை அக்கறையோடு பாதுகாத்து, வருங்காலச் சந்ததிகளுக்குக் கொடையாக கொடுக்க வேண்டும் என்ற அக்கறை நம் முன்னோருக்கு இருந்தது. அதன் பலனைத் தான் இன்று நாம் அனுபவித்தபடி இருக்கிறோம். நுகர்வே எல்லாம் என்றாகிப்போன மனநிலையில் அடுத்த வேளைக்குக்கூட மிச்சம் வைக்காமல் இயற்கை வளங்களைச் சூறையாடுவது இன்று ஒரு கலாச்சாரமாகவே மாறியிருக்கிறது. சுயநலத்தின் உச்சத்தில் தொடர்ச்சியாய் நடக்கும் இந்த

அதீத நுகர்வால் ஒரு பருவ காலத்தில் கிடைக்கும் இயற்கை உணவு, அடுத்த பருவ காலத்தில் கிடைக்குமா என்ற கேள்வி எழுந்திருக்கிறது. குறித்தகால மழைப் பொழிவு இல்லாமல், நதிகள் வறண்டு, நிலத்தடி நீரும் இல்லாமலாகிப் புவி வெப்பமடைந்து விவசாயம் தவிப்பதுபோல் கடலுணவு உற்பத்தியும் படுபாதாளத்தை நோக்கிப் பயணித்தபடி இருக்கிறது.

விசைப்படகு மீனவரின் சுயநலச் செயல்பாடுகள்தான் இதுபோன்ற பிரச்சினைகளுக்கு முக்கிய காரணமாய் இருந்த போதிலும், அரசை நம்பி வாழும் பாரம்பரிய மீனவர்கள், அரச நிர்வாகத்தின் கண்காணிப்புக் குறைபாடும் இந்த அத்துமீறல்களுக்கான காரணம் என்கிறார்கள். தடைக் காலத்தில் அத்துமீறிக் கரைக்கடலில் நுழையும் விசைப்படகுகள், பாரம்பரிய மீனவர்களின் வலைகளைக் கிழித்துப் பெரும் பொருளாதார இழப்பு ஏற்படுத்துவது மட்டுமல்லாமல், இரவு நேரங்களில் கரைக்கடல் விபத்துக்கும், தொழில் செய்யும் அப்பாவிப் பாரம்பரிய மீனவர்களின் உயிரிழப்புக்கும் காரணமாகிவிடுகிறார்கள்.

தென்கடலின் பதற்றச் சூழலைத் தடுக்கவும், பேரிழப்பு களைத் தவிர்க்கவும் தமிழ்நாடு அரசு உடனடியாக அண்டை மாநில அரச நிர்வாகத்தோடு தொடர்புகொண்டு நிலைமையைக் கட்டுக்குள் கொண்டுவர வேண்டும். மீன்வளத் துறைசார் கட்டமைப்பைச் சீர்செய்து, களக் கண்காணிப்பை உறுதி செய்யவேண்டும். விசைப்படகு மீனவரும், கிடைப்பதை எடுக்கவேண்டும் என்ற சுயநல எண்ணத்திலிருந்து மாறி, அரசின் மீன்பிடித் தடைக்கால வரைமுறை தங்கள் தொழிலுக்கு மானது என்ற எண்ணத்தில் செயல்பட முன்வரவேண்டும்.

26 மே 2023, *இந்து தமிழ் திசையில்* வெளியான கட்டுரையின் முழுவடிவம்

37

மூன்றாம் நபர் பெயர்ச்சிமை [3PL]

1994 இறுதியில், நான் மும்பையிலிருந்து சென்னைக்குப் பணி மாற்றம் பெற்று வந்திருந்தேன். பாரிமுனையிலிருந்து ராயபுரம் செல்லும் பிரதான சாலையிலும், உள்புறக் கடற்கரைச் சாலையிலும் உள்ள பெரும்பாலான கட்டடங்களில் புற்றீசல்போல பெயர்ச்சிமை நிறுவனங்கள் முளைத்தபடி இருந்தன. அலுவலகம் வரும் வழியில் ஒவ்வொரு நாளும் ஒரு புது அலுவலகத் திறப்பு விழாவைப் பார்க்க முடியும். இறக்குமதிப் பெயர்ச்சிமையில் ஒப்படைப்பு ஆணை (Delivery Order) கொடுப்பதற்காகவே பல சர்வதேசப் பெயர்ச்சிமையாளர்கள், முகவர்களை உருவாக்கியபடி இருந்தார்கள். பாரம்பரிய கிளியரிங் நிறுவனங்களில் பணிசெய்தவர்கள் பலர் தங்களுக்குத் தெரிந்த சர்வதேசப் பெயர்ச்சிமை நிறுவனத்தோடு தொடர்பை ஏற்படுத்திக் கொண்டு, தங்களுக்கான கிளை அலுவலகங்களைத் திறந்து பெயர்ச்சிமைத் தொழிலதிபர்களாய் உருவாகியபடி இருந்தார்கள்.

ஒருநாள் அலுவலகத்திலிருந்த வேளையில், தூத்துக்குடியிலிருந்து தொலைபேசி அழைப்பு வந்திருந்தது. பேசியவர், அந்தக் காலத்தில் தூத்துக்குடியில் மிகவும் பிரபலமாயிருந்த ஒரு கப்பல் ஏஜென்சி நிறுவனத்தின் முதலாளி. பரஸ்பர நல விசாரிப்புக்குப் பிறகு அவர் கேட்டார்,

"தம்பி, இந்த லாஜிஸ்டிக்ஸ்ன்னா என்னப்பா?"

“எதுக்காகக் கேக்குறீங்க?”

“அமெரிக்காவுல படிப்ப முடிசிற்று வந்திருக்க என்னோட மகன், எங்க கம்பெனியோட பெயர லாஜிஸ்டிக்ஸுன்னு மாத்தச் சொல்லுறான். அந்தக் காலத்துல கலிங்கராயர் கம்பெனின்னு இருந்த பெயர, கலிங்கராயர் சன்னுன்னு மாத்துனோம், பிறகு நானே அத கலிங்கராயர் சிப்பிங்ன்னு மாத்துனேன்.”

“நீங்க கப்பல் ஏஜென்சியா மட்டுமே இருந்தீங்களா இல்ல…”

“எங்க அய்யா காலத்துல கப்பல் ஏஜென்சி மட்டுந்தான் இருந்தது. பிறகு ஏற்றுமதி, இறக்குமதிச் சரக்குகள கஸ்டம்ஸ் கிளியரன்ஸும் பண்ணுனோம். இப்ப பத்து கண்டெய்னர் லாரிகளும் இருக்கு.”

“ஓ… அப்படியா!”

“அமெரிக்காவுல இருந்து ஒரு கம்பெனியோட பி.எல். கொண்டாந்திருக்கான். கப்பலே இல்லாத அந்த கம்பெனிக்கி, நம்மதான் ஏஜெண்ட்ன்னு சொல்லுறான். கப்பக்காரன் பி.எல். வச்சிருக்கப் பாத்திருக்கோம். அந்தக் காலத்துல கப்பல் கேப்டன்தான் பி.எல்.லுல கையெழுத்து போடுவான். பின்னால அந்த நடைமுறையே மாறி, ஏஜெண்டும் கையெழுத்துப் போடலாமுன்னு வந்திச்சி. ஆனா இது புதுசா இருக்க. ஒண்ணுமே புரியல்ல, அதுனால உங்ககிட்ட கேக்குலாமேன்னு …”

“கப்பல் என்ன, இந்தக் கண்டெய்னர்கூட இல்லாதவங்க எல்லாம் பி.எல். வச்சிருக்காங்க”.

“இறக்குமதியில, டெலிவர் ஆர்டர் குடுத்தே சம்பாதிக்கிறான்வ தம்பி. உக்காந்த எடத்துல இருந்து சம்பாத்தியம். ஒரே ஒரு எல் சி எல் பில்லுக்கு நாலு, ஐந்து டெலிவரி ஆர்டர் வாங்க வேண்டி இருக்கு.”

“நீங்க எதுக்காக கலிங்கராயர் சன்னுன்னு இருந்த கம்பெனி பெயர, கலிங்கராயர் சிப்பிங்ன்னு மாத்துனீங்களோ, அதே காரணத்துக்காகத்தான் உங்க மகன் இப்ப சிப்பிங்ன்னு இருக்கத லாஜிஸ்டிக்ஸுன்னு மாத்தச் சொல்றார். கப்பலே இல்லாதவங்க, ஏன் இன்னைக்கி வந்திருக்கிற சரக்குப் பெட்டகம்கூட இல்லாதவங்ககிட்டையும் பி.எல். இருக்கு. உலகம் மாறிக்கிட்டே இருக்கு, தப்பு ஒண்ணுமில்ல. அடுத்த கட்டத்துக்குப் போறீங்க, நல்லதுதான் தாராளமாச் செய்யுங்க.”

குண்டுச் சட்டிக்குள் குதிரை ஓட்டிக்கொண்டிருந்தேன் என்றில்லாமல் அடுத்த தலைமுறையைக் கடல் கடந்து படிக்க அனுப்பியதன் விளைவு, காலகாலமாய்ச் செய்யும் குடும்பத்

தொழிலில் அடுத்தகட்ட முன்னேற்றம். இதுதான் போக்குவரத்துத் துறையில் உணர்வோடு ஈடுபட்டிருந்த ஒருசில பாரம்பரிய மான நிறுவன முதலாளிகளின் மனநிலையில் ஏற்பட்ட மாற்றம். இதே கப்பல் ஏஜென்சி தொழிலில் கொடிகட்டிப் பறந்தவர்களின் தலைமுறைகளில் பலர், இன்று தொழில் நலிந்து சாப்பாட்டிற்கே வழியில்லாமலும் இருக்கிறார்கள். காரணம், மாற்றத்தை அவர்கள் உணரவே இல்லை.

சுதந்திரத்திற்கு முன்னான காலத்திலும், ஏன் அதற்குப் பின்னான காலத்திலும் நமது தொழில் முனைவோர், போட்டி போட்டுக்கொண்டு வெளிநாட்டுக் கப்பல் நிறுவனங்களுக்கு முகவர்களாகத்தான் பணிபுரிந்தார்களே அல்லாது கப்பல் உரிமையாளர்களாகிக் கடல்வழி வாணிபம் செய்ய விரும்பவே இல்லை. ஒரு பாதுகாப்பு வளையத்துக்குள் சுகமாய் இருக்க விரும்பியதன் விளைவு அது. சுதேசிக் கப்பல் நிறுவனம் ஆரம்பித்துத் தொழில் செய்ய முயன்ற சிதம்பரனாருமே தோற்றுப் போனது, நமது முந்தைய தலைமுறை கண்கூடாகக் கண்ட வரலாறு. சிதம்பரனாரை ஒருபுறம் வெள்ளைக்கார ஏகாதிபத்தியம் ஒடுக்கியதென்றால், மறுபுறம் நமது ஏற்றுமதி-இறக்குமதி செய்த வியாபாரிகளும் ஊக்குவிக்கவில்லை என்பதுதான் உண்மை.

தூத்துக்குடிப் பகுதியில் பாய்மரக்கப்பலில் சரக்குகளை ஏற்றிக் கொழும்பு நடை, மலையாள நடை செய்த பரதவர்களும் அதற்கு அடுத்தகட்டமான கப்பல் தொழிலில் கால் பதிக்கவே இல்லை. சிதம்பரனாருக்கு ஏற்பட்ட கதி தங்களுக்கும் ஏற்பட்டுவிடுமோவென அவர்கள் பயந்ததும் ஒரு காரணமாய் இருக்கலாம். அவர்களின் அந்தப் பயத்தைச் சுதந்திர இந்தியாவின் சுதேசி அரசும் அதன் அதிகார அமைப்பும் மாற்றியிருக்க வேண்டும். யாருக்கு வந்த விருந்தோ என அவர்கள் இருந்து விட்டதன் விளைவு, சர்வதேச அளவில் கப்பல்நடைத் தொழில் செய்யும், இந்திய கப்பல் உரிமையாளர்களின் பங்களிப்பு வெறும் ஒரு சதவீதமாகவே இன்றும் தொடர்கிறது.

ஒருகாலத்தில் டிரான்ஸ்போர்ட் (லாரிக்காரன்) சேவை ப்ளூ காலர் வேலையாகப் பார்க்கப்பட்டு, கப்பல் முகவர் (சிப்பிங் ஏஜெண்ட்) ஒயிட் காலர் சேவையாக மதிக்கப்பட்டது. லாரி உரிமையாளர்களாய் இருந்து டிரான்ஸ்போர்ட் நிறுவனமெனப் பெயர் வைத்தவர்களுக்கு மத்தியில், கப்பல் உரிமையாளர் களின் முகவர்களும், ஏன் கப்பலையே பார்க்காதவர்களும் கூட சிப்பிங் கம்பெனி எனப் பெயர் வைத்த காலம் இருந்தது. பின்னர் அதுவே சிப்பிங்கும் ஒரு ப்ளூ காலர் வேலை, லாஜிஸ்டிக்ஸ்தான்

ஒயிட் காலர் வேலை என்ற மனநிலைக்கு உலகம் இப்போது மாறிவிட்டது.

இது ஒருவகையான மாயத் தோற்றம். காரணம், பெயர்ச்சிமையில் (Logistics) என்னென்ன மாற்றங்கள் இன்னும் நிகழக் காத்திருக்கிறதோ? லாரிகளுக்கும் விமானத்துக்கும் ரயிலுக்கும் கப்பலுக்கும் ஏன் சரக்குப் பெட்டகங்களுக்கும் சம்பந்தமே இல்லாத யார் யாரெல்லாம் இந்த தொழில் வாய்ப்பால் பயன்பெறக் காத்திருக்கிறார்களோ..? நொடிப் பொழுதும் மாறிக்கொண்டேயிருக்கும் தகவல் தொழில்நுட்ப வளர்ச்சியில் பெயர்ச்சிமை இன்னும் எந்தெந்த உயரங்களை எட்ட இருக்கிறதோ..? காலம் பதில் சொல்லக் காத்திருக்கும் இந்த வியாபார உத்தியும் அதன் ஆளுமை வளர்ச்சியும் படு சுவராஸ்யமானது.

1970களில் தான் 3PL வியாபார உத்தி, அமெரிக்காவில் அறிமுகப்படுத்தப்பட்டதாகத் தெரிகிறது. பிறகு, அதுவே படிப்படியாகப் பல துறைகளில் ஊடுருவி, சேவைக்கான தேவையை உணர்த்தி, உலகெங்கும் உள்ள வியாபார வர்க்கத்தால் 1990களில் ஏற்றுக்கொள்ளப்பட்டது. சரி, 3PL திடீரென வந்து விடுமா? அப்படியானால் அதற்கு முன்னால் உள்ள 1PL, 2PL என்றால் என்ன? படிப்பவர்களின் மனத்தில் இந்தக் கேள்வி எழுவது ஞாயம்தானே! பெயர்ச்சிமைத் தத்துவத்தில் 3PL பற்றித் தெரிந்து கொள்வதற்கு முன்னால் 1PL, 2PL பற்றித் தெரிந்து கொள்வது மிக மிக அவசியம்.

தனது உற்பத்தியைத் தானே தலைச் சுமையாகவோ அல்லது தனக்குச் சொந்தமான வாகனங்களிலோ எடுத்துச் சென்று நுகர்வோரிடம் சேர்ப்பதுதான் முதல் நபர் பெயர்ச்சிமை. அதாவது 1PL (First Party Logistics). நீங்கள் தேரிக் காட்டு விடிலியில் கருப்புக்கட்டி உற்பத்தி செய்வதை மட்டும் செய்யுங்கள், அதைப் பக்கத்து ஊர்களுக்கு வண்டிமாடு வைத்து நான் கொண்டுபோய்க் கொடுக்கிறேன் என்று நண்பர் வந்து சொன்னார் பார்த்தீர்களா அங்குதான் இரண்டாம் நபர் பெயர்ச்சிமை (Second Party Logistics – 2PL) உருக்கொள்கிறது. இது ஒரு முக்கியமான மாற்றம், ஒரே தொழிலில் இரண்டு நபர் பங்கெடுத்துக்கொள்வது. கால ஓட்டத்தில் மக்கள்தொகை பெருகி, தேவையும் அதிகரித்து, அறிவியல் வளர்ச்சியும் துணைக்கு வந்துவிட்ட நிலையில், உற்பத்தியாளர்களையும் அந்த உற்பத்தியைச் சுமந்து செல்லும் வாகனங்களை இயக்கு பவர்களையும் தனது அனுபவ அறிவால், தொடர்பால் இணைத்துப் புதிய வியாபார வழியை உலகுக்குக் கொடுத்ததுதான் இந்த மூன்றாம் நபர் பெயர்ச்சிமை (Third Party Logistics – 3PL).

வியாபாரத்தில் வெற்றிபெற வேண்டுமென்றால் உற்பத்தியில், புதிய உத்திகளைப் பயன்படுத்தி விதவிதமாய்த் தயாரிப்பது மட்டும் போதாது, அதைக் கொண்டுசேர்க்கும் சுமைக்கூலியிலும் அதன் முறையான ஆளுமையிலும் கவனம் செலுத்த வேண்டுமென ஆதாரத்தோடு நிரூபித்தார்கள் இந்த மூன்றாம் நபர் பெயர்ச்சிமையாளர்கள் (Third Party Logistics – 3PL). உற்பத்திக்கான கச்சாப் பொருள் வருவித்தலிலும், அதன் தயார் இருப்பிலும் வீணாகப் பணம் முடங்கிக்கிடந்ததை உற்பத்தியாளர்களுக்குப் புரியவைத்ததோடு மட்டுமல்லாமல் பாதுகாப்பான, வேகமான, செலவு குறைந்த உள்நாட்டு, பன்னாட்டுப் பாதைகளையும், அதில் சேவை புரிவோரையும் கண்டறிந்து பெயர்ச்சிமையின் செலவைக் கட்டுக்குள் கொண்டு வரமுடியும் என உற்பத்தியாளர்களுக்கும் வியாபாரிகளுக்கும் உணர்த்தினார்கள். நுகர்வோரின் தேவை உணர்ந்த சரக்குப் பொதிமானங்களால் (Packing), வியாபாரத்தை மேலும் விருத்தி செய்ய முடியும் என்ற மூன்றாம் நபர் பெயர்ச்சிமையாளர்களின் (Third Party Logistics – 3PL) யதார்த்தமான கருத்தை உலக வியாபாரிகளால் மறுக்க முடியவில்லை.

பன்னாட்டுப் பெயர்ச்சிமையில் (International Logistics), புதிதாக நடைமுறைக் கோட்பாடுகள் புகுத்தப்பட்டன. அவ்வப்போதைய பெயர்ச்சி (Just in Time), பெயர்ச்சியில் இணைதல் (Merge in Transit), ஏற்றுமதியில் இணைப்பு (Export Consolidation), இறக்குமதியில் ஒருங்கிணைப்பு (Import Groupage) எனப் புதிய சேவைகளும் அதன்மூலம் வியாபார வாய்ப்புகளும் பெருகின. சரக்குப் பெட்டகங்களின் பாதுகாப்பான போக்குவரத்து அம்சமும், அதன் எளிய நடைமுறையும் இதற்கான முக்கிய காரணம். உற்பத்தியாளர்களின் ஆலைகளுக்குத் தேவையான உதிரி இயந்திரப் பாகங்கள், கச்சாப் பொருட்கள் உலகின் பல்வேறு நாடுகளில் உள்ள பல்வேறு நிறுவனங்களிடமிருந்து வாங்கப்பட்டாலும், அவற்றைத் தேவைக்கேற்ப ஒரு இடத்தில் ஒருங்கிணைத்து ஒரே கப்பலிலோ அல்லது சரக்குப் பெட்டகத்திலோ கொண்டுவந்து நுகர்வுக்காகக் கொடுத்து உற்பத்தியாளர்களை உற்சாகப் படுத்தியது மூன்றாம் நபர் பெயர்ச்சிமை.

தீபாவளி, கிறிஸ்துமஸ், புத்தாண்டு போன்ற விழாக் காலங்களின் சரக்குகள் குறிப்பிட்ட இடத்துக்குப் போய்ச் சேரவேண்டிய காலக்கெடுவை மனத்தில் கொண்டு, மாறுபட்ட பயண ஏற்பாடுகளை (Multi Model Transport) தேர்ந்தெடுத்து, அவற்றையும் ஒரே குடையின் கீழ் கண்காணித்துச் செயலாற்றி, ஏற்றுமதியாளர்களையும் இறக்குமதியாளர்களையும்

மகிழ்ச்சியில் ஆழ்த்தினார்கள் இந்த மூன்றாம் நபர் பெயர்ச்சிமையாளர்கள். பெயர்ச்சிமையில், சரக்கு உரிமை யாளர்களின் எந்தப் பங்களிப்போ, கண்காணிப்போ இல்லாமல் கையில் வைத்திருக்கும் ஒரே ஒரு பில்.ஆஃப் லேடிங்கின் துணைகொண்டு, உற்பத்தித் தளத்திலிருந்து நுகர்வுத் தளத்திற்கு (Door to Door) சரக்குகளைக் கொண்டு சேர்த்த அவர்களது விசித்திர வித்தையில் வியாபார உலகமே மயங்கிப் போனது.

ஒரு கட்டத்தில் நாங்கள் உற்பத்தியாளர்களல்ல, விமானம், கப்பல், ரயில், லாரி ஏன் சரக்குப் பெட்டகங்கள் போன்றவற்றின் உரிமையாளர்களுமல்ல, ஆனால் உலக வியாபாரத்தையே எங்கள் கட்டுப்பாட்டில் வைத்திருக்கிறோம் என்று விளம்பரம் செய்யுமளவிற்குப் போய்விட்டார்கள், இந்த மூன்றாம் நபர் பெயர்ச்சிமையாளர்கள் (3PL). ஒரு மல்டி மாடல் டிரான்ஸ்போர்ட் பில்.ஆஃப் லேடிங்கை (B/L) வைத்துக்கொண்டு, இவர்கள் இன்று ஆடும் ஆட்டம் கொஞ்ச நஞ்சமல்ல. இன்றைய நிலையில் கப்பல் உரிமையாளர்களும் பிரதான சரக்குப் பெட்டக லைனர்களும் (Main Line Operators) இவர்களை நம்பியே தொழில் செய்யும் நிர்ப்பந்தம் வந்துவிட்டது, அந்த அளவுக்கு வியாபார உலகைத் தங்கள் கைப்பிடிக்குள் வைத்திருக்கிறார்கள்.

பெருநடை செய்யும் தாய்க்கப்பல்களை வைத்திருக்கும் பிரதான கப்பல் நிறுவனங்களே (MLO) கொடுக்க முடியாத குறைவான கடல் போக்குவரத்துக்கட்டணத்தை ஏற்றுமதி, இறக்குமதியாளர்களுக்குக் கொடுத்துக் கடல்வழி வாணிபத்தைக் கதிகலங்கச் செய்திருக்கிறார்கள். ஏற்றுமதி யாளர்களோ இறக்குமதியாளர்களோ நேரடியாகப் பிரதான கப்பல் நிறுவனங்களை அணுகினாலும் கிடைக்காத போக்குவரத்துக்கட்டணம் (Sea Freight) மூன்றாம் நபர் பெயர்ச்சிமையாளரிடம் கிடைக்கிறது.

சர்வதேசக் கடல்சாலையில் ஏதாவதொரு நாட்டின் சில துறைமுகங்களுக்கே சென்று வரும் தாய்க்கப்பல்களுக்கு (Mother Ships), துரித நகர்வு முக்கியம். சரக்குப் பெட்டகங்களுக்காக அவை ஒரு துறைமுகத்தில் காத்திருக்க முடியாது. ஒரு துறைமுகத்திற்கு அவை வருவதற்கு முன்னாலேயே, அவற்றில் கொண்டுசெல்லப்படும் சரக்குப் பெட்டகங்கள் தயார்நிலையில் இருக்க வேண்டும். தாய்க் கப்பல்களுக்குத் தேவைப்படும் ஆயிரக்கணக்கான சரக்குப் பெட்டகங்களை, அந்தத் தாய்க் கப்பல் நிறுவனமே தயார்படுத்தவும் முடியாது. இந்த யதார்த்தச் சூழலைப் பயன்படுத்தும் மூன்றாம் நபர் பெயர்ச்சிமை யாளர்கள், ஒரு குறிப்பிட்ட துறைமுகத்தில் தாமதமில்லாமல் ஆயிரக்கணக்கில் சரக்குப் பெட்டகங்கள் தருகிறோம்,

அதற்கு ஈடாக எங்களுக்கு நீங்கள் சரக்குப் பெட்டகங்களைக் கொண்டுசெல்வதற்காக நிர்ணயித்திருக்கும் கட்டணத்தில் கழிவுத்தொகை தரவேண்டும் என நிர்ப்பந்திக்கிறார்கள். இப்படியாகப் பெறப்படும் கழிவுத் தொகை நடைமுறையில் இருக்கும் கட்டணத்திலிருந்து குறைவாய்க் கொடுக்கும் வாய்ப்பை ஏற்படுத்திவிடுகிறது. அந்தக் கட்டணக் குறைப்பை நேரடியாக அவர்கள் ஏற்றுமதியாளர்களுக்கும் இறக்குமதியாளர்களுக்கும் கடத்தி, அதைப் பெரும் வணிகமாக மாற்றிப் பயனடைகிறார்கள். இது பிரிக்க முடியாத ஒரு வியாபாரச் சங்கிலித் தொடர்பாகி ஒருவகையில் ஏற்றுமதியாளருக்கும் இறக்குமதியாளருக்கும் மலிவாக இருந்தாலும் இந்தக் கட்டணச் சலுகையானது கிடுக்கிப்பிடியாகிக் கப்பலோ சரக்குப் பெட்டகங்களோ இல்லாத மூன்றாம் நபரான பெயர்ச்சிமையாளர்களிடம் போய்விடுகிறது. தாய்க் கப்பல்கள் முழுக் கொள்ளளவோடு சென்றால்தான் வியாபாரம் சாத்தியமாகும் என்ற நிலையில் அதன் உரிமையாளர்களுக்கும் வேறு வழியில்லை.

பெரும் முதலீடுகள் இல்லாமல், வெறும் வலைப்பின்னலான (Network) வியாபாரத் தந்திரம் மூலம் உலகெங்கும் உள்ள மூன்றாம் நபர் பெயர்ச்சிமையாளர்கள், கடல் போக்குவரத்தின் ஆளுமையைத் தங்கள் கைப்பிடிக்குள் வைத்திருக்கும் சூட்சுமம் இதுதான். இதன் காரணமாகவே தாய்க் கப்பல், சரக்குப் பெட்டக உரிமையாளர்கள், தங்களுக்கான பிரத்தியேக மூன்றாம்நபர் பெயர்ச்சிமை நிறுவனத்தை உருவாக்கிக்கொண்டது, பெயர்ச்சிமைத் தொழிலின் அடுத்த கட்டம். தகவல் தொழில்நுட்பம் வளர வளர பெயர்ச்சிமை மேலும் வளரும், சரக்குப் போக்குவரத்து இன்னும் பல்வேறு மாற்றங்களையும் வளர்ச்சியையும் காணும் என்பது உண்மை.

நாணயம் விகடனில் வெளியான கட்டுரையின் முழு வடிவம்

38

வெண்தலைப் புணரி . . .

இன்றைய எனது சூழல், இராமேஸ்வரம் தீவின் அக்காமடம் வடக்குக் கடற்கரைத் தீக்குருசியார் குடிலில் அமர்ந்தபடி கடந்த காலங்களின் நிகழ்வுகளை ஒவ்வொன்றாய் அசைபோட வாய்ப்பளித்திருக்கிறது. இங்கு, வாடைக்காலமும் ஆரம்பித்துவிட்டதால் வடகடல் என் கண்முன்னே ஆர்ப்பரித்து அக்களிப்பதைப் பார்க்கிறேன். வாடைக் கொண்டல், கிழக்கிலிருந்து மழைமேகங்களைப் பேரிடி மின்னலோடு திரட்டி வந்து அடைமழையாய் நாளும் பொழிகிறது. கூடவே குன்னவாடைக் குளிர்.

நான் இருக்கும் இப்பகுதி, பாக்நீரிணையின் தென் எல்லை. வருடத்தில் ஒன்பது மாதங்கள் கச்சானில் அமைதியாய் அசைவற்றுக் கிடக்கும் வடகடல் நவம்பர், டிசம்பர், ஜனவரி மாதங்களில் மட்டுமே குதூகலித்துக் கொந்தளிக்கிறது. கண்ணெதிரே அடுக்கடுக்காய்க் கரையை மோதும் அலைகள், என்னை வாழ்வைப் பின்நோக்கிப் பார் என்று சொல்வதுபோல் எனக்குள் ஒரு எண்ணவோட்டம். நமது கரைகளை வருடும் இதே கடல்தானே மற்ற நாடுகளின் கரைகளையும் வருடுகிறது. அங்கும் நம்மைப் போலவே மக்கள் வாழ்கிறார்களே, இந்த உண்மை புரிந்ததனால் தானோ என்னவோ நம் முப்பாட்டன் கணியன் பூங்குன்றன், யாதும் ஊரே யாவரும் கேளிர் என்றானோ? என் மனத்தில் அடுக்கடுக்காய்ச் சிந்தனை மொட்டுக்கள்.

இங்கு நான் தனித்துப் பொறுத்துக் காத்திருக்கிறேன் ஏதாவது தரிசனம் வாய்க்குமா

என்று... ஜெர்மானிய எழுத்தாளர் ஹெர்மென் ஹெஸ்ஸேயின் கதாநாயகன் நதிக்கரையோரம் அமர்ந்த திருக்கோலத்தில் ஞானம் பெற்றானாம்! ஆத்மாவை வருடும் கடல்தாயை அவதானித்தபடியே இங்கு என் பொழுதுகள் கடந்து போகின்றன.

கடலை நான் முதலில் பார்த்தது, பிறந்த ஊரான உவரியில். ஆழ்கடல் வேட்டம் சென்றிருந்த தாத்தாவின் வரவை எதிர்நோக்கிக் கடலோரம் காத்திருந்தாள் பாட்டி பிரகாசி. அவளது முந்தானையைக் கவ்வியபடியே நான் நின்றிருந்தேன். கெழுகடல் செல்வியாய்க் கரை நின்றாங்கு காவல்ப் பணி செய்யும் கன்னிகுமரியின் என் மனப்படிமம் பாட்டி. தூரத்தில் தொடுவானம் தெரிகிறது, கிழக்கே கதிரவன் தன்கதிர் விரித்துக் கிளம்புகிறான். கிழக்குக் கடற்பரப்பே தங்கமாய் மின்ன, தென்மேற்கே சோழவெலங்கில் கருநீல வண்ணத்தில் அழகு காட்டுகிறது கடல். மேகக் கூட்டத்தில் ஒளிச் சிதறல். சொக்கிப் போய் நிற்கும் என்னை உசுப்பி, தொடுவானில் குச்சுக் குச்சாய்த் தெரியும் கட்டுமரங்களைக் காட்டுகிறாள் பாட்டி.

குச்சுக்குச்சாய்த் தெரிந்த கட்டுமரங்கள், இப்போது முக்கோணங்களாய் மாறிக் கரைதேடி வருகின்றன. கரையேகும் அந்தக் கட்டுமரக் கூட்டத்தின் நடுவே, செம்பழுப்பாய்ப் புடைத்துப் பறந்துவரும் பஞ்சுப் பாய்மரம் தாத்தாவுடையது. காற்று மாறியதோ என்னவோ, நேர்சீராகக் கரைதேடி வந்தவை மாறவைத்து ஓடுகின்றன. சோழக்கொண்டல் மாறி இப்போது வாடைகொண்டல், பாயைத் தட்டிவைத்துத் தட்டிவைத்து ஓடுகிறார்கள். காற்றும் அயர்ந்து பாய்கள் சள்ளையடிக்க, அவர்கள் துளவைகளால் தடுப்பதும் தெரிகிறது. தாத்தாவின் கட்டுமரம், கடலில் மூழ்கி மிதந்தபடியே ஆழிகடந்து கரையேறுகிறது. தெம்மாந்து கரையில் நடக்கிறார் தாத்தா, இளநகை பூக்கிறாள் பாட்டி. ஒமல் நிறைய பன்னாவும் பாறையும் குதிப்பும். கோட்டுமாலுக்கு உள்ளிருந்து வெள்ளி வெள்ளியாய்த் துருத்தியபடி மின்னுகின்றன மீன்கள். வலையோடு வாங்கி வைத்திருக்கிறார்கள். இன்னும் அந்தக் காட்சியெல்லாம் என் நினைவடுக்குகளிலிருந்து அகல மறுப்பது ஏனென்றே தெரியவில்லை.

கரையில் கடல்வேட்டம் சென்ற தலைவனின் வரவை எதிர்நோக்கித் தவமிருக்கிறாள் தலைவி; அவளைத் தன் பேராளுமையால் ஒவ்வொரு கணமும் வென்றுவிடத் துடிக்கிறான் தலைவன். நெய்தல் வாழ்வின் யதார்த்தம். மற்றொரு நிகழ்வும் என் நினைவிலாடுகிறது. கரைப் பாரில், சிங்கி ரால்களோடு மதனமும் குருவலையும் பிடிபடும் காலம். கரைவிட்ட கட்டுமரங்களில் ஒன்றிலிருந்து கோட்டுமால்

நிரம்பச் சிங்கிரால்களைத் தோளில் சுமந்து போகிறார் ஒருவர். மற்றவரோ அதுபோலான கோட்டுமாலில் ஒற்றைச் சிங்கிராலோடு சோகமே உருவாக வருகிறார். ஒருவீட்டில் மகிழ்ச்சி, மறுவீட்டில் கோபம். ஒரு சிங்கிரால் கொண்டுவந்தவரின் மனைவி, அந்த ஒற்றைச் சிங்கிராலைத் தெருவறிய கொண்டு வந்து, கழிந்த விளக்குமாற்றால் 'ஒத்தையா வருவியா சனியனே' என்றபடியே விளாசுகிறாள்; கூனிக் குறுகி அமர்ந்திருக்கிறார் அவர்; விழுந்த அடி யாருக்கு என்று அவருக்கும் ஊருக்கும் தெரியும்.

பட்டவனுக்குப் பட்டுருக்கு, படாதவனுக்கு ஒண்ணுமில்ல என்ற வாக்கியப் பிரயோகம் கடலோர ஊர்களில் உண்டு. அதே கடல், ஒரே வகையான வலைகளில் மீன்பிடிப்பு ஆனாலும் வித்தியாசம். காரணம், மீன்களின் தொடர்ந்த இடப்பெயர்ச்சியும் எப்போதும் காற்றால், அலையால், வேறுபட்ட நீரோட்டங்களால் அசைந்துகொண்டே இருக்கும் கடலின் தன்மையும் நிலத்தைப் போல் இன்று கிடைத்த இடத்தில் நாளையும் கிடைக்கும் என்ற நிச்சயம் கடலில் இல்லையே. இன்றோ தவறான தொழில்நுட்பத்தைக் கையில் எடுத்த பேராசையாலும் கடல்வளம் குன்றிப்போவது வருத்தம் அளிக்கிறது.

அண்மையில் என்னைச் சந்தித்த நண்பரொருவர், இப்படிக் கடற்கரையிலேயே படுத்துக் கிடக்கிறீர்களே, பயமாக இல்லையா என்று கேட்டார். வாய்விட்டுச் சிரிக்கத் தோன்றியது எனக்கு. அவரிடம் சொன்னேன், இந்தப் பூமிப் பந்தையே அதன் தன்மை மாறாமல் நித்தமும் காக்கும் மகா சக்தியான கடல், எங்கள் தாய். கடற்கரையோ எங்கள் தாய்மடி. கானலம் பெருந்துறையின் கவினி மாநீர் முன்னே பரந்து விரிந்து கிடக்கும் இந்தப் பட்டு மணற் பரப்பில் படுத்து, உருண்டு சுத்தமான இந்தக் காற்றை சுவாசித்துப் பாருங்கள், உங்கள் உடல் தூய்மையாவதோடு, சிந்தனையும் சீராகும் என்றேன். நண்பரோ விடுவதாயில்லை. சுனாமி போன்ற பேரலைகள் வந்து உங்களை அடித்துக்கொண்டுபோய் விடாதா என்று கவலைப்பட்டார். கடந்த சுனாமியில் உருக்குலைந்த கடலோர ஊர்களில் தங்கள் உறவுகளையும் உடைமைகளையும் இழந்த மீனவர்கள், தங்கள் இருப்பிடத்தைக் காலிசெய்து விட்டார்களா? சரி அப்படியே அவள் விரும்பினால், அடித்தாலும் கொடுத்தாலும் அவள் எங்கள் தாய் என்றேன். பேச்சற்றுப் போனார் நண்பர்.

கடலுக்கும் எமக்குமான உறவு, யுகயுகமாய்த் தொடர்வது. இருப்பின் எந்தச் சூழலும் இந்தப் பந்தத்தைப் பறித்துவிட முடியாது. பொருளாதாரச் செழுமை நாடிப் பொருள் தேடும்

நீலப் பொருளாதாரம்

நோக்கில் வாழ்வு என்னைச் சமவெளிக்குள் தள்ளினாலும், நான் தொடர்ந்து பாரதி போல் காணி நிலம் வேண்டும் தாயே என்று குமரியிடம் வேண்டிக்கொண்டிருப்பேன். ஆனால் அந்தக் காணி நிலமும் கடற்கரையில் உன்மடியில்தான் வேண்டும் என நித்தமும் இறைஞ்சுவேன்.

தொழில் தேடி இடம்பெயர்வது மீனவப் பழங்குடிகளின் இயல்பு. இன்றும் நாஞ்சில் நாட்டு மீனவர்கள் டிசம்பர், ஜனவரி, பிப்ரவரி மாதங்களில் மண்டபம் கடற்கரைக்குக் குடும்பத்தோடு வந்து தங்கிப் பெருங்கடல் வேட்டம் செய்கிறார்கள். இராமேஸ்வரம் தீவோ கச்சன், வாடை என இருகடல் தொழில் கொடுக்கும் அற்புதப் பூமி.

சுதந்திரத்திற்கு முன்னான காலங்களில், தென் கடலில் கச்சானின் கடுங்காலம் பொறுக்க முடியாமல், மூக்கையூர் பகுதியிலிருந்து இடம்பெயர்ந்து வந்தவர்கள்தான் இன்று இந்தத் தீவில் நிரம்பி அதைப் பொன்விளையும் பூமியாக மாற்றியிருக்கிறார்கள். அந்தக் காலத்தில் வந்த முன்னோர்களுக்கு அமைதியான வடகடல் தென்பட்டு, அதன் கானலம் பெருந்துறை, அவர்கள் குடும்பத்தோடு வந்து தங்கித் தொழில்செய்ய இடமளித்திருக்கிறது. கடலில் எங்கு பார்த்தாலும் இரைத்தாவும் புள்ளுப் பாய்ச்சலுமாய்க் கிடக்க, இவர்களுக்கோ மகிழ்ச்சியில் தலைகால் புரியவில்லை. தென்கடலில் கணியம் வைத்து, மடைதேடி அலைந்தவர்களுக்குப் பாசி படர்ந்து முழுவதுமே மடையாய்க் கொழித்த பாக் நீரிணை பிடித்துப் போனதில் ஆச்சர்யம் இல்லை. வடகடலெங்கும் பொடிமீன்களைத் துரத்திய அடிமீன்கள். நெத்தலி, சாளை, பேய்ச்சாளை, ஓரா போன்ற இரைத்தாவு மீன்களைத் துரத்திய கொழுது, பாறை, கட்டா, செரையா, செங்கனி, சுறா, நெய்மீன் சீலா, கட்டிக்காளை இவற்றோடு திருக்கை, அடல் போன்றவை.

இப்பகுதி மீனவர்கள் பாக்நீரிணை முழுவதையுமே ரால் தொட்டி என்றே அழைத்து மகிழ்கிறார்கள். அள்ள அள்ளக் குறையாமல் புலிரால், வெள்ளைரால், பூவாளை இவற்றோடு நண்டு, கணவாய் வகைகளும் இங்கு ஏராளம். உற்சாகம் பீறிடக் கட்டுமரம், வள்ளம், வத்தை, வழிவலைத் தொழில் என்றிருந்தவர்களுக்கு, 1960க்குப் பிறகு அறிமுகமான இந்தோ நார்வேஜியன் திட்டம் மூலம் கிடைத்த விசைப்படகும் அது சார்ந்த இழுவைமடியும் வரப்பிரசாதமாயின. மடங்குகளில் மீன்பிடித்து, அதையும் பிடித்த கடலின் கரையிலேயே விற்றவர்களுக்கு, வெளிநாட்டு ஏற்றுமதிச் சந்தை ரால் மூலம் அறிமுகமாகிறது. போட்டி போட்டுக் கடன்வாங்கி விசைப்படகுத் தொழில் வளர்கிறது. வடகடல், தென்கடல் என

வருடம் முழுவதும் தொழில், அதன் பயனாகப் பொருளாதாரச் செழுமை.

இடைத் தரகர்களின் பேச்சில் மயங்கியவர்கள், கடல்வளத்தை அழிக்கும் பொருளாதாரச் செழுமையான இது ஒரு மாயை என்பதை உணரவேயில்லை. இழுவைமடியோ பெரும் ஆழ்கடல்களில் பயன்படுத்தப்படும் தொழில்நுட்பம். அவர்களின் தொழில் உற்சாகம், வடகடல், தென்கடல் போல் ஆழமுள்ளது அல்ல என்பதையும் உணர்த்தத் தவறியது. ஆழமற்றிருந்தாலும் கொழுத்துச் செழித்திருந்த வடகடல், தொடர்ந்த பாதகமான மீன் பிடிப்பையும் தாங்கிய அட்சய பாத்திரமானது. இழுவைமடி, கொல்லிமடியெனத் தொடர்ந்த பாதக மீன்பிடிப்பு, நம் வடகடல் பரப்பை மலடாக்கி, தொழில் முனைப்பால் நம் மீனவரையும் கடனாளியாக்கி அவர்களை மரணத்தின் எல்லையான வடமேற்கு இலங்கைக் கடல் நோக்கி இன்றும் போக வைக்கிறது. கச்சத் தீவுப் பிரச்சினையின் ஆணிவேர் இதுதான்.

இந்தப் பூமி நம் ஒவ்வொருக்கும் போதுமானது, பேராசைக்கானது அல்ல என்று காந்தி அழகாய்ச் சொன்னார். கடலும் அப்படித்தான். கடல், நமக்கும் நமது தலைமுறை களுக்குமானது. ஆனால் கடலையும் நுகர்வுப் பொருளாக்கிச் சீரழிக்கிறது இன்றைய வாழ்க்கைமுறை. அதீத நுகர்வால் கடலோரங்கள் குப்பைத் தொட்டிகளானது மட்டுமல்ல, அக்கறையற்ற அரசின் செயல்பாடுகளால் கடலரிப்போடு கடல்வளமும் பாழ். தூண்டில் வளைவு, மீன் இறங்கு தளங்கள், தடுப்புச் சுவர்கள் உள்ளிட்ட கடற்கரையில் செயல்படுத்தப்படும் எந்தத் திட்டமும் கடலோரச் சமூகங்களுக்கானதாக இல்லை.

அந்தக்காலத்தில் கடலோரக் குடியிருப்புகள், கழிமுகங் களாக இருந்திருக்கின்றன. நானறிய ஒவ்வொரு கடற்கரை ஊரிலும் குறைந்தபட்சம் ஒரு ஆற்றுப்போக்காவது இருக்கும். கடல் மூலம் உருவான மழைநீர், நிலப்பரப்பின் தட்பவெப்ப சூழலைச் சமன்செய்து மனிதன், மரம், செடி, கொடி, பயிர், பறவை, பட்சிகளைக் காத்து, திரும்பவும் தன் தாய்மடியான கடலுக்கே திரும்ப வேண்டும். அதுதான் இயற்கை, கடலும் பூத்துக் குலுங்கும். அப்படியான ஒரு சூழல் திரும்பவும் இம்மண்ணில் வரவேண்டும் என விரும்புகிறேன்.

2020, அனுபவப் பதிவு

39

கடலோர மக்களின் பிரச்சினைகளும் தீர்வுகளும்

இந்தியாவில் பெரும் அந்நியச் செலாவணியை ஈட்டக்கூடிய கடலோர மீன்பிடித்தலும் உள்நாட்டு மீன் வளர்ப்பும் ஓரளவு வளர்ந்திருந்தாலும், விவசாயத்துக்கு இணையான தொழில்துறையாகக் கடலோரப் பொருளாதாரத்தை மாற்றுவதில், தேசிய அளவில் மிகவும் பின்தங்கியே இருக்கிறோம். நாட்டின் அடித்தள மக்கள் வாழ்வை ஆராய்ந்தால், பாரம்பரியக் கடலோடிகள் வாழ்வு மிகவும் பலவீனமானதாகவே தொடர்கிறது. தீபகற்பமெங்குமுள்ள கடலோடிகள் சமுதாயம், கல்வி, பொருளாதாரம் மற்றும் அரசியல் விழிப்புணர்வுகளில் குறைந்தவர்களாகவே வாழ்கிறார்கள். அரசும் பொதுஜனமும் கடலோரச் சமூகங்களை, மீனவர்கள் என்றே குறுகி நோக்குவதும் ஏற்புடையதல்ல.

2004 டிசம்பர் 26இல் ஏற்பட்ட சுனாமியின் பின்னான நாட்களில்தான் கடலோரத்தில் மீனவர்கள் என்ற இனக்குழு வாழ்கிறது என்ற செய்தி உள்நாட்டுக்கே எட்டியிருக்கும் போல் தெரிகிறது. பேரிழப்புகள்தான் ஓர் இனக் குழுவையும் அவர்களின் வாழ்வையும் அடையாளம் காட்டுமென்றால், அது ஜனநாயகத்தின் பெருந்தோல்வி. பாரம்பரிய மீனவர்கள் எல்லைப் பகுதிகளில் ஒதுங்கி வாழ்ந்தாலும், தேசத்தின் கடல் எல்லைகளின் காவலர்களாய் இருக்கும் இவர்களது பூரண பாதுகாப்பில்தான் சமவெளி, மேட்டு நிலச்

சமூகங்கள் உள்நாட்டில் இயல்பாய் வாழ்ந்துகொண்டிருக் கின்றன. இந்த மக்கள்தான் கடல் கடந்து கப்பலோட்டிக் கடல்வழி வாணிபத்தில் ஈடுபட்டவர்கள் என்ற உண்மை நம்மில் எத்தனை பேருக்குத் தெரியும்?

72 ஆண்டுகளுக்கும் மேலான சுதந்திர இந்தியாவில் கடலோர மக்களுக்கான தொழில்சார் கட்டமைப்புகள் போதுமானதாக இல்லை; அது மட்டுமல்ல, அடிப்படை உரிமைகளே மறுக்கப்பட்ட சமூகங்களாகவே தொடர்கிறது இவர்களது வாழ்க்கைமுறை. சுயதொழில், வணிகம், வேலை வாய்ப்புகளில் ஒவ்வொரு நாளும் பெரும் பங்களிப்பைச் செய்யும் கடலோரம்சார் கொள்கையே இந்தியப் பேரரசில் இல்லாமல் இருப்பது வேதனையும் அதிர்ச்சியும் தரும் விசயமாக இருக்கிறது.

கடலோர மக்களின் பிரச்சினைகளுக்கான தீர்வுகளை முன்வைத்து 1997 செப்டம்பர் 27இல் நாடாளுமன்றத்தில் சமர்ப்பிக்கப்பட்டு, ஒப்புதல் வழங்கப்பட்ட முராரிக் குழுவின் பரிந்துரைகள் இன்றுவரை செயலாக்கத்துக்கு வருவதாக இல்லை. இங்கு அரசியல்வாதிகளை மட்டும் குறை கூறிக் கடந்து விடமுடியாது. ஜனநாயகத்தின் நான்காவது தூணாகச் செயல்படும் பத்திரிகைகள் இது குறித்த செய்திகளையும் ஆரோக்கியமான விவாதங்களையும் முன்னெடுத்ததில்லை.

பாரம்பரியக் கடலோடிகள் இயற்கையைச் சார்ந்தே தங்கள் வாழ்வை நடத்துகிறார்கள். இயற்கையின் சவால்களை நாளும் எதிர்கொள்ளும் இந்த மக்களுடைய வாழ்வைச் சமவெளிசார் சமூகம் புரிந்துகொள்ள வேண்டும். நாடாளுமன்ற, சட்டமன்றத் தொகுதிகளிலிருந்து, ஊர்ப் பஞ்சாயத்துகள்வரை உள்நோக்கத்தோடு நிர்வாக எல்லைகள் பிரித்தாளப்பட்டுக் கடலோரச் சமூகங்களிலிருந்து ஆட்சியதிகாரத்திற்கான பிரதிநிதிகள் தேர்ந்தெடுக்கப்படாமல் முடிந்தவரை பார்த்துக் கொள்கிறது சமவெளி அரசியல். தப்பித்தவறி ஒருசில இடங்களில் தேர்ந்தெடுக்கப்பட்ட கடலோர பஞ்சாயத்துத் தலைவர்கள்கூட செயல்பட முடியாமல் திணறுகிறார்கள். அரசின் எந்த நலத்திட்டமும், இந்தச் சிறு தலைவர்கள் மூலம்கூட செயலாக்கத்திற்கு வரவிடாமல் தடுத்துவிடுகிறது சமவெளி அரசியல். விளைவு, கடற்கரையில் செயல்படுத்தப்படும் எந்தத் திட்டமும் கடலோடிகளுக்கானதாக இல்லை. எந்த அரசியல் கட்சியும் இதற்கு விதிவிலக்கல்ல.

கடலோடிகள் தனிமனிதப் போட்டி மனப்பான்மையோடு வாழ்பவர்கள், அதனாலேயே அவர்களிலிருந்து தலைவர்கள்

வருவதை விரும்பாதவர்கள் என்று பொய்யான பரப்புரை செய்யப்படுகிறது. நாளின் பெரும்பகுதியைத் தங்கள் தொழில்வெளியான கடலில் அவர்கள் செலவு செய்வதால், நிலம் சார்ந்த வாழ்வின் தாத்பர்யம் அவர்களுக்குப் புரிய வில்லையோ என்ற கருத்தையும் மறுப்பதற்கில்லை. அதற்காக ஒரேயடியாக, கடலோடிகளிடமிருந்து தலைவர்கள் வரவில்லை என்று கூறுவதையும் ஏற்றுக்கொள்ள முடியாது. பொதுவுடைமைக் கருத்துக்கு வித்திட்ட சிந்தனைச் சிற்பி சிங்காரவேலரும், அன்றைய சென்னை மாகாணத்தின் உணவு – விவசாயத் துறைகளின் அமைச்சராக இருந்த ஜே எல் பி ரோச் விக்டோரியாவும், பெருந்தலைவர் காமராசர் அமைச்சரவையை அலங்கரித்த திருமதி லூர்தம்மாள் சைமனும் அரசியலுக்கான கடலோரச் சமூகங்களின் கொடையே.

கரைக்கடலானது பாரம்பரிய மீனவர்களுக்கான தொழில்வெளியாகும். ஆனால், அப்பகுதி உண்மையில் அவர்களுடைய தொழில்வெளியாகத் தொடர்கிறதா? கடந்த பல பத்து வருடங்களாகத் தீபகற்பம் எங்கும் நடக்கும் பாரம்பரிய மீனவருக்கும் விசைப் படகு மீனவருக்குமான பிரச்சினை இன்றுவரை தீர்ந்தபாடில்லை. பாரம்பரிய மீனவரின் தொழில்வெளியான கரைக்கடல் பகுதிக்குள் நுழையும் விசைப்படகு மீனவர்கள்; அதுபோலவே விசைப்படகு மீனவரின் தொழில்வெளியான அண்மைக் கடல் பகுதிக்குள் நுழைந்து, அத்துமீறி இழுவைவலைத் தொழிலால் அந்தப் பகுதியை கபளீகரம் செய்யும் வணிக மீனவர்கள். லாப நோக்கோடு, மீன்களை அவை இனப்பெருக்கம் செய்யும் கடலடியை வழித்து, அரித்துப் பிடிக்கும் வணிக மீனவர்கள், விலையில்லாத வளர்ச்சியடையாத மீன்களைத் திரும்பவும் கடலில் குப்பையாகக் கொட்டிவிடுகிறார்கள்.

பருவ காலங்களில் விதவிதமான மீன்வகைகளாய்ப் பூத்துக் குலுங்கும் கரைக்கடலும் அண்மைக் கடல் பகுதிகளும் குப்பைத் தொட்டிகள் ஆனதற்கு அத்துமீறிய இந்தச் செயல்பாடுகளும் காரணம். நமது கடல்வெளியில் பயன்படுத்தத் தகாத இழுவைவலையின் அதீத பயன்பாட்டால் மீன்களுக்குப் பதிலாக, மீன்கள் இனப் பெருக்கம் செய்யும் கடலடிப் பவளப் பாறைகள் சிதைந்து நொறுங்கிக் குப்பைகளாய்க் கரையேறுகின்றன என்று கள ஆய்வுகள் அழுத்தமாய்த் தெரிவிக்கின்றன. இழுவைவலை மீன்பிடிப்பு, இந்தியக் கடலோரத்திற்கு ஏற்ற தொழில்நுட்பமல்ல என்று எத்தனையோ ஆய்வு முடிவுகள் வலியுறுத்தியும் இன்னும் எந்த நடவடிக்கையும் இல்லை.

ஆட்சியதிகாரத்திலிருக்கும் சமவெளிசார் அரசியல்வாதிகளும், ஆதிக்க மனப்பான்மையோடு செயல்படும் இந்த வணிக மீனவருக்கே சாதகமாய்த் திட்டங்களையும் சட்டங்களையும் நாளும் இயற்றுகிறார்கள். காரணம், மீன்வளத்தை அழித்துப் பெறக்கூடிய லாபத்தில் அவர்களுக்கும் பங்கிருக்கிறது. இதுபோன்ற அரசியல் தொடர்புகளால் வணிக மீனவரை, எந்தச் சட்ட வரையறைக்குள்ளும் கொண்டுவர முடிவதில்லை. பாரம்பரிய மீனவரும் தங்கள் சுயதொழிலை விட்டுவிட்டுத் தொழில்முறை மீனவராய், கூலியாய் வணிக மீனவரிடமே வேலைவாய்ப்பு தேடும் பரிதாப நிலை கடலோரமெங்கும் ஏற்பட்டிருக்கிறது. இந்நிலை வரும் காலங்களில் மிக மோசமான சூழலை நாடெங்கும் ஏற்படுத்தும்.

சமீப காலங்களில் அறிமுகமான தொழில்நுட்பங்களால், பாரம்பரியமான கடற்கரைகளிலும் முதலாளித்துவம் புகுந்து, முதலீடு செய்ய முடியாத பாரம்பரிய மீனவர்களைக் கூலிகளாக்கி வேடிக்கை பார்க்கிறது. ஒருவரைப் பார்த்து மற்றவர் என முண்டியடித்துத் தகுதியை மீறிக் கடன் வாங்கி முதலீடு செய்தவர்களும், மீளமுடியாத கடன் தொல்லையால் தவிக்கிறார்கள். தேவையற்ற இந்தச் செயல்பாடுகளால் ஒட்டுமொத்தக் கடலோர மீனவச் சமூகங்கள் இன்று சமவெளிசார் கந்து வட்டிக்காரர்களின் பிடியில்.

கரைக்குக்கொண்டு வரப்படுகிற மீன்களுக்குச் சரியான விலை கிடைக்காதது ஒருபுறமென்றால், அதன்மூலம் பெறப்படும் வருமானம் அன்றாடத் தேவைகளுக்காக மீனவர்களால் பன்மடங்கு செலவு செய்யப்படுகிறது. இந்தச் சூழலைத் தங்களுக்குச் சாதகமாய்ப் பயன்படுத்திக் களிக்கிறது, மீனவ ஊர்களைச் சுற்றியுள்ள சமவெளி ஊர்கள். மீனவ ஊர்களின் உணவு, உடை, உறைவிடம், குடிநீர், கல்வி, மருத்துவம், தொழிற் சாதனங்கள் என எந்தச் செலவானாலும், சுற்றியுள்ள சமவெளி வணிகர்களுக்கு, வியாபார வாய்ப்பாகிப் பெரும் வருமானமாகி விடுகிறது.

ஆட்சியதிகாரத்தோடு தொடர்புடைய எந்த அலுவலகமும், மீனவ ஊர்களில் அமைவதைச் சுற்றியுள்ள சமவெளிசார் அரசியல்வாதிகள் விரும்புவதில்லை. கடலில் இயற்கையை எதிர்த்துப் பொருளீட்டுங்கள், ஆனால் அதன் பொருளாதாரப் பலன்கள் அனைத்தும் எங்களுக்கானது என்ற மனிதாபிமானம் மீறிய சமவெளிச் செயல்பாடுகளால் அல்லல் பட்டுக்கிடக்கிறது கடற்கரை. இயற்கையின் இடர்ப்பாடுகளைக் கடந்து உயிரைப் பணயம் வைத்து இவர்கள் செய்யும் ஆழ்கடல் மீன்பிடிப்புத் தொழிலால் கிடைக்கும் வாழ்க்கை, கடற்கரை

ஊர்களை ஒட்டியுள்ள சமவெளிப் பகுதிகளில் ஒருவகையான வெறுப்பரசியலையும் ஏற்படுத்தியிருக்கிறது.

கல்வியிலும் பொருளாதார ரீதியாயும் ஓரளவு மறுமலர்ச்சி அடைந்த சமூகங்களாய்த் தென்தமிழகக் கடலோடிகள் இருக்கிறார்கள். அந்தக் காலத்தில் உள்நோக்கத்தோடு ஆன்மீக வழிநடத்துகிறோம் என உள்நுழைந்த கத்தோலிக்கம், மீனவ தலைமைகளைக் காவு வாங்கியது. பிரச்சினைகளின் உச்சத்தில் கூடி ஜெபிக்கக் கற்றுக் கொடுத்த கத்தோலிக்கம், இன்றுவரை துடிப்பான தலைமை அந்த மக்களிடமிருந்தே வரவிடாமல் நாளும் கண்காணித்துத் தடுத்து விடுவது மறுக்க முடியாத உண்மை. மதம் தனிமனித நம்பிக்கை என்ற புரிதல் கடலோடிகளிடமும் இல்லை.

கடந்த பல பத்து ஆண்டுகளில், கடற்கரையூர்களைச் சுற்றியுள்ள நிலங்கள் முற்றிலுமாகப் பறிபோயிருக்கின்றன. மண் எடுக்கிறேன், உப்பு விளைவிக்கிறேன் என ஊர்களுக்குள் புகுந்து நிலத்தடி நீரைப் பாழ்படுத்தியதோடு மட்டுமல்லாமல், ஊருக்குள்ளும் பிரிவினைகளை உண்டாக்கிக் கோஷ்டி மோதல்களுக்கும் காரணமாகியிருக்கிறார்கள் சமவெளிக் காரர்கள். மக்கள்தொகை பெருக்கம் சார்ந்து அக்கம், பக்கம் நகரமுடியாமல் மீனவர்கள் தவிக்கிறார்கள். காரணம், கடற்கரை ஊர்களைச் சுற்றியுள்ள நிலங்கள் எல்லாமே இன்று சமவெளிக்காரர்கள் கையில்.

இது போதாதென்று, நகர்ப்புறம்சார் கடற்கரைப் பிரதேசங்களை, அழகுபடுத்துகிறோம் என்ற பெயரில், பாரம்பரிய மீனவரை அவர்களின் தொழில்வெளியிலிருந்து அப்புறப்படுத்தும் வேலை நடக்கிறது. இந்தச் சூழல் தொடர்ந்தால், கடலே தங்கள் தாயாய், கடற்கரையே தங்கள் தாய்மடியாய்க் காக்கும் பாரம்பரிய மீனவர்கள் எங்கு போவார்கள்? இந்தியக் கடலோரமெங்கும் பாரம்பரிய மீனவரின் உற்பத்தித் திறன் குறைந்தவாறே இருக்கிறது. தொழிலில் செலவுக்கு ஏற்ற வருவாய் இல்லாத காரணத்தால் பாரம்பரிய மீனவர்கள் தங்கள் தொழிலை விட்டே போய்விடும் அபாய நிலை வந்திருக்கிறது. பல கடற்கரையூர்களில் இதுதான் யதார்த்தம். சுயச்சார்போடு பெரும் வேலைவாய்ப்பையும் நேரடி, மறைமுக வணிக வாய்ப்புகளையும் வழங்கும் இந்தத் தொழில் அழிந்துபோனால், வேலைவாய்ப்புத் திண்டாட்டம் பெருகி அது நாட்டின் பொருளாதாரத்தில் எதிரொலிக்காதா?

காரண, காரியங்களை அலசி ஆராய்ந்து தீர்வை நோக்கி நகர்வது மீனவர்களுக்கான இன்றைய தேவை.

சாதி, மத நம்பிக்கைகளைக் கடந்து மீனவர்கள் இனமாய்க் கைகோத்துக்கொள்ளவேண்டும். பழங்குடிகளான தமது வாழ்வு தங்கள் பிறப்புரிமை என்பதை மனத்தில்கொண்டு அதற்கு ஊறுவிளைவிக்கும் எந்தச் செயல்பாட்டையும் இனமாய் எதிர்கொள்ளவேண்டும்.

மீனவர் இன ஒற்றுமை மாநில அளவில் ஒன்றிணைக்கப் பட்டு, அது மாநில, தேசிய அளவிலான அரசியல் பிரதிநிதித்துவத்தை நோக்கி நகர வேண்டும்.

மீன்பிடித்தலில் கரைக்கடல், அண்மைக்கடல், ஆழ்கடல் தொழில்களை அதற்கான கட்டமைப்பு, எல்லைகள், சட்ட திட்டங்களோடு அரசு முறைப்படுத்த வேண்டும்.

தகுதியான பிராந்திய ஆண் / பெண் தலைமைகளை மீனவர்களே உருவாக்கி, அவர்களைத் தேர்தல்களில் போட்டியிடச் செய்து, வெற்றியை உறுதி செய்யவேண்டும். சட்டமன்றத்திலும், நாடாளுமன்றத்திலும் மீனவரின் குரல் வலுவாய் ஒலிக்கச் செய்யவேண்டும்.

கடலோடிச் சமூகங்களின் பெண்கள் சமூகத் தலைமை ஏற்று அரசியலுக்குள் வர வேண்டும்.

கடலோரப் பொருளாதாரத்தையும் மக்கள் நலவாழ்வை யும் நிர்வகிக்க, மத்திய அரசில் மீன்துறை அமைச்சகம் ஏற்படுத்தப்பட வேண்டும். அதன் மூலம் கடலோர மக்களுக்கான உரிமைகளும் முன்னேற்றத் திட்டங்கள் உறுதிப்படுத்தப்பட வேண்டும்.

கடலோர வாழ்வு பதிவுசெய்யப்பட்டு, சமவெளிச் சமூகங்களோடு தொடர் உரையாடலை முன்னெடுக்கவேண்டும். அது சமூக, அரசியல், பொருளாதார அரங்கில் பெரும் புரிதலை ஏற்படுத்தி வாழ்வை வளமாக்க வழிசெய்யும்.

மீனவர்களுக்கான தொழில் மேம்பாட்டு நிதிஉதவியில் நிலவிவரும் தயக்கம் களையப்பட்டு அரசின் வழிகாட்டுதலுடன் வங்கிகள், கடலோரத் தொழில்களுக்குக் குறைந்த வட்டியில் கடன்களும் தொழில் காப்பீடுகளும் கொடுக்க முன்வர வேண்டும்.

தீபகற்பமெங்கும் இழுவைவலை மீன்பிடிப்பைத் தடைசெய்து, தகுதிவாய்ந்த மீனவர்களை ஆழ்கடல் மீன்பிடித்தலுக்குச் செல்ல அரசு ஊக்குவித்து, அக்கறையோடு அதன் செயல்பாடுகளைக் கண்காணிக்க வேண்டும்.

நீலப் பொருளாதாரம்

கடலோரக் கலாச்சார மையங்களை அரசு ஏற்படுத்தி அவற்றில் தீபகற்பத்தின் பல்வேறு பகுதிகள்சார்ந்த மீன்பிடி முறைகளையும், பாய்மரக் கப்பலோட்டத்தையும், பயன்படு சாதனங்களையும், மாறிவரும் தொழில்நுட்பங்களையும் ஆவணப்படுத்த வேண்டும்.

கடல்தொழிலின் அத்தியாவசியத் தேவையான வானிலைப் பேரிடர் அறிவிப்புகளை உரிய நேரத்தில் பெறவும், அதை அக்கறையோடு தொழில்வெளிக்குக் கடத்தவும் நவீன தகவல் தொழில்நுட்பத்துடனான அமைப்புகளை அரசு ஏற்படுத்திக் கண்காணிக்க வேண்டும்.

மீன்பிடித்தல் இந்தத் தலைமுறையினருக்கானது மட்டுமல்ல, அவர்களது வருங்காலத் தலைமுறைகளுக்கானதும் என்பதைப் புரிந்துகொண்டு கடல்வளத்தையே கெடுக்கும் தொழில்நுட்பத்தை அனுமதிக்கவோ பயன்படுத்தவோ மாட்டோம் என மீனவர்கள் உறுதி ஏற்கவேண்டும்.

தொழில் ஆதாரமான கடலுணவு, இடைத் தரகர் நீக்கப்பட்ட சந்தைப் படுத்தலுக்கு உட்படுத்தப்படவேண்டும்.

மீனவ ஊர்கள் போக்குவரத்து மற்றும் சந்தைப்படுத்தலுக்காக தேசிய, மாநில நெடுஞ்சாலைகளோடு இணைக்கப் படவேண்டும்.

படித்த மீனவ இளையோர் அரசின் நிதி, நீதி, கல்வி, காவல், பாதுகாப்பு, வங்கி உள்ளிட்ட பல்வேறு துறைகளில் பணியாற்றத் துடிப்புடன் முன்வரவேண்டும். சக்திவாய்ந்த ஆட்சிப் பணி அதிகார மையங்களிலும் இளையோர் இடம்பெற வேண்டும்.

படித்த இளையோர் பாரம்பரிய மீன்பிடித் தொழிலைத் தகுதிக் குறைவாக எண்ணாமல், படித்து பெற்ற அறிவின் மூலம், சுற்றுச் சூழலுக்குக் கேடு விளைவிக்காத நுட்பங்களைப் பயன்படுத்துவதோடு அக்கறையோடு தொழிலை மேம்படுத்த முன்வர வேண்டும்.

பெரும் வேலை வாய்ப்பை ஏற்படுத்தக் கூடிய பழைமை யான கரைக்கடல் சரக்குக் கப்பலோட்டம் நாளும் பெரும் இடர்ப்பாடுகளைச் சந்திக்கிறது. அது முறையாக ஆய்வு செய்யப்பட்டு நவீன தொழில்நுட்பத்தோடு திரும்பவும் முன்னெடுக்கப்பட அரசு ஆவன செய்ய வேண்டும்.

கடலோர வாழ்வுசார்ந்து விசைப்படகு, வள்ளம் கட்டுதல், பழுது பார்த்தல், மீன் வலை தூண்டில் தொழில் கூடம், மீன் விற்பனை, மீன் ஏற்றுமதி, மீன்பதப்படுத்துதல், மீன் உணவு

மதிப்புக் கூட்டல், கடல் உணவகங்கள், கடற்கரை விளையாட்டு, நீர் உலாவல், கடல் சறுக்கு விளையாட்டு, சுற்றுலாப் படகு, மீன்பிடிச் சுற்றுலா, பவளப்பாறைச் சுற்றுலா, கடல்மேல் பறப்பது, சங்கு வியாபாரம், சிப்பிகள் சங்குகளில் அலங்காரப் பொருள் தயாரிப்பு, செயற்கை முத்து வளர்ப்பு, கடல் பாசி, பாசியில் மதிப்பு கூட்டிய உணவு, ஆழமற்ற கடலில் மீன் வளர்ப்பு, உவர் தரையில் மீன் பண்ணை, புறநீர் இணைப்புகளில் மீன் வளர்ப்பு, அலங்கார மீன் வளர்ப்பு, மீன் கழிவுகளில் கோழித் தீவனம், மீன் எண்ணெய்த் தயாரிப்பு, நீச்சல் கற்றுக் கொடுத்தல், ஐஸ் கட்டி நிலையம் மற்றும் வியாபாரம், பதனிடு கிடங்குகள், கரைக்கடல் கப்பலோட்டம், பாய்மரக் கப்பலோட்டம், கடல் ஆராய்ச்சி, கப்பல் மாலுமிப் பயிற்சிக் கல்லூரி, கடற்கரைத் தங்கும் விடுதிகள் போன்ற தொழில்களில் இளையோரை ஊக்குவித்து, கடலோரத்தைச் சமவெளியைச் சார்ந்தோருக்கும் வேலை வாய்ப்பளிக்கும் பெரும் பொருளாதார மண்டலமாக மாற்ற அரசு ஆவன செய்யவேண்டும்.

மார்ச் 2005இல் பாளையங்கோட்டை புனித சவேரியார் கல்லூரியில் நடந்த நிலம், மக்கள் மற்றும் கடல்சார் கருத்தரங்கில் ஆங்கிலத்தில் சமர்ப்பிக்கப்பட்ட கட்டுரையின் தமிழாக்கம்

40

ஷிப் சேண்டிலிங்

தொழில் பெயரே வித்தியாசமாய் இருக்கிறதல்லவா! எனக்கும் அப்படித்தான் இருந்தது. எதையும் புதிது, புதிதாய்த் தெரிந்து கொள்வதுதானே பரவசம், கடல்வழி வாணிபத் தொழில் களத்தில், நான் அப்படியாகத் தெரிந்து கொண்ட மற்றொரு தொழில் பெயர்தான் இந்த ஷிப் சேண்டிலிங்.

எரிபொருள், கப்பலில் ஏற்றுமதி, இறக்குமதியாகும் சரக்குகள் தவிர்த்துக் கப்பலில் பணியாற்றும் மாலுமிகளின் சாப்பாடு, குடிநீர், மதுவகை, கப்பலுக்கான உதிரி இயந்திரப் பாகங்கள் உட்பட, அன்றாடத் தேவைகளுக்காகப் பொருட்களைத் தருவித்துக் கப்பலில் கொண்டு வந்து சேர்க்கும் தொழில்தான் ஷிப் சேண்டிலிங். இந்தத் தொழில் செய்பவர் ஷிப் சேண்டுலர் என்று அழைக்கப்படுகிறார். சுங்கக் கட்டுப்பாடு உள்ள துறைமுகப் பகுதியில் பணி செய்யவேண்டி இருப்பதால், பிராந்திய சுங்க இலாகாவில் இதற்கான உரிமம் பெற்றிருக்க வேண்டும் என்பது சட்டம்.

பெரும்பாலும் கப்பல் ஏஜென்சி நிறுவனம் தான், ஷிப் சேண்டுலர்களை ஏற்பாடு செய்யும். சில விவரமான கப்பல் உரிமையாளர்கள், தங்களின் கப்பல்கள் நடைசெய்யும் ஒவ்வொரு துறைமுகத்திலும் தங்களுக்கான பிரத்தியேக ஷிப் சேண்டுலர்களை வைத்திருப்பதும் உண்டு. சக்தி வாய்ந்த கப்பல் ஏஜென்சி நிறுவனங்கள், ஆரம்பக் காலத்திலிருந்தே இந்தத் தொழிலைத்

தங்கள் கட்டுப்பாட்டுக்குள் வைத்துக்கொள்வதும் உண்டு. இதுபோன்ற கப்பல் ஏஜென்சியின் மேலாளரையும் கப்பலின் கேப்டனையும் கைக்குள் போட்டுக்கொண்டால் ஷிப் சேண்டுலர்கள் வைத்ததுதான் விலை. கப்பலுக்குத் தொழில் கொடுக்கும் ஏற்றுமதியாளரும் இறக்குமதியாளரும் கப்பலில் பயந்து பவ்வியமாய் நடமாட, ஷிப் சேண்டுலர்கள் கப்பலின் உரிமையாளர்கள்போல, சர்வ சுதந்திரமாய்க் கப்பலில் நடை போடுவதும் உண்டு. காரணம், கப்பல் ஏஜென்சியின் மேலாளர் மற்றும் கப்பல் கேப்டன்களின் தனிப்பட்ட தேவைகளையும் பூர்த்தி செய்யும் அவர்களது நடைமுறை. ஒரு துறைமுகத்தில் ஏற்றுமதியோ இறக்குமதியோ கப்பலில் வேலை முடிந்ததும் ஸ்டேட்மெண்ட் ஆஃப் ஃபேக்ட்ஸ் கையெழுத்திடும்போது முரண்டு பிடிக்கும் கேப்டன்களைச் சமாளிக்க வேண்டுமானால்கூட அதற்கும் ஷிப் சேண்டுலர் துணை வேண்டும்.

ஒருகாலத்தில் ஷிப் சேண்டிலிங்கில் சில நிறுவனங்கள் கொடிகட்டிப் பறந்தன. தொழிலில் என்ன நடக்கிறது என்பதே வெளியுலகுக்குப் பெரும்பாலும் தெரியாமலிருந்து, பின் அதுவே கடுமையான போட்டி நிறைந்த தொழிலாக மாறி, சாப்பாடு வகைகளுக்குத் தனிஆள், குடிநீருக்குத் தனிஆள், மதுவகைகளுக்குத் தனிஆள், உதிரி இயந்திரப் பாகங்களுக்குத் தனிஆள் என்று தொடர்ந்து, இன்று இருக்கிறதா இல்லையா என்கிற அளவுக்குத் தரம் இறங்கிவிட்டிருக்கிறது இத்தொழில். இன்றைய நிலையில் ஒரு சில கப்பல் கேப்டன்களே நேரடிக் கொள்முதலில் இறங்கி விட்டார்கள் என்றும் தகவல் இருக்கிறது. காரணம், பணம். கப்பலில் ஒரு மாலுமிக்கு இவ்வளவு தண்ணீர், சாப்பாடு, மது, அதன் தரம் எனப் பன்னாட்டுக் கப்பல் போக்குவரத்து அமைப்பின் வரையறை இருக்கிறது. பேராசையின் உச்சத்தில், இப்போதைய கேப்டன்கள் அதையெல்லாம் காற்றில் பறக்கவிட்டுவிடுகிறார்கள்.

மும்பையில் ஒரு வணிகக் கப்பல் போக்குவரத்து நிறுவனத்தில் பணி செய்த நான் 1992 இறுதியில் பணியிட மாறுதலில், சென்னை வந்து அதன்பின் தூத்துக்குடி வந்திருந்தேன். தூத்துக்குடி, பிறந்த ஊர்ப்பக்கம் என்பதால் நானும் இடமாற்றம் கேட்டிருந்தேன் என்பது ஒருபுறமிருந்தாலும், தலைமை அலுவலகத்தின் மேலாண்மை அதிகாரிகளுக்கு, தூத்துக்குடிக் கிளை மேலாளரின் அலுவல்களில் சந்தேகம் வலுத்திருந்ததும் மற்றொரு காரணம்.

ஒருநாள் காய்கறிகள் வாங்குவதற்காகத் தூத்துக்குடி அந்தோனியார் கோவில் பக்கம் உள்ள சந்தைக்குச்

சென்றிருந்தேன். அமைப்பில் பெரிதாக, பலதரப்பட்ட காய்கறிவகைகளோடு சுறுசுறுப்பாய் இயங்கிய ஒரு கடை என் பார்வைக்குப் பட, அங்கேயே சென்று எனக்குத் தேவையான காய்வகைகளை வாங்குவதற்காக நின்றிருந்தேன். கடைப் பணியாளர்கள், என்னைப் பார்ப்பதும் முதலாளியிடம் சென்று குசுகுசுவெனப் பேசுவதுமாய் இருக்க, நான் எனக்கான காய்கறிகளைத் தேர்வுசெய்வதில் குறியாய் இருந்தேன். எடைபோட்டு முடித்துக் காய்களை வாங்குவதற்காக நான் கொண்டுபோய் இருந்த பையை நீட்டினால், முதலாளி இருக்கையிலிருந்து எழுந்து வந்து, பணிவாய் இரு பைகளை நீட்டுகிறார். ஒரு பையில் நான் கேட்ட காய்கறிகள் இரண்டு மடங்காய் இருக்க, மறுபையிலோ நான் கேட்காத கனி வர்க்கங்கள். வாங்கிய பொருள்கள் எதற்கும் பணம் வேண்டாம் என்கிறார் கடை முதலாளி. கூடவே "அய்யா நீங்கள் இனி கடைப் பக்கம் வர வேண்டாம், ஒவ்வொரு வாரமும் இதே நாளில் வீட்டுக்குக் காய்கறி, கனி வகைகளை அனுப்பி விடுகிறோம்" என்கிறார். புன்னகையோடு மறுத்துப் பணத்தை அவர் கைகளில் திணித்துவிட்டு நகர்ந்தால், என் கண்ணில் பட்டுவிடக் கூடாது என்பதற்காகக் கைகளில் பைகளோடு பதுங்குகிறார்கள் என்னோடு அலுவலகத்தில் பணி செய்பவர்கள். வாகனத்தில் ஏறுவதற்கு முன்னால் கடைப் பக்கம் பார்க்கிறேன். பையேந்தி நிற்கும் அவர்களைக் கடைப் பணியாளர்கள் கண்டுகொள்ளாதது ஒருபுறம் என்றால், மறுபுறம் அலட்சியம் வேறு. இது அரசு அதிகாரி களுக்கும் காவலர்களுக்கும் வழங்கப்படும் மாமூலைப்போல கப்பல் ஏஜென்சி நிறுவன ஊழியர்களுக்காக ஷிப் சேண்ட்டுலர்களால் வழங்கப்படும் ஒருவகையான கையூட்டு.

இன்றைக்கு மரியாதையாய்ப் பையை நீட்டும் கடை முதலாளி, போகப் போக இவர்களைப் போலவே என்னை யும் நடத்துவார் என்ற என் மனத்திலோடிய எண்ணத்தை என்னால் ஏற்றுக்கொள்ளவேமுடியவில்லை. அலுவலகம் வந்திருந்தேன், கிளைமேலாளர் ராம்குமார் மேனன் ஆச்சரியப் படும் விதமாக அன்று அறையிலிருந்தார். ஏன் இதைக் குறிப்பிடுகிறேன் என்றால் அவர் பெரும்பாலும் அலுவலகத்துக்கு வருவதே இல்லையாம். நானும் பொறுப்பெடுத்து ஒரு வாரமாகிறது, ஆனால் கிளை மேலாளரைக் காண முடியவில்லை.

கிளை மேலாளரின் பிரமாண்டமான அறையைப் பாதி யாக மறித்து எனக்கு ஒரு அறை ஏற்படுத்தியிருந்தார்கள். மேல்பகுதி திறந்தே இருந்தது. ஒருவேளை அறையில் நடப்பவை குறைந்த பட்சம் சப்தமாவது கேட்கட்டும் என்று தலைமை

அலுவலகம் நினைத்திருக்கலாம். அடிமைகளை விசாரிப்பதைப் போல ஒவ்வொருவராக அழைத்து விசாரித்தபடி இருந்தார் ராம்குமார். ஏதோ கார் வந்து நிற்கும் சப்தம், அறையுள்ளே இருந்தவர்களை நாயை விரட்டாத குறையாக விரட்டுகிறார். அறைக் கதவு திறக்கப்படும் சப்தம்.

“எப்ப வந்தீங்க?” காலையில் காய்கறிக் கடையில் கேட்ட அதே முதலாளியின் குரல்.

“வழக்கம் போல கொச்சின் எக்ஸ்பிரஸ்தான், ரெம்ப லேட். ஏசியும் வேல செய்யல்ல.”

“தளர்ச்சியா இருப்பீங்க, வீட்டுக்குப் போயி ஓய்வு எடுங்க.”

“நம்ம வேல முடிஞ்சதும் கிளம்ப வேண்டியதுதான்.”

“இன்னக்கி காலையில, நம்ம கடைக்கி கருப்பா, வளர்த்தியா ஒரு இளம் வயசுக்காரர் வந்திருந்தார். நம்ம அலுவலகத்துலதான் வேலை செய்யிறதா கடைப் பசங்க சொன்னாங்க. கறாரான ஆளா இருப்பாரோ?”

அடுத்த அறையில் உஸ் என்ற சப்தத்தோடு மயான அமைதி. என் அறைப் பக்கம் கையைக் காட்டி மௌனமாய் இருக்கும்படி மேலாளர் சைகை காண்பித்திருக்க வேண்டும்.

“கடந்த மாதத்த விட இந்த மாதம், கப்பல்கள் அதிகம் ஆனா சின்ன கப்பல்கள் இல்லையா?” கேட்டார் ராம்குமார்.

“சின்ன கப்பல்களா இருந்தாலும் நிறைய சரக்கு எடுத்தாங்க.”

“கோரல் ரீஃப் கப்பல்களச் சொல்லுறீங்களா, 2000 டன் வினைல் க்ளோரோ மோனோமோர், நம்ம ஆறுமுகநேரி தாரங்கதாரா கெமிக்கலுக்கு வார சரக்கு. கடந்த மாதங்கள்ல பராமரிப்புக்காக மூடிவச்சிருந்த ஆலைய போன மாதந்தான் திறந்தாங்க. அதனால இந்த மாதம் நாலு நடை வந்திருக்கு. இனிமேல் மாதத்துக்கு ஒண்ணு அல்லது இரண்டு வரும்.”

“சராசரியா ஒருகப்பலுக்கு மூணு லட்சத்துக்கு மேல சரக்கு போட்டோம். நம்ம ஊர்ப்பக்கம் தூண்டில்ல பிடிச்ச மீன்கள அதிகமாக் கேட்டாங்க. காய்கறி, பழவகைகள், இறைச்சியெல்லாம் வழக்கம்போல.”

“ஜப்பான்காரங்க, அவங்களுக்கு நம்ம ஊர் மீன்கள் ரெம்ப பிடிக்கும். பில் போட்டாச்சா? மொத்தம் பதிமூணு கப்பல்கள் தானே!”

"நேற்று நீங்க வரப்போறத தொலபேசியில் சொன்ன உடனே மொத்தமாப் போட்டு அனுப்பிட்டேன்."

"ஒரே செக்கா இப்பவே வாங்கிற்றுப் போங்க."

சிறிது நேர அமைதி.

"நூறு ரூபா கெட்டும், ஐம்பது ரூபா கெட்டுமா மொத்தம் ஒரு லட்சத்தி ஐம்பதினாயிரம் இருக்கு."

"கம்பெனிப் பணம்?"

"பூரா ஐம்பது ரூபா நோட்டுல தயாரா இருக்கு. கணக்காளர கூப்புடுங்க."

இண்டர்காமில் கணக்காளரைக் கூப்பிடுகிறார் ராம்குமார். அவர் செக் புக்கோடு, குனிந்த தலை நிமிராமல் மேலாளர் அறைக்குள் செல்வது என் அறைக் கதவின் கண்ணாடி வழியே தெரிகிறது.

"பேமெண்ட் தயாரா?"

"முழுத்தொகைக்கும் செக்போட்டுக்கொண்டுவந்திட்டேன் சார்" என்றார் கணக்காளர் கணபதி.

"வெரிகுட், நம்ம பேமெண்ட் எப்பவுமே ஆன் தெ ஸ்பாட் இருக்கணும்."

"நானும் எத்தனையோ கம்பெனிகளுக்கு ஷிப் சேண்ட்லரா இருக்கேன் சார், ஆனா உங்க கம்பெனிபோல உடனடி பேமெண்ட் எங்கயும் கிடைக்கிறதில்ல. ஒரு வருசத்துக்கு முன்னால உள்ள பேமெண்டுக்கே செருப்பு தேய நடக்க விடுறாங்க. மாலை ரயில்ல உங்களுக்கு டிக்கெட் எடுக்க சொல்லியாச்சி, எங்க கொண்டு வந்து கொடுக்க, வீட்டுலயா இங்கேயா?"

"வீட்டுக்கு வரச் சொல்லுங்க. வேல முடிஞ்சாச்சில்ல, இப்ப கிளம்பப் போறேன்."

"நல்லது சார், அப்ப நானும் வாரேன். மேகமலைப் பக்கம் ஏதோ தேயிலை தோட்டம் வாங்கப் போறதா சொன்னீங்கள, முடிஞ்சிதா?"

"என்னோட மனைவி ராஜலட்சுமி பாத்துக்கிறாங்க. ராஜலட்சுமின்னா ராஜலட்சுமிதான், அவகிட்ட யாரும் வாலாட்ட முடியாது. பத்திரம் எல்லாம் பதிஞ்சி, பட்டா வரப்போவுது."

"நல்லது நடந்தாச் சரி."

கதவு பவ்வியமாய்த் திறந்து மூடும் சத்தம் கேட்கிறது. சிறிது நேரத்திலேயே ராம்குமார் மேனன் அலுவலகத்தின் மூத்த பணியாளர் பாலசுப்பிரமணியனை இண்டர்காமில் அழைக்கிறார். தாங்கித் தாங்கி நடந்து அவர் என் அறையைக் கடந்து போவது தெரிகிறது.

“பாலா, இது என்னுடைய பரிசு.”

“போன முறை நீங்க தந்த சரக்கு மட்டமானது சார், மறுநாள் காலையில ஹேங் ஓவர் அதிகமா இருந்திச்சி.”

“இது பிளாக் லேபில், அருமையான சரக்கு. குடிச்சிப் பாரு, இந்திரலோகத்துல இருக்குறதுபோல இருக்கும்.”

“ஆமா, இந்தத் தடவ வருமானம் அதிகமில்லா” நக்கலாய்ச் சொன்னார் பாலா.

“தாரத கொண்டுபோயி குடிச்சமா சந்தோசமா இருந்தமான்னு இருக்கணும். தேவையில்லாத விஷயங்களப் பற்றி நீ பேசக்கூடாது. ஆமா, என்னுடைய அறைய யாரக் கேட்டுட்டுப் பிரிச்சீங்க?”

“அதெல்லாம் எனக்குத் தெரியாது சார். பம்பாயிலருந்து வந்த உத்தரவுப்படி மெட்ராஸ் ஆபீஸ்ல இருந்து ஆட்கள் வந்து பண்ணுனாங்க.”

“இந்த விஷயத்த நீ எனக்கு போன்ல சொல்லலிய.”

“சொல்லக்கூடாதுன்னு உத்தரவு.”

“என்னைத் தவிர உங்களுக்கு உத்தரவு போட யாருக்கு அதிகாரம் இருக்கு?”

“…”

“சரி, நான் பம்பாயில யார்ட்ட பேசணுமோ அவர்ட்ட பேசுறேன்.”

கதவு திறந்து வேகமாய் அடைபடும் சத்தம். ராம்குமார் வீட்டுக்குக் கிளம்பினார். சிறிது நேரத்தில் அலுவலகப் பணியாளர்கள் அமர்ந்து வேலைசெய்யும் பகுதியிலிருந்து சத்தம் வருகிறது. அறைக் கதவைத் திறந்தபடி வெளியே வந்து பார்த்தால், பாலா தனக்குக் கிடைத்திருந்த பிளாக் லேபிலைத் திறந்து ராவாகக் குடித்தபடி உளற ஆரம்பித்திருந்தார்.

பாலா அலுவலகத்தின் மூத்த பணியாளர், ஷிப்பிங் ஏஜென்சி தொழிலில் கரைகண்டவர். எந்தச் சிக்கலான பணியையும் நிதானமாகச் செய்யக்கூடிய அனுபவ ஞானம்

உள்ளவர். அவரது பலவீனமே குடி. குனிந்த தலை நிமிராத மனைவி, ஆணொன்றும் பெண்ணொன்றுமாய்ப் பள்ளிப் படிப்பிலிருக்கும் இரண்டு குழந்தைகள். திருமணமே வேண்டாம் என்று இருந்தவரை முதிர்ந்த வயதில் கட்டாயப்படுத்தித் திருமணம் செய்து வைத்திருக்கிறார்கள். வீட்டில் பாலா வைத்ததுதான் சட்டம், அலுவலகத்திலும் அதுவே நடைமுறை. எப்பேர்ப்பட்ட குடிவெறியிலும், தூத்துக்குடி வரும் கப்பல் களைத் திறமையாகக் கையாளும் நேர்த்தி, அவரது பலம். தூத்துக்குடியின் மற்ற ஷிப் ஏஜென்சி அலுவலகங்களிலும் அவருக்குத் தொழில்சார்ந்த மரியாதை இருந்தது.

"எலேய், நீங்க எல்லாரும் ஷிப் சேண்ட்லர் கடையில போயி காய்கறி பிச்ச எடுங்க, எனக்கு மட்டும் குடி. சம்பளம் என்னடே சம்பளம், ஷிப் சேண்ட்லர் குடுக்கிற கமிஷன் பணத்துக்கு முன்னால சம்பளம் ஒரு பொருட்டா... ராம்குமார், தேயிலை எஸ்டேட்டும் தீவுப் பங்குளாவுமா வாங்கிக் குமிக்கிறான்."

"..."

"பேதியில போறவம், மாதக் கடைசியானா சரியா பையத் தூக்கிட்டு வந்து நிக்கிறான. ஒரு கப்பல்ல ஏறிப் பாத்திருப்பானா, ஒரு கப்ப ஏஜென்சி கொட்டேஷன் தயாரிச்சி அனுப்பி இருப்பானா, கஸ்டம்சுல, துறைமுகத்துல வார பிரச்சினயள, ஏ நாய என்னான்னு கேட்டுருப்பானா. ஆனா தலைமை அலுவலகத்துக்குப் போற எல்லா தகவலும் இவம் பெயருல போகணும். காலையில முழிச்சா இவுனுக்கு இங்க என்ன நடக்குதின்னு போன்ல அப்டேட் குடுக்கணும். சென்னையிலயோ பம்பாயிலயோ இருந்து போன் வந்தா, சார் துறைமுகத்துக்குப் போயிருக்கார்னு சொல்லணும். நம்மகிட்ட விலாவாரியா எல்லாத்தையும் கேட்டுட்டு, வீட்டுல இருந்தே பம்பாய்க்கி ஒப்பிச்சிற வேண்டியது. எத்தன வருசமா நடக்குது இந்தக் கூத்து. இதுக்கு மட்டும் ஒரு விடிவுகாலம் வரமாட்டேங்குது. இந்தப் பொழைப்பெல்லாம் ஒரு பொழைப்பாடே."

அலுவலகத்தில் மயான அமைதி. வழக்கம்போலவே யாரும் பாலாவை எதிர்த்துக் கேட்கத் துணியவில்லை. மெதுவாக நான் அறையிலிருந்து வெளியே வந்து, பாலாவின் முன்னால் அமர்ந்தேன். முகத்தில் புதுநகை அரும்ப, திறந்திருந்த பிளாக் லேபில் பாட்டிலை மூடிக் கீழே வைத்தார். அவரையே பார்த்தபடி எதுவும் பேசாமல் அமர்ந்திருந்தேன். அலுவலகத்திலிருந்த மற்ற அனைவரின் பார்வைகளும் ஈட்டி போல் பாலாவின் மேஜையையே குத்தியபடி இருந்தன. அவரே பேச்சைத்

தொடங்கட்டும் என்று அமைதியாய் அவரையே பார்த்தபடி இருந்தேன்.

"எனக்குப் புகைக்க வேண்டும் போலிருக்கிறது" என்றார் பாலா.

இருவரும் எழுந்து அலுவலகத்தின் பின்புறம் வேப்பமரத்தடிக்கு வந்திருந்தோம். முகத்தில் குறுத்த இளநகையோடு பாலா பேச ஆரம்பித்தார்.

"மேல இருக்கவம் சப்போர்ட்டு இருக்கதுனால, இவம் லட்ச லட்சமா அடிச்சிற்று போறாம். கப்ப ஏஜென்சியோ அல்லது ஷிப் சேண்ட்லிங்கோ எது சம்பந்தமாவும் ஒரு புல்லக் கூட புடுங்கிப் போட மாட்டாம்."

"..."

"இங்க வேல செய்யிற சக ஊழியர்களும் மனுசன்வதான, அவன்வளுக்கும் தேவைகள் இருக்குமே எதப் பற்றியும் சிந்திக்கிறதேயில்ல."

"யாரும் கேக்க மாட்டீங்களா ..."

"அக்கவுண்டெண்டும் கேக்குறதில்ல, எனக்குக் குடி. சந்தோஷமா இருக்காம்யா."

"..."

"சேண்ட்லிங் வியாபாரத்துல பத்து சதவீதம் ஐம்பது ரூபா நோட்டா வாங்கி முதலாளிக்கி அனுப்பணுமின்னு மேனேஜ்மெண்ட்டுல எழுதப்படாத சட்டம் இருக்கு. ஆனா இவம் பத்த, இருபதா வாங்குறாம். ஷிப் சேண்ட்டுலர் போட்டதுதாம் பில்லு. பத்த கிரமமா பம்பாய்க்கி அனுப்பிற்று, அடுத்த பத்த, இவம் அடிக்கிறாம். இந்தக் கொள்ளயத் தடுக்க ஒரு வழி பண்ணுங்களாம்."

"நா சொன்னா மறுக்காமக் கேப்பீங்களா!"

"வேல செய்யிற நமக்கு வருமானம் கிடைச்சாச் சரி."

"அடுத்த கப்பல்ல இருந்து, மேனேஜ்மெண்ட்டுக்குப் போற பத்து சதவீதம் போக மீதியுள்ள பத்து சதவீதத்த, அலுவலகத்துல வேல செய்யிற எல்லோரும் பெரியவன், சின்னவன்ங்குற வித்தியாசம் இல்லாம ஈவிச்சி குடுத்துறலாம்."

"நீங்க சொன்னா அது சரியாத்தாம் இருக்கும்."

"அக்கவுண்டெண்ட கூப்புடுங்க. நானே சொல்றம்."

அடுத்த கப்பலிலிருந்து நிலைமை மாறியிருந்தது. ராம்குமார் மேனனைத் தவிர அலுவலகத்தின் அனைத்து ஊழியர்களுக்கும் மகிழ்ச்சி. ஒருசில கடைநிலை ஊழியர்களுக்கு அவர்கள் வாங்கும் மாதாந்திரச் சம்பளத்தைவிட மூன்று மடங்கு, நான்கு மடங்கு வருமானம் கிடைத்தது. ஊழியர்கள் காய்கறிக் கடைக்காரரிடம் கையூட்டு வாங்குவதும் நின்று போனது. பதறித் துடித்த ராம்குமார், வேறு வழியே இல்லாமல், தன் வேலையை ராஜினாமா செய்துவிட்டுப் போனார். விபரம் அறிந்த தலைமை அலுவலகமும் எதையும் கண்டுகொள்ளவில்லை. தூத்துக்குடி அலுவலகத்தில் இன்று வரை இதுவே எழுதப்படாத சட்டம்.

சிறியதும், பெரியதுமாக ஆயிரக் கணக்கில் கப்பல்களைக் கையாளுமை செய்யும் சிங்கப்பூர் துறைமுக நிர்வாகத்தின் வருமானத்தில் குறிப்பிட்ட அளவு ஷிப் சேண்டிலிங் மூலமாகவே வருகிறது. சிறியவர், பெரியவர் எனப் பல்வேறு தொழில் முனைவோருக்கும் வாய்ப்பளிக்கும் இந்தத் தொழில் துறைமுக நிர்வாகம் மற்றும் சுங்கத் துறையின் தேவையற்ற குறுக்கீடுகளால், இங்கு நலிந்து கிடக்கிறது. சர்வதேச அளவில் பயணிக்கும் கப்பல்கள் ஒரு நாட்டின் துறைமுகத்தை அணுகுகிறது என்றால், அது சரக்கு ஏற்றி, இறக்குவதற்காக மட்டுமே அல்ல. மாறாக, எரிபொருள் தேவை, ஷிப் சேண்டிலிங் உள்ளிட்ட பல்வேறு தேவைகளுக்காவும் வரலாம். கப்பல்கள் தங்கள் தேவைகளைப் பூர்த்தி செய்ய துறைமுகத் தடுப்புச் சுவருக்குள் இருக்கும் கப்பல் கட்டும் தளத்துக்கு வரவேண்டிய கட்டாயமும் இல்லை. துறைமுக அருகிலிருக்கும் ஆழ்கடலிலேயே தேவைகளைப் பூர்த்தி செய்துகொள்ளலாம். இங்கு தேவை, அக்கறையான அணுகுமுறை மட்டுமே. புரிய வேண்டியவர்களுக்குப் புரிந்தால் சரி.

அனுபவப் பதிவு

○